ഈ പുസ്തകത്തിന്റെ പേരിന്നാധാരം 1980ൽ പുറത്തിറങ്ങിയ "The Gods Must Be Crazy" എന്ന ഹോളിവുഡ് കോമഡി ചിത്രമാണ്, ആ ചിത്രത്തിന്റെ പ്രമേയം ഒരു വിമാനത്തിൽ നിന്നും കൊക്കോ കോളയുടെ കാലിക്കുപ്പി വലിച്ചെറിഞ്ഞപ്പോൾ അത് ആഫ്രിക്കയിലെ കാട്ടുവാസികൾക്ക് ലഭിച്ചതിനെത്തുടർന്നുള്ള സംഭവ വികാസങ്ങളാണ്. കുപ്പിയിൽ ദൈവം നൽകിയ സമ്മാനം അടങ്ങിയിരുന്നു, പക്ഷെ ഈ കുപ്പി ഗ്രാമിണർ തമ്മിൽ കൂട്ടത്തല്ലുണ്ടാകാൻ കാരണമായി, ലോകത്തിന്റെ അവസാന ഭാഗത്തേക്കു ചെന്ന് ഈ കുപ്പി ദൈവങ്ങൾക്ക് തിരിച്ചു നൽകാൻ ഗോത്രത്തലവന്മാർ തീരുമാനിക്കുന്നു. എന്റെ സ്വന്തം ആലങ്കാരികമായ കോക്ക് ബോട്ടിലുപയോഗിച്ച്, ഞാൻ പുതിയൊരു സാമ്രാജ്യത്തിന്റെ ഉദയം വിഭാവനം ചെയ്യുകയാണ്. അധികം വൈകുന്നതിനു മുൻപ് ഇന്നത്തെ സാമ്രാജ്യത്തെ (ക്യാപ്പിറ്റലിസവും എന്റർപ്രൈസുകളും) പുനസ്ഥാപിക്കുന്നതിനുള്ള പവിത്രരേഖയാണീ പുസ്തകം.

റൂസ്‌വെൽറ്റിന്റെ ഭവനം തിരികെ കൊണ്ടുവരാനുള്ള പ്രാർത്ഥന

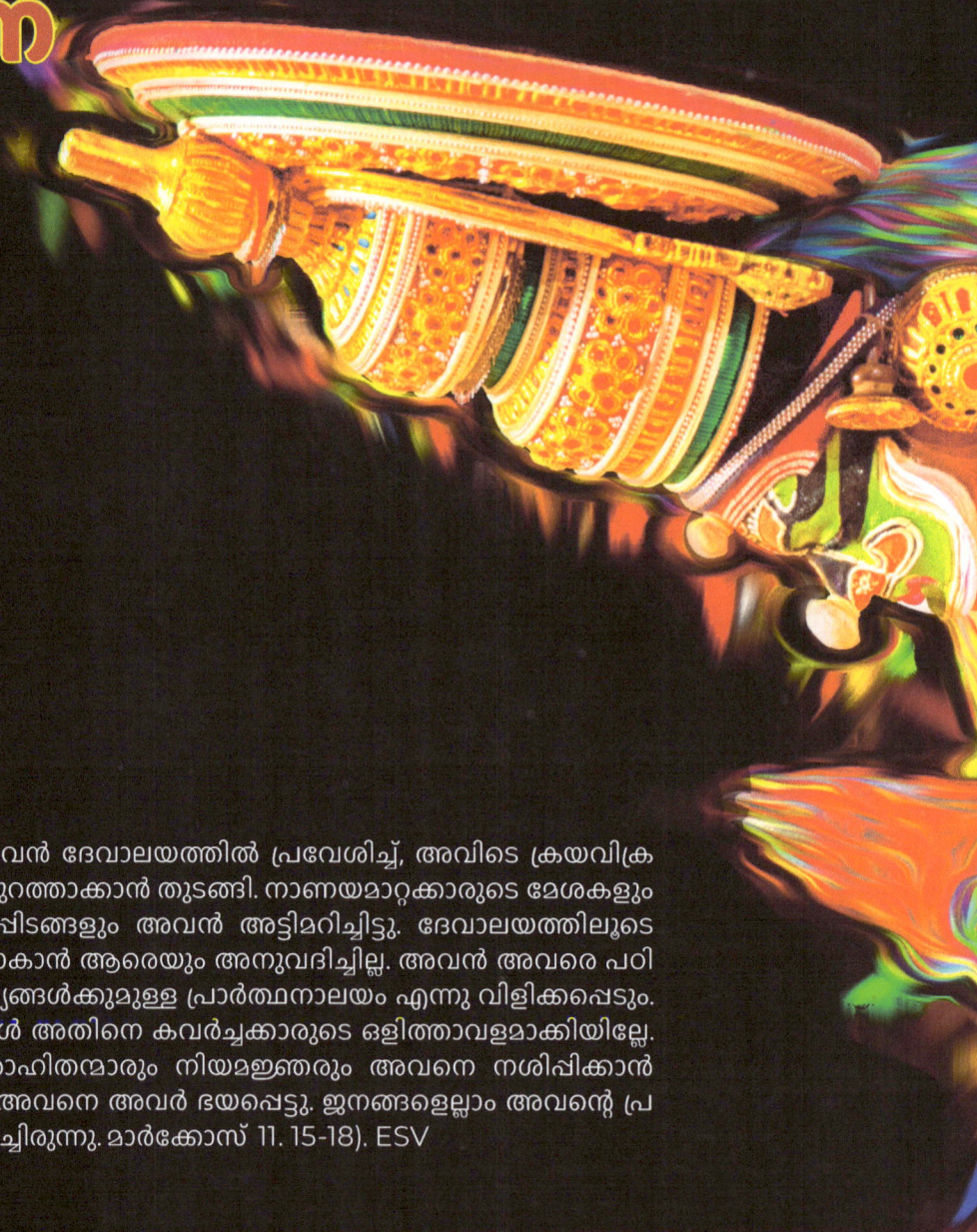

അവർ ജറുസലേമിലെത്തി. അവൻ ദേവാലയത്തിൽ പ്രവേശിച്ച്, അവിടെ ക്രയവിക്രയം ചെയ്തുകൊണ്ടിരുന്നവരെ പുറത്താക്കാൻ തുടങ്ങി. നാണയമാറ്റക്കാരുടെ മേശകളും പ്രാവു വിൽപ്പനക്കാരുടെ ഇരിപ്പിടങ്ങളും അവൻ അട്ടിമറിച്ചിട്ടു. ദേവാലയത്തിലൂടെ പാത്രങ്ങൾ ചുമന്നുകൊണ്ടുപോകാൻ ആരെയും അനുവദിച്ചില്ല. അവൻ അവരെ പഠിപ്പിച്ചു. എന്റെ ഭവനം എല്ലാ രാജ്യങ്ങൾക്കുമുള്ള പ്രാർത്ഥനാലയം എന്നു വിളിക്കപ്പെടും. എന്ന് എഴുതപ്പെട്ടിട്ടില്ലേ? നിങ്ങൾ അതിനെ കവർച്ചക്കാരുടെ ഒളിത്താവളമാക്കിയില്ലേ. ഇതുകേട്ടപ്പോൾ പ്രധാന പുരോഹിതന്മാരും നിയമജ്ഞരും അവനെ നശിപ്പിക്കാൻ മാർഗം അന്വേഷിച്ചു. കാരണം അവനെ അവർ ഭയപ്പെട്ടു. ജനങ്ങളെല്ലാം അവന്റെ പ്രബോധനങ്ങളെക്കുറിച്ച് വിസ്മയിച്ചിരുന്നു. മാർക്കോസ് 11. 15-18). ESV

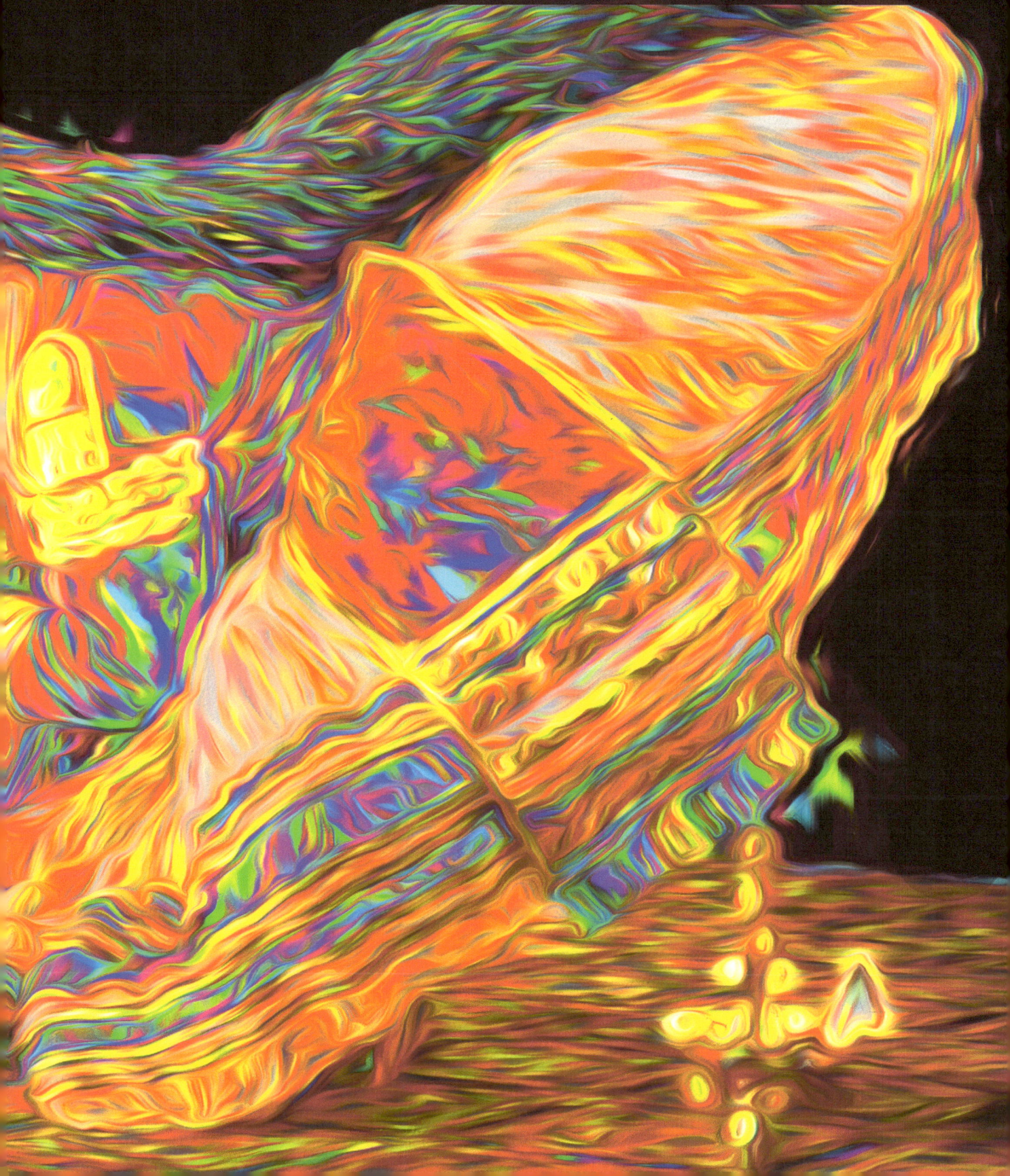

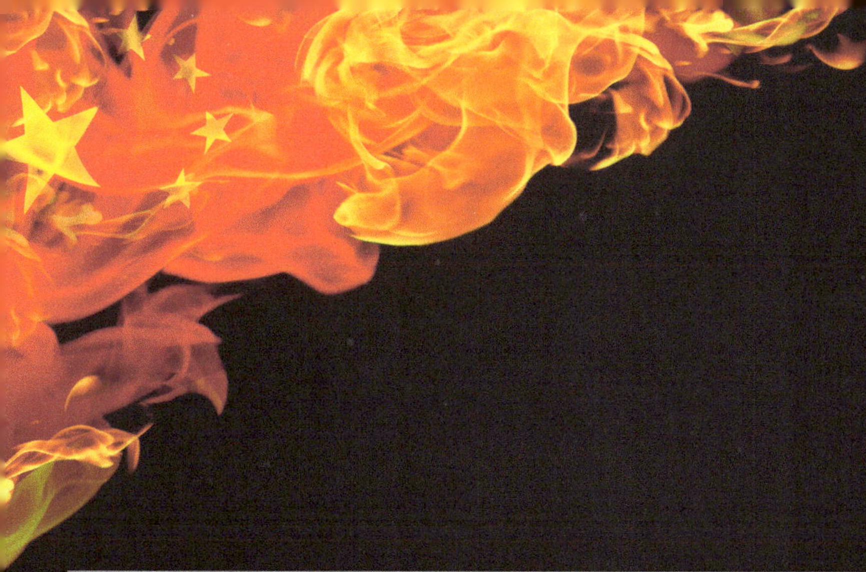

> ## സ്വദേശത്ത് സുരക്ഷ ഇല്ലെങ്കിൽ,
> ## ലോകത്ത് ശാശ്വതമായ സമാധാനം ഉണ്ടാക്കാനാവില്ല.
>
> —— ഫ്രാങ്ക്ലിൻ ഡെലാനോ റൂസ്വെൽറ്റ് ——

ഞാൻ ഇതെഴുതുന്ന സമയത്ത് അരാജകത്വം പൊട്ടിപ്പുറപ്പെടുന്നു, ചിക്കാഗോയുടെ ഹൃദയഭാഗത്തുള്ള എന്റെ വീടിനു തൊട്ടുമുന്നിൽ ആഭ്യന്തരകലഹം നടക്കുകയാണ്. ചിക്കാഗോ സിറ്റി കൗൺസിലിൽ നിന്നുള്ള ഒരു റെക്കോഡ് ചെയ്യപ്പെട്ട കോളിനെ ഉദ്ധരിച്ചുകൊണ്ടു പറഞ്ഞാൽ, ഇത് ഫലത്തിൽ ഒരു സാങ്കൽപ്പിക യുദ്ധക്കളമാ ണ്, ഇവിടെ AK-47 കൈകളിലേന്തിയ സംഘാംഗങ്ങൾ കറുത്ത വർഗ്ഗക്കാരെ വെടിവെയ്ക്കുമെന്ന് ഭീഷണിപ്പെടു ത്തുന്നു. അവർ പോലീസിനു നേരെയും നിറയൊഴിക്കുന്നു.

അതേ സമയം മേയറുടെ ഓഫീസിൽ പ്രശ്നപരിഹാരത്തിനായി നടത്തിയ സമരതന്ത്ര ചർച്ച റെക്കോഡ് ചെയ്യപ്പോ ൾ അത് ചീ-റാഖ്[1] ബനാന റിപ്പബ്ലിക്കിനെ[2] ഓർമ്മിപ്പിക്കുന്ന തരത്തിൽ തെറിവിളിയുടെ അഭിഷേകമായി മാറി. ഈ ബോർഡ് അപ്പ്[3] സംഭവിച്ചാൽ നൂറ്റാണ്ടിന്റെ പഴമയോതുന്ന വീടിന്റെ ഭാവി എന്തായിരിക്കുമെന്നോർത്ത് അതിശയി ച്ചുപോയി. സ്വകാര്യ പൗരസേന സംരക്ഷണം നൽകുന്ന ലോകത്തിലെ ചില അതിമനോഹരമായ ദന്ത ഗോപുരങ്ങ ൾ പോലും (ബ്രിട്ടാനിക്കയുടെ അവസാനത്തെ ആസ്ഥാനം) സുരക്ഷിതമല്ലെന്നു തോന്നി..

വൺ ഷെയേഡ് വേൾഡിന്റെ പ്രതിജ്ഞ എന്റെ പ്രിയപ്പെട്ട അമേരിക്കയെ മാത്രമല്ല, മാനവരാശിയെത്തന്നെ സംര ക്ഷിക്കാൻ പോന്നതാണെന്നു തോന്നി. ഷെയേഡ് പോലുള്ള അസ്തിത്വപരമായ ഭീഷണികളിൽ നിന്നും നമ്മെ സംര ക്ഷിക്കുന്നതിനായുള്ള പ്രവചന, പ്രതിരോധ, പ്രതികരണ സാധ്യമായൊരു അടിസ്ഥാന ഘടനയെക്കുറിച്ച് മറ്റുള്ളവ രെ പഠിപ്പിക്കേണ്ടത് എന്റെ പൗരധർമ്മമാണെന്നു ഞാൻ വിശ്വസിക്കുന്നു.

ഉള്ളടക്കം

പുസ്തകത്തിന്റെ ഘടന

മധ്യകാല സാമ്രാജ്യത്തിന്റെ ആസന്നമായ ഉയർച്ച

മധ്യകാല സാമ്രാജ്യത്തിന്റെ ഉദയം

നമ്മുടെ സാമ്രാജ്യം അപകടത്തിലാണെന്ന് മാത്രമല്ല അതിന്റെ സംരംഭങ്ങളുടെ നിലനിൽപ്പും അതോടൊപ്പം ഭീഷണി നേരിടുന്നു. നമ്മുടെ ചീട്ടുകൾ യഥാവിധം എടുത്ത് കളിച്ചില്ലെങ്കിൽ അടുത്തുള്ള ആർത്തിപിടിച്ച സാമ്രാജ്യം (മധ്യകാല സാമ്രാജ്യം)[4] താമസിയാതെ അമേരിക്കയിൽ നിന്നും മാത്രമല്ലാതെ 2008ലെ സാമ്പത്തിക സുനാമിക്കു ശേഷം അത് കോളനിവൽക്കരിച്ച നൂറോളം മറ്റു രാജ്യങ്ങളിൽ നിന്നും കരം പിരിക്കാനായി എടുപിടികളെ അയച്ചേക്കും

ഗോഡ്സ് മസ്റ്റ് ബി ക്രേസി

ഈ പുസ്തകത്തിന്റെ തുടക്കത്തിൽ തന്നെ യാഥാർത്ഥ്യത്തിന്റെ വികൃതമായ തലങ്ങളിലൂടെയുള്ള എന്റെ പുലിപ്പുറത്തുള്ള യാത്രയെക്കുറിച്ച് പറഞ്ഞിട്ടുണ്ട്; കിഴക്ക് കമ്മ്യൂണിസത്തിന്റെ തൊട്ടിൽ മുതൽ പടിഞ്ഞാറ് ക്യാപ്പിറ്റലിസത്തിന്റെ ശ്മശാനകല്ലറകൾ വരെയുള്ള യാത്ര. Hernando de Soto എഴുതിയ The Mystery of Capital: Why Capitalism Triumphs in the West and Fails Everywhere Else എന്ന പുസ്തകത്തിന്റെ പശ്ചാത്തലത്തിലാണ് ഈ വിവരണം.

The Gods Must be Crazy!
The Rise & Fall Measures of Empires
STEM
R&D
Leadership
Defence
Diplomacy
Productivity
Financial Capital
World Currency
The MIDDLE KINGDOM
Roosevelt's AMERICAN Empire
Current AMERICAN Empire
-120
-80
-40
40
80
120
Time (Peak Year at 0)

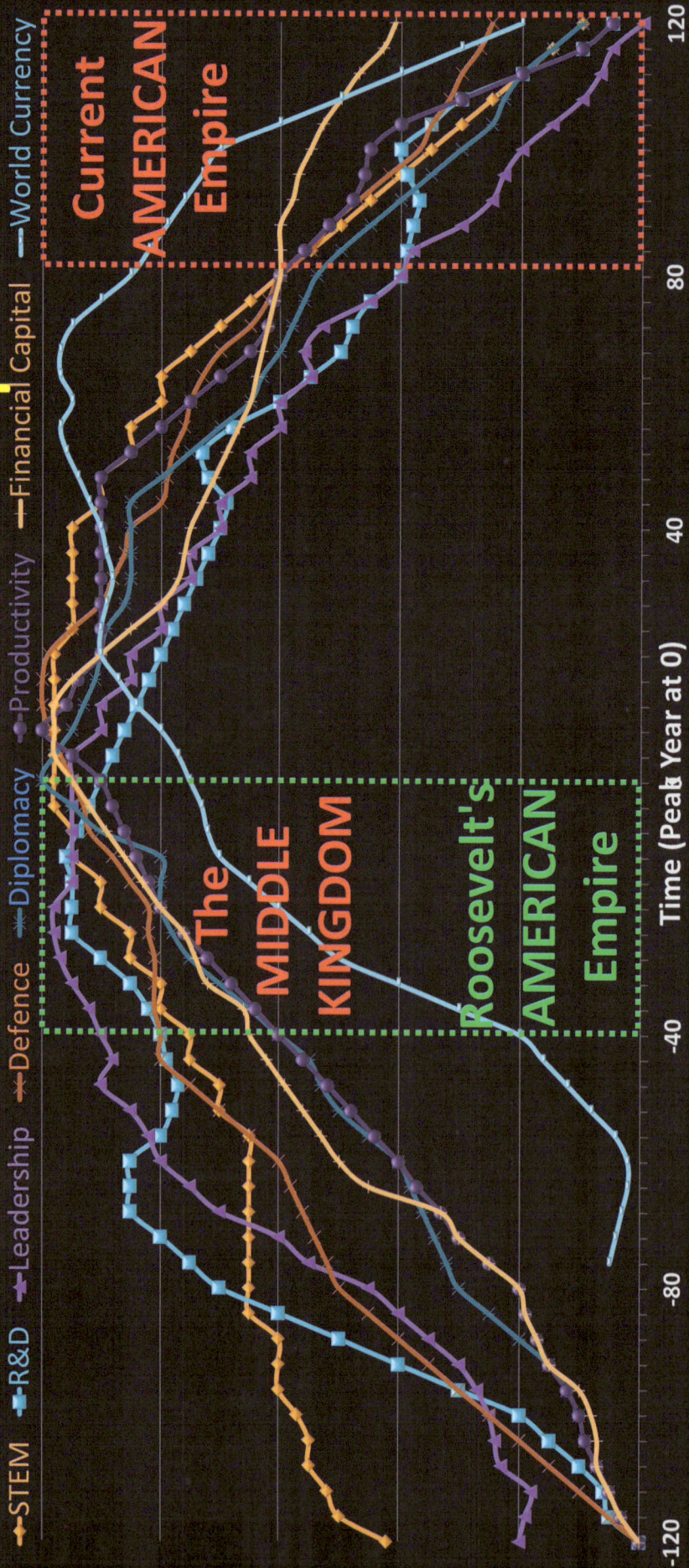

റൂസ്‌വെൽറ്റിന്റെ സഭ തിരികെ കൊണ്ടുവരാനുള്ള നിർദ്ദേശം

ആസന്നമായ ഫോർത്ത് റീക്കിൽ[5] നിന്നും നമ്മെ രക്ഷിക്കുന്നതെങ്ങനെ എന്ന് വിവരിക്കാനായി ഈ പുസ്തകത്തിന്റെ രണ്ടാമത്തെ വിഭാഗത്തിൽ എമ്പയർ ടു എന്റർപ്രൈസിലെ ന്യൂ നോർമൽ അഥവാ നവയുഗ ദർശനമാണ് ഞാൻ അവലംബിച്ചിരിക്കുന്നത്. എന്റർപ്രൈസിന്റെ നിലനിൽപ്പ് അത് സ്പോൺസർ ചെയ്യുന്ന തലതൊട്ടപ്പൻമാരുടെ ഉയർച്ചയും താഴ്ചയുമായി ഇഴപിരിഞ്ഞിരിക്കും, ആഗോള സാമ്രാജ്യങ്ങൾ- കഴിഞ്ഞ അഞ്ചു നൂറ്റാണ്ടുകളിൽ നാം സാക്ഷ്യം വഹിച്ചതനുസരിച്ച് ഏറ്റവും വലിയ എന്റർപ്രൈസുകൾ ഡച്ച്,[6] ബ്രിട്ടീഷ് ഈസ്റ്റ് ഇന്ത്യാ[7] കമ്പനികളാണ്.

നമ്മൾ ഫോർത്ത് റീക്കിന്റെ പിടിയിൽ പെടാതിരിക്കാനാണ് ഞാൻ ക്യാപ്പിറ്റലിസത്തിന്റെ കല്ലറ തോണ്ടിയ ശേഷം പണ്ടത്തെ റൂസ്‌വെൽറ്റിന്റെ ന്യൂ ഡീൽ[8] തിരിച്ചുകൊണ്ടുവരാനായുള്ള കുറിപ്പടി തയാറാക്കി നിർദ്ദേശിക്കുന്നത്. മിക്ക എന്റർപ്രൈസുകളും ഒരു പറ്റം ഫൈനാൻഷ്യൽ എൻജിനീയറിംഗ് തവളകളാണ്, അവയാകട്ടെ സദാ കടത്തിൽ മുങ്ങി ചൂടേറിയ പാമ്പെണ്ണയിൽ നീന്തിത്തുടിക്കാൻ വെമ്പുന്നവയും.[9]

★ ★

The Gods Must Be Crazy!

Gaggle of Financial-Engineering Frogs in Debt

Nonfinancial Corporate Business; Debt Securities; Liability, Level (**Trillion $**)

Source: Board of Governors of the Federal Reserve System(FRED, Q1 2021)

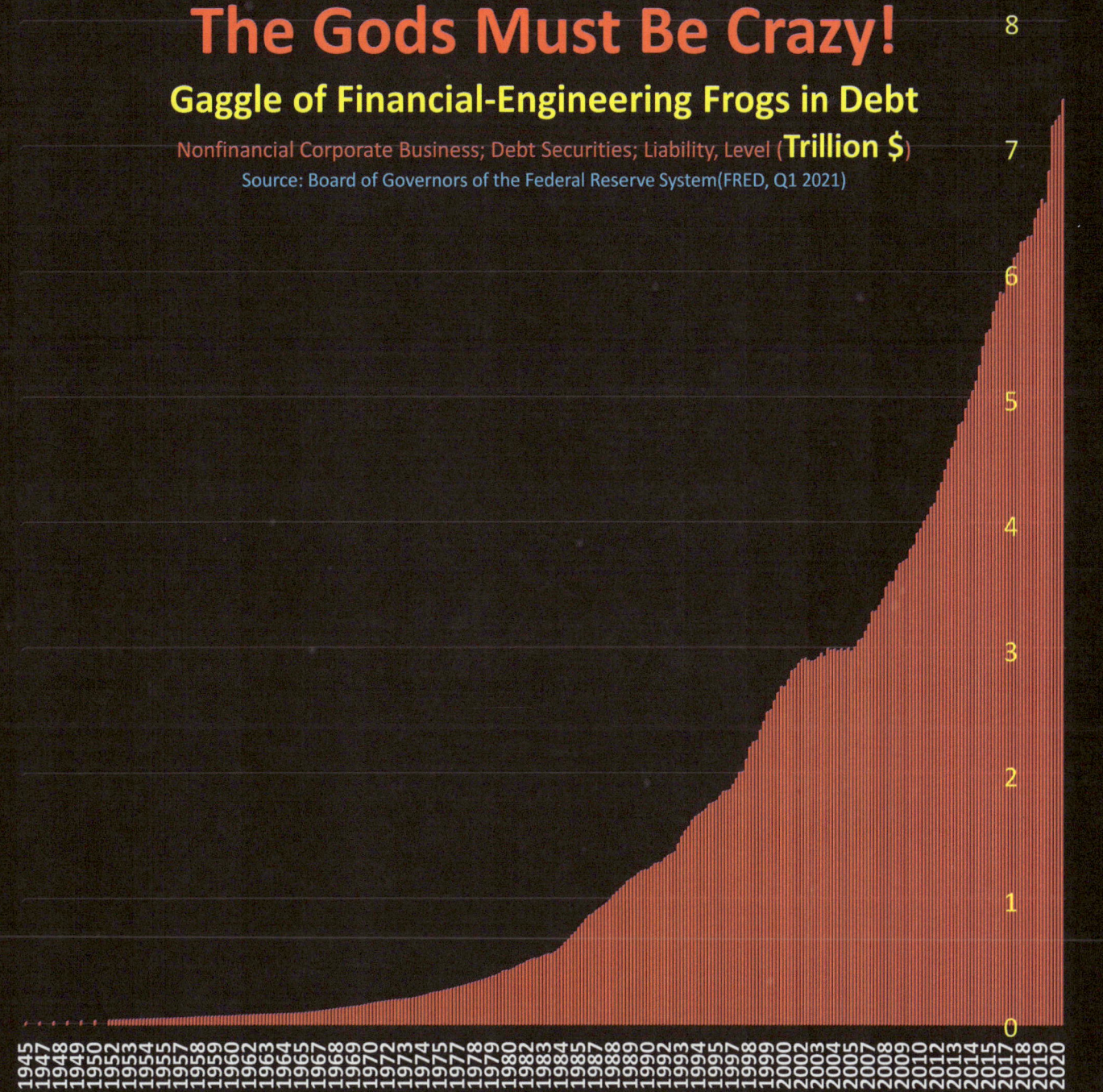

വേലി ഇറക്കത്തോടെ ഈ എൻറർപ്രൈസുകളിൽ പലതും ചൈനയെപ്പോലുള്ള കഴുകന്മാരുടെ ഐപിയുടെ (ബൗദ്ധികസ്വത്തിന്റെ) കൈകളിൽ അവയുടെ അധമമായ വിധിയെ നേരിടേണ്ടിവരും.:

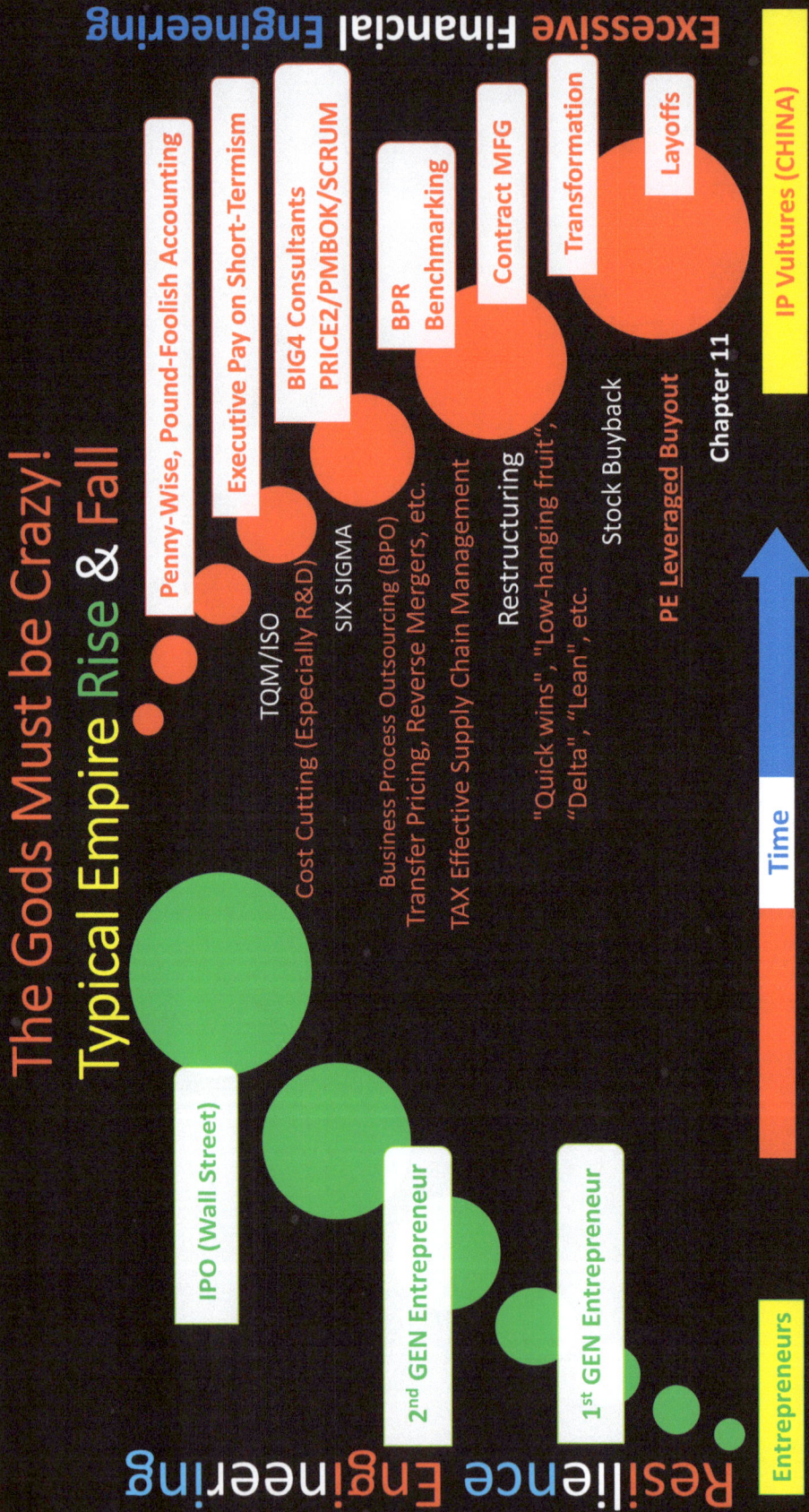

The Gods Must be Crazy!
Typical Empire Rise & Fall

Resilience Engineering

Excessive Financial Engineering

Entrepreneurs

1st GEN Entrepreneur

2nd GEN Entrepreneur

IPO (Wall Street)

TQM/ISO

SIX SIGMA

Cost Cutting (Especially R&D)

Business Process Outsourcing (BPO)

Transfer Pricing, Reverse Mergers, etc.

TAX Effective Supply Chain Management

Restructuring

"Quick wins", "Low-hanging fruit", "Delta", "Lean", etc.

Stock Buyback

PE Leveraged Buyout

Penny-Wise, Pound-Foolish Accounting

Executive Pay on Short-Termism

BIG4 Consultants PRICE2/PMBOK/SCRUM

BPR Benchmarking

Contract MFG

Transformation

Layoffs

Chapter 11

IP Vultures (CHINA)

Time

Ay Yi Yai Yi! We are in the middle of The New World Order!

മധ്യകാല സാമ്രാജ്യത്തിന്റെ ഉദയം

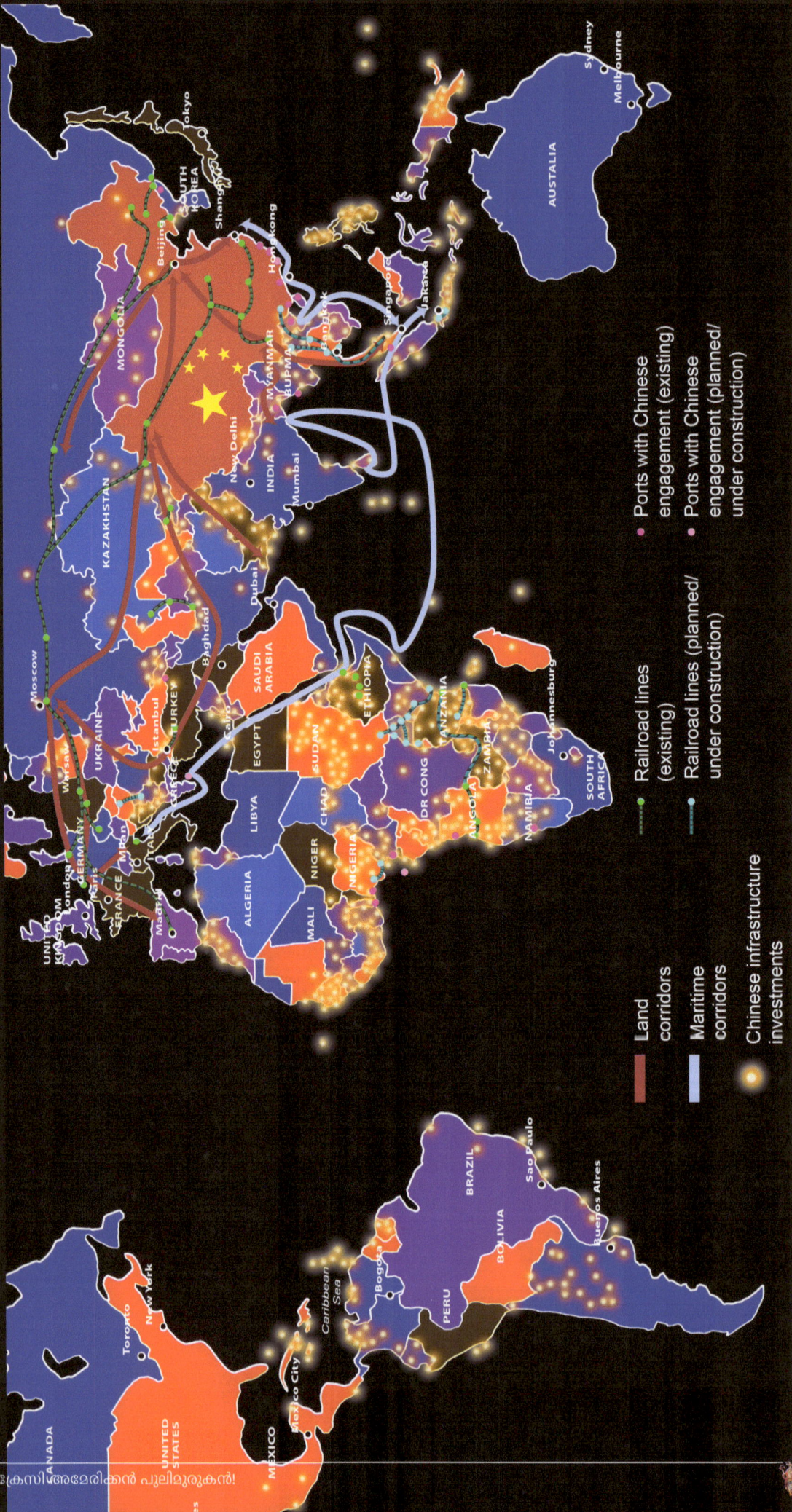

യുദ്ധകല ഭരണകൂടത്തെ സംബന്ധിച്ചിടത്തോളം പരമപ്രധാനമാണ്. അത് സുരക്ഷിതത്വത്തിലേക്കോ സർവനാശത്തിലേക്കോ വഴിതെളിക്കുന്ന ജീവന്മരണപോരാട്ടമാണ്. ആകയാൽ ആരും ഒരുതരത്തിലും ഉപേക്ഷ കാണിക്കാനാകാത്ത വിഷയമാണത്..

സൺ ത്സൂവിന്റെ യുദ്ധകല (476–221 BC))

Gods Must Be Crazy!
Conservative Estimate of Chinese Debt + Equity
Source: CHINA'S OVERSEAS LENDING, Sebastian Horn, Carmen Reinhart and Christoph Trebesch(KIEL WORKING PAPER NO. 2132)
In percent
of recipient GDP
0 - 1%
1 - 5%
5 - 10%
10 - 20%
>20%
No Data
Note: China's activities are secretive and captured only about 50% of total Chinese overseas loans.
Includes debt claims from direct lending, trade advances, FDI debt instruments and portfolio holdings of foreign bonds and equity claims from foreign direct investment and portfolio holdings of foreign equity instruments.

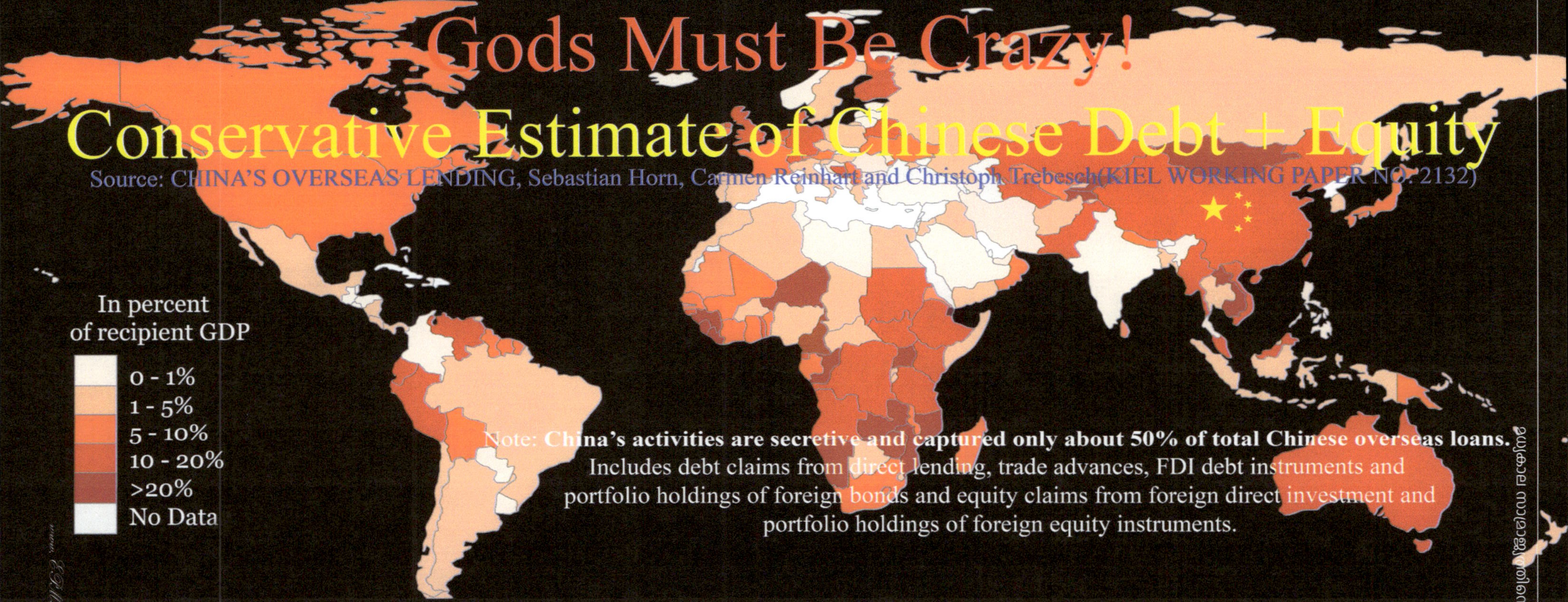

ചൈന, അഥവാ മധ്യകാല സാമ്രാജ്യം (Middle Kingdom) നമ്മൾ പഴക്രിദ്രവിച്ച തുറുപ്പു ശീട്ടുകൾ (Trump Card) ഉപയോഗിച്ച് തെറ്റിക്കളിക്കാനായി ആകാംക്ഷയോടെ കാത്തിരിക്കുകയാണ്, എങ്കിലേ അവർക്ക് പ്രലോഭനത്തുക വേട്ടയാടാനായി അമേരിക്കയിലേക്കും അതുപോലെ മറ്റു നൂറോളം രാജ്യങ്ങളിലേക്കും[10] കരംപിരിവുകാരെ അയക്കാൻ കഴിയൂ. ഭരണകൂടത്തിന്റെ ആഭിമുഖ്യത്തിൽ ചൈനയിലെ സംരംഭകർ ലോകത്തെ ഫലപ്രദമായി കോളനിവൽക്കരിച്ച് ഡെറ്റ്-ട്രാപ് ഡിപ്ലോമസിയിലൂടെ[11] ഈ രാജ്യങ്ങളെയെല്ലാം സാമ്പത്തികമായി സ്വാധീനിക്കാനുള്ള ശ്രമത്തിലാണ്. ബെൽറ്റ് ആൻഡ് സിൽക്ക് റോഡ് ഇനീഷ്യേറ്റീവിന്റെ പുതിയ തലമുറകളും മറ്റ് ഹൈ-ടെക് ഇൻഫ്രാസ്ട്രക്ചർ പദ്ധതികളും 22-ാം നൂറ്റാണ്ടിലെ ചൈനീസ് ട്രോജൻ കുതിരയുടെ ഉത്തമ ഉദാഹരണങ്ങളാണ്. ഇത്തിക്കണ്ണിപോലുള്ള ഇത്തരം നിലനിൽപ്പില്ലാത്ത ഡെറ്റ്-ട്രാപ് ഡിപ്ലോമസികൾ അവയുടെ ആധിപത്യ സ്വഭാവം മറച്ചുവച്ച് രാജ്യത്തിന്റെ അഖണ്ഡതയെ വെല്ലുവിളിക്കാൻ പോന്നവയാണ്. ആഗോളതലത്തിൽ ചൈന പടുത്തുയർത്തുന്ന പ്രതിരോധ തന്ത്രങ്ങൾക്ക് പിന്തുണ നൽകാൻ തരത്തിൽ രൂപകൽപ്പന ചെയ്യപ്പെട്ടവയാണവ.[12]

ആഗോള വാണിജ്യത്തിലെ ചൈനയുടെ വിശിഷ്ട സ്ഥാനവുമായി താരതമ്യം ചെയ്യുമ്പോൾ... ചൈനയുടെ മൂലധന കയറ്റുമതി 150ലധികം രാജ്യങ്ങളിലേക്ക് 5000 വായ്പകളും ഗ്രാൻറുകളുമടങ്ങുന്ന പുതിയൊരു ഡാറ്റാബേസ് സൃഷ്ടിക്കുകയാണ്, 1949-2017. വികസ്വര രാജ്യങ്ങൾക്ക് ചൈന വായ്പ നൽകുന്നതിന്റെ 50% വിവരങ്ങൾ ഐ.എം.എഫിലേക്കോ അല്ലെങ്കിൽ ലോക ബാങ്കിലേക്കോ റിപ്പോർട്ട് ചെയ്യുന്നില്ലെന്ന് കാണാം. ഇത്തരം രഹസ്യ വായ്പകൾ നയങ്ങളെക്കുറിച്ചുള്ള മേൽനോട്ടം, റിസ്ക് പ്രൈസിംഗ്, വായ്പകളുടെ സ്ഥിരത എന്നീ വിവരങ്ങളെ വികലമാക്കുന്നു. ചൈനയുടെ വിദേശവായ്പകൾ തികച്ചും ഔദ്യോഗികമായതിനാൽ (സർക്കാർ-നിയന്ത്രിത), സ്വകാര്യമായി വിദേശത്തേക്ക് പണം ഒഴുകുന്നതിനെ സംബന്ധിച്ച സാധാരണഗതിയിലുള്ള പുഷ് ആൻഡ് പുൾ ഡ്രൈവുകൾ ഇവിടെ വ്യത്യസ്തമായിരിക്കും.

— കീൽ ഇൻസ്റ്റിറ്റ്യൂട്ട് ഓഫ് വേൾഡ് എക്കണോമി ((2020) —

അതിർത്തികൾക്കപ്പുറത്ത് ചൈനയുടെ സാമ്പത്തിക അവകാശവാദങ്ങൾ ആഗോള ജി.ഡി.പി.യുടെ 8% വരുമെന്ന് KIEL ഇൻസ്റ്റിറ്റ്യൂട്ട് ഫോർ ദ വേൾഡ് എക്കോണമി റിപ്പോർട്ട് കണക്കാ ക്കിയിരിക്കുന്നു. ചൈനയുടെ പക്കലുള്ള ബോണ്ടുകളും ട്രഷറിയും അമേരിക്കൻ ജി.ഡി.പി.യുടെ 7%, ജർമ്മനിയുടെ ജി.ഡി.പി.യുടെ 10%, യു.കെ.യുടെ ജി.ഡി.പി.യുടെ 7% എന്നിങ്ങനെയാണ് ഈ ഓരോ രാജ്യങ്ങളിലുമുള്ളത്. ഫലത്തിൽ ചൈന യൂറോ സോണിൽ എമ്പാടുമായി ചുവടുറപ്പിച്ചിരിക്കുന്നു, അവരുടെ ജി.ഡി.പി.യുടെ 7% ചൈനയുടെതാണ് (ബോണ്ടുകൾ 850 ബില്ല്യൺ അമേരിക്കൻ ഡോളറുകൾക്ക് തുല്യം).

ചൈനയ്ക്ക് ലോകത്തെ മറ്റ് രാജ്യങ്ങൾക്കു മേൽ ചുരുങ്ങിയത് 5 ബില്ല്യൺ ഡോളറോളം ഡെറ്റ് ക്ലെയിമുകളിൽ ലീവറേജ് ലഭിക്കും, സ്വീകരിക്കുന്ന രാജ്യങ്ങൾക്ക് ഒടുവിൽ ചൈനയുടെ സാമ്പത്തിക ഔദാര്യം 2017ൽ തന്നെ 80% ഉയരുകയും ചെയ്യും. നാടകീയമായ ഈ ഉയർച്ച രണ്ട് ലോകമഹായുദ്ധങ്ങൾക്ക് ശേഷം അമേരിക്ക വായ്പ നൽകിയതുമായി താരതമ്യം ചെയ്താൽ ഇത് സമാധാനകാല ചരിത്രത്തിൽ തന്നെ അഭൂതപൂർവമായിരിക്കും.

നിർഭാഗ്യവശാൽ 2017ലെ ഈ യാഥാസ്ഥിതിക കണക്കുകൾ ഇന്ന് കാലഹരണപ്പെട്ടു കഴിഞ്ഞു, പ്രത്യേകിച്ചും ലോകത്തെ ബാധിച്ച COVID-19 മഹാമാരിയെത്തുടർന്നുണ്ടായ സാമ്പത്തിക അവസ്ഥയിൽ. ചൈനയുടെ വായ്പ നൽകലിലും നിക്ഷേപത്തിലുമുള്ള വളർച്ചയിന്മേൽ COVID-19 ന്റെ ആഘാതം ഇനിയും കണ്ടറിയേണ്ടതുണ്ട്.

ഒരു കാലത്ത് അമേരിക്ക സ്ഥാപിച്ച ഐ.എം.എഫ്, ലോകബാങ്ക് പോലുള്ള സ്ഥാപനങ്ങൾ ലോകത്തിലെ മികച്ച വായ്പ നൽകുന്ന ഏജൻസികളായിരുന്നു. അവർ വായ്പ നൽകുന്ന രീതികളിൽ മുഴുവൻ വിവരങ്ങളും വെളിപ്പെടുത്തുന്ന രീതിയിൽ ഏറെക്കുറെ സുതാര്യമായിരുന്നു, തൊഴിൽ മര്യാദകൾക്ക് സ്ഥാനമുള്ളതായിരുന്നു. വിഭവശേഷി ശാപമായിത്തീർന്ന് പൗരസേനകളുടെ പിടിയിലമർന്നതും അഴിമതിയിൽ മുങ്ങിക്കുളിച്ചതുമായ ഭരണകൂടങ്ങളുമായി ധാരണയിലെത്തുമ്പോൾ ഇത് ഏറെ പ്രധാനമായിരുന്നു.

പാരീസ് ക്ലബ്ബിലെ ഓർഗാനൈസേഷൻ ഫോർ എക്കണോമിക് കോഓപ്പറേഷൻ ആൻഡ് ഡെവലപ്മെന്റ് (OECD), അതുപോലെ ഐ.എം.എഫ്, ലോകബാങ്ക് പോലുള്ള മറ്റു പ്രശസ്ത സ്ഥാപനങ്ങൾ വായ്പ നൽകുന്നത് ദീർഘകാലാ

ടിസ്ഥാനത്തിൽ കൂടുതൽ ആയാസരഹിതമായ നിബന്ധനകളോടെയായിരുന്നു. OECD യുടെ നിർവചനമനുസരിച്ച് പാരീസ് ക്ലബ് വായ്പകൾ മിക്കതും ഒഫീഷ്യൽ ഡെവലപ്മെന്റ് അസിസ്റ്റൻസ് എന്ന രീതിയിലായിരുന്നു, കൂടാതെ അവയിലെല്ലാം ചുരുങ്ങിയത് 25% ഗ്രാന്റ് എന്ന ഘടകവുമുണ്ടായിരുന്നു. ഇത്തരം വായ്പകൾ മിക്കവാറും 30 വർഷം വരെയുള്ള മച്ച്യൂരിറ്റി കണക്കുകളിൽ പ്രീമിയം റിസ്ക് ഒഴിവാക്കിക്കൊണ്ടും ആയിരുന്നു.

സാമ്പത്തിക വിഭവങ്ങളുടെ അഭാവത്തിൽ ബുദ്ധിമുട്ടനുഭവിക്കുന്നതും സ്വേച്ഛാധിപതികളുടെ പിടിയിലമർന്നതുമായ രാജ്യങ്ങളുമായി തൊഴിൽ മര്യാദകൾ പാലിക്കാത്ത രഹസ്യവും നിയമവിരുദ്ധവുമായ ഇടപാടുകളാണ് ചൈന നടത്തുന്നതെന്ന് പൊതുവെ ബോധ്യമായിട്ടുണ്ട്. ഇതുകൂടാതെ ചൈനയുടെ സർക്കാർ ഉടമസ്ഥതയിലുള്ള ബാങ്കുകൾ സാധാരണഗതിയിൽ പണം നേരിട്ട് അത്തരം പ്രൊജക്ടുകൾ കൈകാര്യം ചെയ്യുന്ന ചൈനീസ് കരാറുകാരെയാണ് ഏൽപ്പിക്കുന്നത്, അല്ലാതെ സഹായം സ്വീകരിക്കുന്ന രാജ്യത്തിന്റെ സർക്കാരിനല്ല. അതോടെ വൃത്തം പൂർത്തിയാകുന്നു. ചൈനയിലെ കരാർ കമ്പനികളെ ഉപയോഗിച്ച്, ചൈനയിൽ നിന്നുള്ള ജോലിക്കാരും സാമഗ്രികളും ഉപയോഗിച്ച് ചൈനയ്ക്ക് കൂടുതൽ ആദായവും ആതിഥേയ രാജ്യത്തിന് കുറവ് ആദായവുമാണ് നൽകുക.

നിയമവിരുദ്ധവും അടഞ്ഞ വൃത്തത്തിനുള്ളിൽ (closed-circle) നടക്കുന്നതുമായ ഇത്തരം തന്ത്രങ്ങൾ ഒരു തരം കടക്കെണിയാണ്, അത് വളരെപ്പെട്ടെന്ന് സ്വത്തുക്കളുടെ ഉടമസ്ഥാവകാശം പിടിച്ചെടുക്കും. ഇതാണ് ചൈനയുടെ ട്രോജൻ കുതിര, ഇതിന്റെയെല്ലാം ആദായം അനുഭവിച്ച് കോളനിവൽക്കരണം ആസ്വദിച്ച് ഒടുവിൽ ആതിഥേയ രാജ്യത്തിലെ നികുതിദായകരുടെ വരും തലമുറകളെപ്പോലും കടത്തിൽ മുക്കും. ഏറ്റവും കൂടുതൽ കടക്കെണിയിലകപ്പെട്ട 50 രാജ്യങ്ങൾ ഇപ്പോൾ തന്നെ റിപ്പോർട്ട് ചെയ്യപ്പെട്ട ബാധ്യതയുടെ 40%ത്തോളം ബാധ്യതയാണ് ചൈനയോട് വച്ചുപുലർത്തുന്നത്.

സർക്കാർ എന്നും അറിയപ്പെടുന്ന ചൈനീസ് കമ്മ്യൂണിസ്റ്റ് പാർട്ടിയാണ് ഔദ്യോഗിക വായ്പകളെ നിയന്ത്രിക്കുന്നത്. മൂന്നിൽ രണ്ടുപങ്ക് വായ്പാ നടപടികളും വിദേശത്ത് പ്രവർത്തിക്കുന്ന ചൈനീസ് ബാങ്കുകളുടെ അഫിലിയേറ്റ്സിലൂടെയാണ് നടക്കുന്നത്. അതീവ രഹസ്യമായി നടക്കുന്ന ഇത്തരം വായ്പ നൽകലുകളുടെ കണക്കുകളെ പിന്തുടരുക അത്ര എളുപ്പമല്ല.

വായ്പകൾ കൂടുതലും നൽകുന്നത് വിഭവസമൃദ്ധവും അതേ സമയം അഴിമതിയിൽ മുങ്ങിക്കുളിച്ച ഭരണകർത്താക്കളുടെ പിടിയിലുള്ളതുമായ സാമ്പത്തികമായി പിന്നോക്കം നിൽക്കുന്ന രാജ്യങ്ങൾക്കാണ്. അതിനാൽ പലിശയും വായ്പ തിരിച്ചടയ്ക്കലും എല്ലാം അന്നാട്ടിലെ വിഭവങ്ങളിലൂടെയാണ് പിടിച്ചെടുക്കുന്നത്. സാധാരണഗതിയിൽ സർക്കാരുകൾക്കിടയിൽ നടക്കുന്ന വായ്പാ പദ്ധതികൾ പോലെയല്ലാതെ, ഇത്തരം കരാറുകൾ നിയമപരമായ വാചകങ്ങളുടെ പിൻബലത്തോടെ രഹസ്യമായി കമ്മേഴ്സ്യൽ ലോണുകളാണ്. അതിന്റെ ഫലമായി തിരിച്ചടവ് തുക, കുടിശ്ശിക അല്ലെങ്കിൽ പുനർഘടനയെക്കുറിച്ചുള്ള വിവരങ്ങൾ എന്നിവയെല്ലാം പബ്ലിക് ഡൊമെയിനിനു പുറത്തായിരിക്കും.

ഉദാഹരണത്തിന് 1980കളുടെ ആദ്യപാദത്തിലുണ്ടായ സാമ്പത്തിക പ്രതിസന്ധിയെത്തുടർന്ന് 1970കളിൽ സിൻഡിക്കേറ്റ് ലോണുകളുടെ വേലിയേറ്റം തന്നെ ഉണ്ടായി. ആ സമയത്ത് പാശ്ചാത്യ ബാങ്കുകൾ വലിയ സംഖ്യയ്ക്കുള്ള വിദേശ മൂലധനത്തിന്റെ വലിയൊരു പങ്ക് സാധുക്കൾക്കാണ് നൽകിയിരുന്നത്, അല്ലാതെ ആഫ്രിക്കയിലെയും, ഏഷ്യയിലെയും, ലാറ്റിൻ അമേരിക്കയിലേയും വിഭവസമൃദ്ധമായ അതേസമയം അഴിമതിയിൽ മുങ്ങിക്കുളിച്ച ഭരണാധികാരികളെ പേറുന്ന രാജ്യങ്ങൾക്കായിരുന്നില്ല. ഇന്ന് അവരെല്ലാം ചൈനയിലെ വമ്പൻ സ്രാവുകളുടെ പിടിയിൽപ്പെട്ടുകഴിഞ്ഞു. ഏറ്റവും കടബാധ്യതയുള്ള ദരിദ്രരാജ്യങ്ങളുടെ പട്ടികയിൽ പെടാൻ എത്തി നിൽക്കുന്ന പല രാജ്യങ്ങളും COVID-19 ആഘാതമേൽപ്പിക്കും മുൻപേ കുടിശ്ശിക വരുത്തിയിരുന്നു.

COVID-19 കനത്ത പ്രഹരമേൽപ്പിച്ച ലാറ്റിനമേരിക്കയും ദാരിദ്ര്യത്തിലുഴലുന്ന ആഫ്രിക്കൻ രാജ്യങ്ങളും ചൈനയിൽ നിന്നു വാങ്ങിയ വായ്പ തിരിച്ചടക്കാനാകാതെ മുഴുവൻ നഷ്ടവും ഏറ്റുവാങ്ങി കഷ്ടപ്പെടുമെന്നതിൽ യാതൊരു സംശയവുമില്ല. ഈ സാമ്പത്തിക സമ്മർദ്ദം വിൽപ്പനച്ചരക്കുകളുടെ തകർച്ചയുടെ ആക്കം കൂട്ടും അതോടൊപ്പം വിഭവ ഉത്പാദനത്തെയും പ്രതികൂലമായി ബാധിക്കും. ധനവും വിഭവങ്ങളും ഇല്ലാതായാൽ സാമ്പത്തികരംഗത്തിന്റെ ഭാവി ചൈനയുടെ പിടിയിലകപ്പെട്ട രാജ്യങ്ങൾക്ക് പ്രതീക്ഷയ്ക്ക് വകനൽകുന്നില്ല.

COVID-19 നു ശേഷം ചൈനയുടെ നിയോ-കോളനൈസേഷൻ തന്ത്രങ്ങൾ എന്തായിരിക്കുമെന്ന് കാണാൻ രസമായിരിക്കും. നിയമവിരുദ്ധമായി, അഴിമതിക്കാരായ ഭരണകർത്താക്കർ ഒപ്പിട്ടു നൽകിയ ആ പലിശക്കടങ്ങൾ അവർ എങ്ങനെ തിരിച്ചു പിടിക്കും, വിഭവസമൃദ്ധിയാണ് മുന്നൽ കണ്ടതെങ്കിൽ അതിന്റെ മതിപ്പ് ഇപ്പോൾ കുറയുകയും ചെയ്തിട്ടുണ്ട്.

Gods Must Be Crazy!

Conservative Estimate of Chinese Direct Loans (2017)

Source: CHINA'S OVERSEAS LENDING, Sebastian Horn, Carmen Reinhart and Christoph Trebesch(KIEL WORKING PAPER NO. 2132)

Note: China's activities are secretive and captured only about 50% of total Chinese overseas loans. The debt estimates are based on loan-level data. They exclude Chineseportfolio debt holdings and short-term trade debt. GDP data is from the IMF World Economic Outlook.

In percent
of recipient GDP

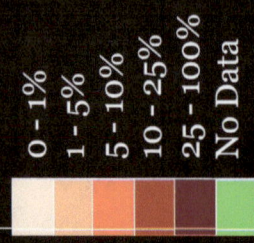

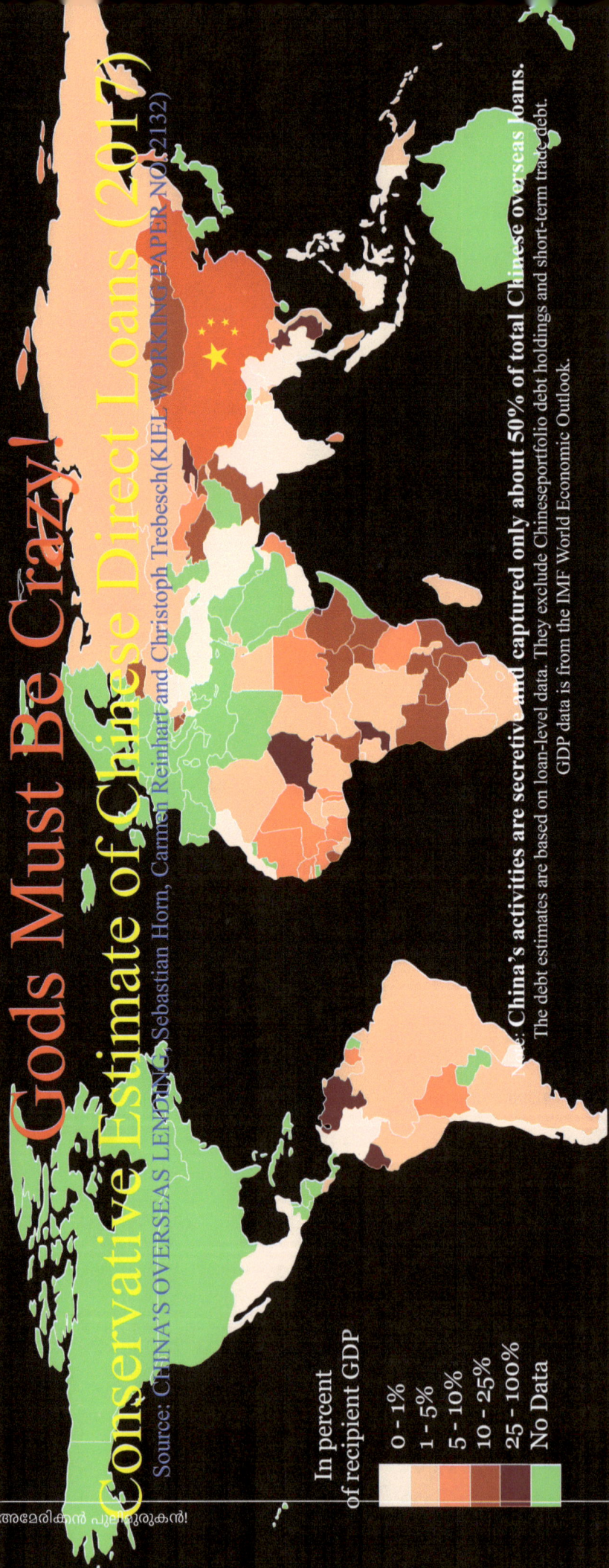

- 0 – 1%
- 1 – 5%
- 5 – 10%
- 10 – 25%
- 25 – 100%
- No Data

The Gods Must Be Crazy!

Characteristics of Chinese Loan

Source: CHINA'S OVERSEAS LENDING, Sebastian Horn, Carmen Reinhart and Christoph Trebesch(KIEL WORKING PAPER NO. 2132)

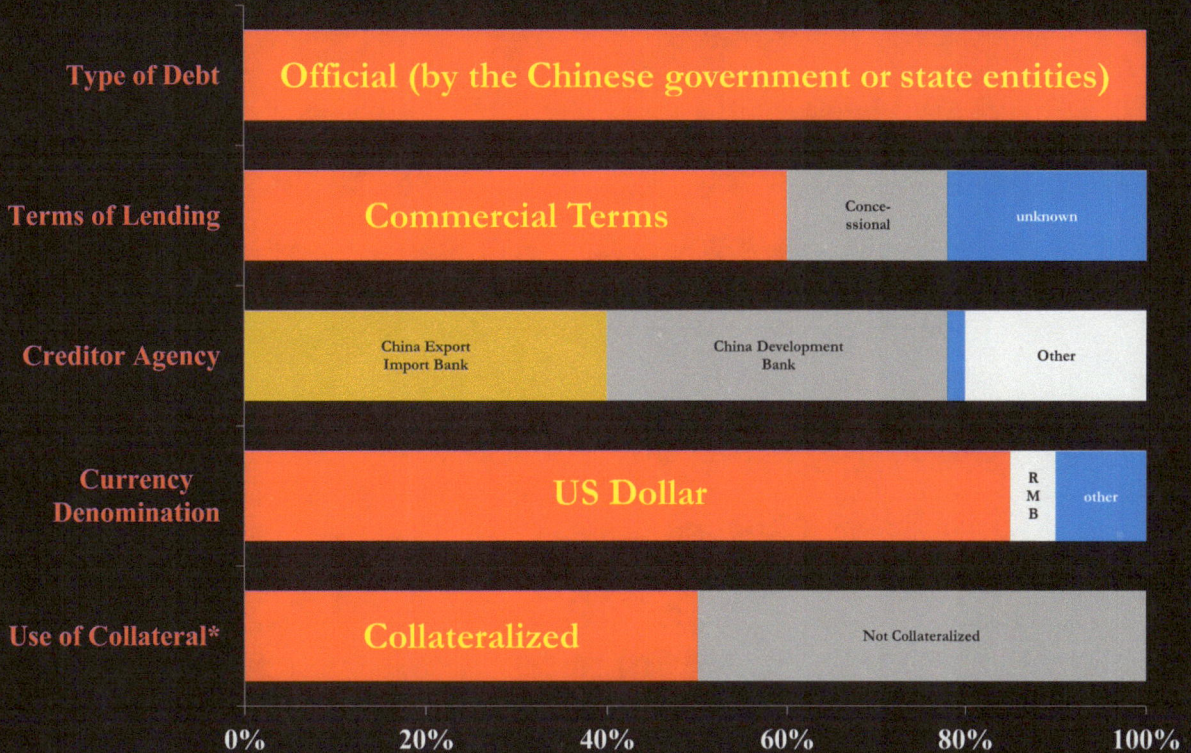

Type of Debt
Official (by the Chinese government or state entities)
Terms of Lending
Commercial Terms
Conce-ssional
unknown
Creditor Agency
China Export Import Bank
China Development Bank
Other
Currency Denomination
US Dollar
RMB
other
Use of Collateral*
Collateralized
Not Collateralized
0%
20%
40%
60%
80%
100%

★ ★

രണ്ടാം ലോകമഹായുദ്ധത്തിനു ശേഷം ഇരുപതാം നൂറ്റാണ്ടിന്റെ മധ്യത്തിൽ അമേരിക്ക $100 ബില്ല്യൺ (അന്നത്തെ US GDP $258 ബില്ല്യൺ ആയിരുന്നു) യൂറോപ്പിലെ വിവിധ രാജ്യങ്ങൾക്ക് കര കയറാനായി സാമ്പത്തിക സാങ്കേതിക പിന്തുണയായി സംഭാവന ചെയ്തു. ഒട്ടുമൊത്ത ലോകരാജ്യങ്ങളും മാർഷൽ പ്ലാനിലൂടെ[13] അഭിവൃദ്ധി നേടി, ശാന്തിയും ഒത്തൊരുമയും 75 വർഷത്തോളം കളിയാടി. ചൈന സാമ്പത്തികമായി കോളനിവൽക്കരിച്ച രാജ്യങ്ങളെ രക്ഷിക്കാൻ നാം പുതിയൊരു മാർഷൽ പ്ലാൻ ആസൂത്രണം ചെയ്യാൻ സമയമായിരിക്കുന്നു.

"എലിയെപ്പിടിക്കുന്നടിത്തോളം കാലം പൂച്ച കറുത്തതോ വെളുത്തതോ എന്നതൊരു വിഷയമല്ല."

ഡെങ് ഷിയോപിങ്, ചൈനയുടെ പരമോന്നത നേതാവ് (1978 -1989)

ഡിജിറ്റൽ കോളനിവൽക്കരണം

കഴിഞ്ഞ എഴുപത്തിയഞ്ചു വർഷമായിട്ട് അമേരിക്കയിലുള്ള സാങ്കേതിക സംരംഭങ്ങളാണ് ലോകത്തെ ഡിജിറ്റൽ സൗകര്യങ്ങളുടെ ഭൂരിഭാഗവും നിയന്ത്രിച്ചിരുന്നത്. എന്നിരുന്നാലും, ചൈന അവരുടെ ബെൽറ്റ് ആൻഡ് റോഡ് ഇനീഷ്യേറ്റീവ് (BRI) അവരുടെ തന്നെ ഡിജിറ്റൽ സിൽക്ക് റോഡ് (DSR)[14] ലേക്ക് ദീർഘിപ്പിച്ചു. ചൈന DSRമായി ബന്ധപ്പെട്ട് വിവിധ രാജ്യങ്ങളുമായി കരാറുകൾ ഒപ്പിട്ടിട്ടുണ്ട്, ആഗോളതലത്തിൽ ബീജിങ്ങിന്റെ സ്വാധീനം മെച്ചപ്പെടുത്താൻ തരത്തിലുള്ള അട്ടിമറിയായിരുന്നു അതിന്റെ അടിസ്ഥാനസൗകര്യ പ്രൊജക്ടുകൾ - അതും വലിയ മത്സരമൊന്നും കൂടാതെത്തന്നെ. പാശ്ചാത്യ സംരംഭങ്ങളെ അട്ടിമറിക്കാൻ ചൈനയിലെ സാങ്കേതിക സംരംഭങ്ങൾക്ക് വേണ്ടിയുള്ള ഒരു ഡിജിറ്റൽ പിൻവാതിൽ. ചൈനയിലെ ടെലികോം നിർമ്മാതാക്കളും, സ്റ്റോറേജ് ഇൻഫ്രാസ്ട്രക്ചർ, ഡാറ്റാ സെൻറർ കമ്പനികളുമാണ് ഇതിന്റെ അമരക്കാർ. രാജ്യസുരക്ഷയെ ഭീഷണിപ്പെടുത്തിയേക്കാവുന്ന തരത്തിലുള്ള സാമ്പത്തിക ഡിജിറ്റൽ സൂത്ര ഇടനാഴികൾ ഉപയോഗിച്ച് കയറ്റുമതിക്കെന്ന വ്യാജേന സ്മാർട്ട് സിറ്റി സെൻസറുകളും പ്ലാറ്റ്ഫോമുകളും ഇതിന്റെ ഭാഗമാണ്.

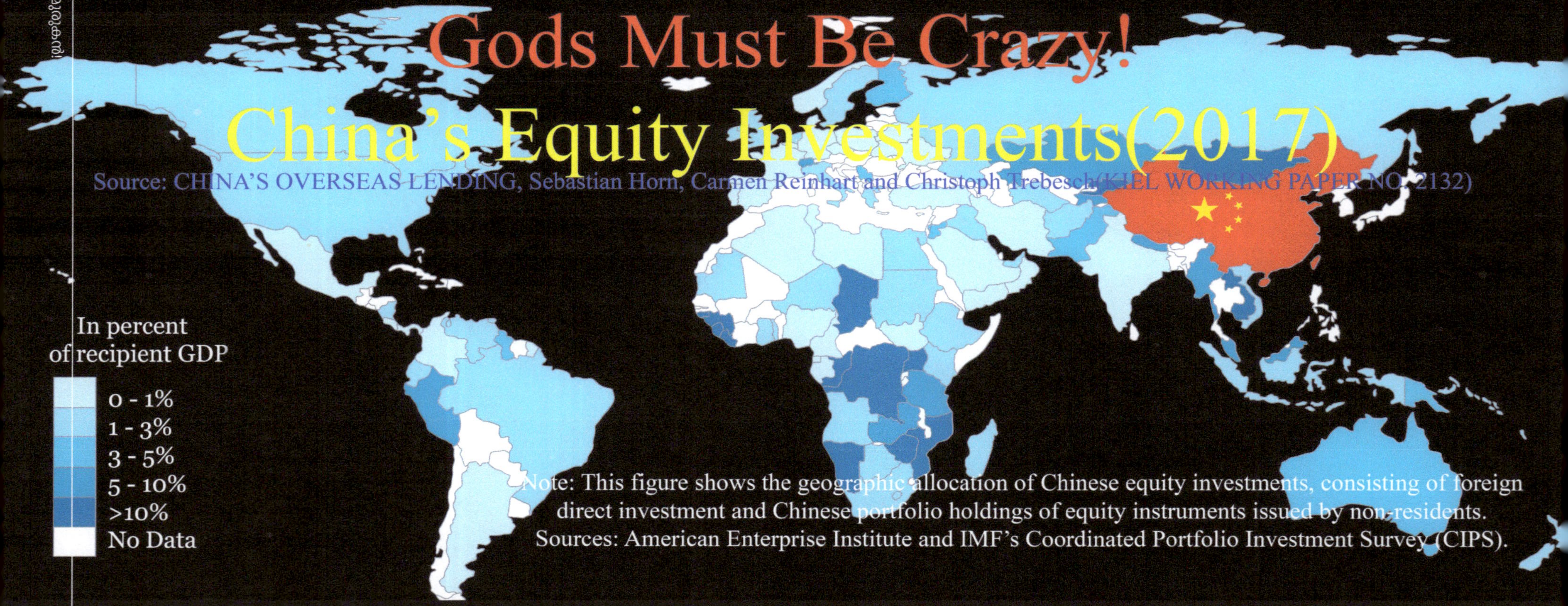
Gods Must Be Crazy!
China's Equity Investments(2017)
Source: CHINA'S OVERSEAS LENDING, Sebastian Horn, Carmen Reinhart and Christoph Trebesch(KIEL WORKING PAPER NO. 2132)
In percent of recipient GDP
0 - 1%
1 - 3%
3 - 5%
5 - 10%
>10%
No Data
Note: This figure shows the geographic allocation of Chinese equity investments, consisting of foreign direct investment and Chinese portfolio holdings of equity instruments issued by non-residents.
Sources: American Enterprise Institute and IMF's Coordinated Portfolio Investment Survey (CIPS).

ചൈനയുടെ ഡിജിറ്റൽ സിൽക്ക് റോഡിന് (DSR) നാല് മേഖലകളാണുള്ളത്:

1. റൂറൽ ടെലികോമുകൾ, ഒപ്റ്റിക്കൽ ഫൈബർ, ഒപ്റ്റിക്കൽ കേബിളുകൾ പോലെയുള്ള ഡിജിറ്റൽ ഇൻഫ്രാസ്ട്രക്ചറുകൾ, ഇവ IT തുടങ്ങിയ 5G, 6G തുടങ്ങിയ അത്യന്താധുനിക നൂറ്റാണ്ടുകൾ സാന്നിധ്യമാക്കുന്നു.

2. പുതിയതായി വികസനോപാധികളായ നിക്ഷേപ സാങ്കേതികതകൾക്ക് വേണ്ടി നിയമങ്ങളും, നിയന്ത്രണങ്ങളും കൊണ്ടുവരാൻ അവസരങ്ങളും ഒരുക്കാൻ.

3. ഇലക്ട്രോണിക് പേമെന്റ് സംവിധാനങ്ങളോ, (ക്രിപ്റ്റോ കറൻസികൾ, ഡിജിറ്റൽ (പി) ട്രഡ് പോടാണ്യങ്ങൾ പോലെയുള്ള ഇലക്ട്രോണിക് സാങ്കേതികതകളിൽ (ശ്രദ്ധയൂന്നുന്നു.

4. മേധ്യ ഇൻ ടെമ്പ 2025 സംരംഭത്തിന്റെ ഭാഗമായി മറ്റുകാര സംരംഭങ്ങളെ വീണ്ടും മഹത്തരമാക്കുക എന്ന ലൈഫന്റിന് തത്രം. ഈ ലക്ഷ്യം കൈ ഡിജിറ്റൽ ടെമ്പ 2025 സംരംഭത്തിന്റെ ഭാഗമായി മഹത്തരമായി മുത്തലുടെക്കുന്ന സാങ്കേതികതകളെ കൂടി (ശ്രദ്ധയൂന്നുന്നു.[15] (606-609) ക്ക് പടവയിൽ ഫ്രൈറ്റ്സ് ടൈൽ സ്ത്രെ ക്രൈസസ്റ്റസ (ഡി)ക്കരിടയ്ക്ക് മടങ്ങ്യിരിക്കുന്ന രാഷ്ട്രീയ മുത്തലുടെക്കുന്ന രീതി.[16] (രോരുടുത്തൂറേക്കറിൻ ക് പ്ലൂനനിൽ തീർച്ച).

Gods Must Be Crazy!
Standing Credit Line at China's Central Bank

Source: CHINA'S OVERSEAS LENDING, Sebastian Horn, Carmen Reinhart, and Christoph Trebesch (KIEL WORKING PAPER NO. 2132)

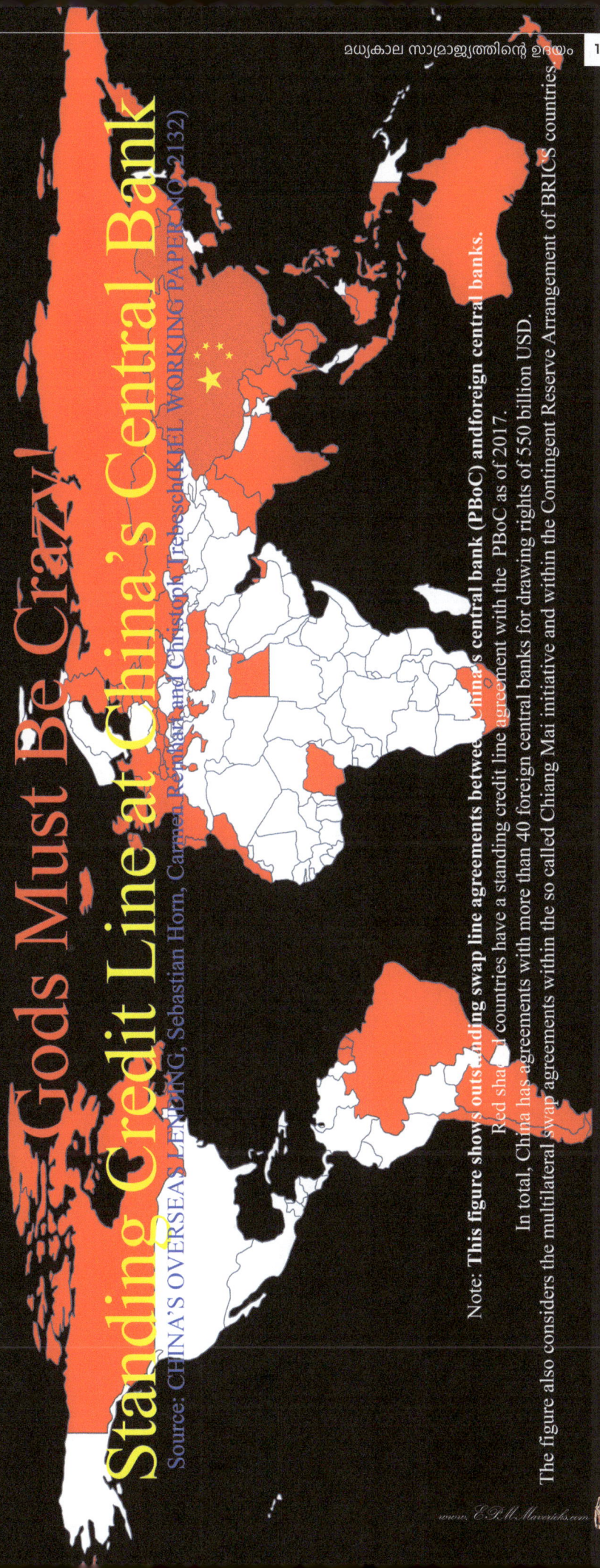

Note: **This figure shows outstanding swap line agreements between** China's central bank (PBoC) and foreign central banks. Red shaded countries have a standing credit line agreement with the PBoC as of 2017.

In total, China has agreements with more than 40 foreign central banks for drawing rights of 550 billion USD.

The figure also considers the multilateral swap agreements within the so called Chiang Mai initiative and within the Contingent Reserve Arrangement of BRICS countries

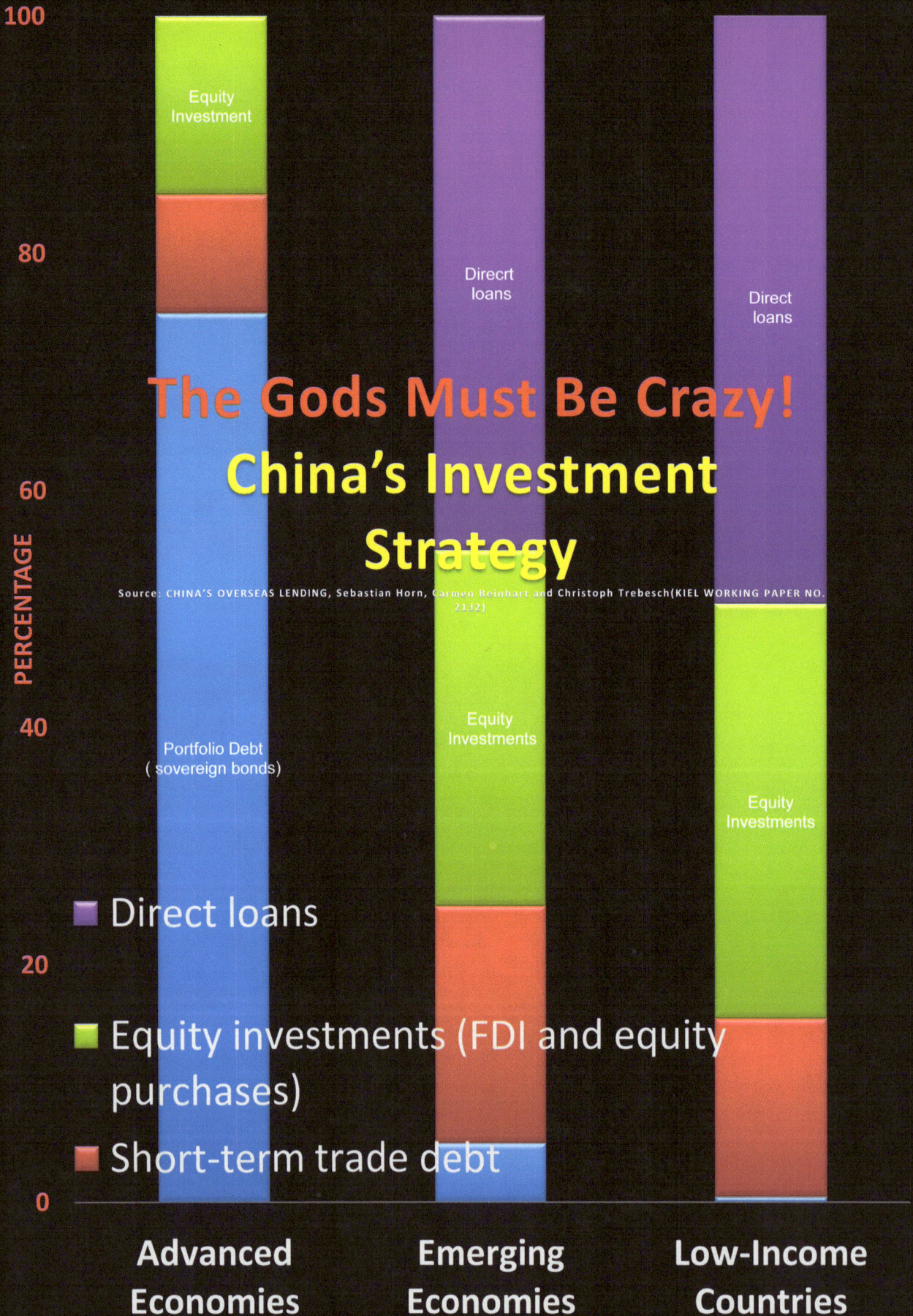

The Gods Must Be Crazy!
China's Investment Strategy

Source: CHINA'S OVERSEAS LENDING, Sebastian Horn, Carmen Reinhart and Christoph Trebesch(KIEL WORKING PAPER NO. 2132)

PERCENTAGE

100
80
60
40
20
0

Equity Investment

Portfolio Debt (sovereign bonds)

Direcrt loans

Equity Investments

Direct loans

Equity Investments

Direct loans

Equity investments (FDI and equity purchases)

Short-term trade debt

Advanced Economies

Emerging Economies

Low-Income Countries

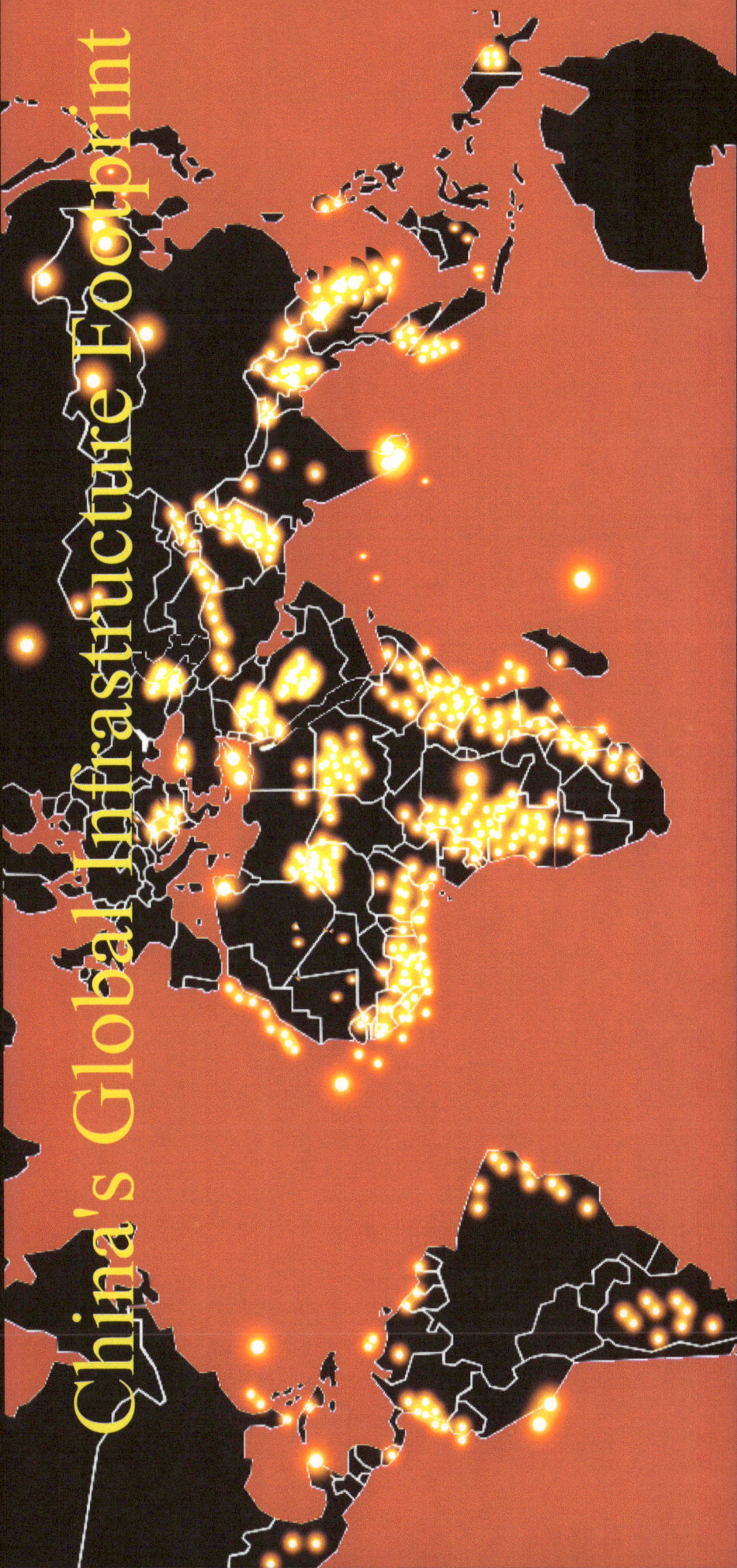

China's Global Infrastructure Footprint

Huawei, ZTE[17] പോലുള്ള സർക്കാർ മുതൽമുടക്കുന്ന ഖാസി ചൈനീസ് സാമ്പത്തിക സംരംഭങ്ങളാണിന്ന് ആഫ്രിക്കയിലെ മിക്കവാറും എല്ലാ ഡിജിറ്റൽ ഇൻഫ്രാസ്ട്രക്ചറും നിർമ്മിക്കുന്നത്. മധ്യ ഏഷ്യയിലെ ഡിജിറ്റൽ കണക്റ്റിവിറ്റിയുടെ നട്ടെല്ല് അവരുടെ ഫൈബർ ഒപ്റ്റിക് കേബിളുകളാണ്. ഡാറ്റാ അനലിറ്റിക്സ് സംവിധാനങ്ങളുപയോഗിച്ച് മറ്റു രാജ്യങ്ങളിൽ നിന്നും ലഭിക്കുന്ന അന്താരാഷ്ട്ര നേതാക്കളേയും സ്ഥാപനങ്ങളേയും സംബന്ധിച്ച അതീവ രഹസ്യ സ്വഭാവമുള്ള വിവരങ്ങൾ ഉപയോഗിച്ച് അവരെ വരുതിയിൽ കൊണ്ടുവരാൻ ചൈനീസ് കമ്മ്യൂണിസ്റ്റ് പാർട്ടിയെ (CCP) kompromat[18] രീതിയിൽ സഹായിക്കാൻ DSR നു കഴിയും.

ഈ ഘടന CCPക്ക് രാഷ്ട്രീയസ്വാധീനത്തിന്റെ വലിയൊരു വലയം സൃഷ്ടിച്ചുനൽകും. അതോടെ അവർ ആതിഥേയരാഷ്ട്രത്തെയോ, അവിടത്തെ ജനതയെയോ അവരുടെ അഖണ്ഡതയേയോ കണക്കിലെടുക്കാതെ അവരുടെ സ്വേച്ഛാധിപത്യ പ്രത്യയശാസ്ത്രങ്ങൾ നടപ്പിലാക്കാനുള്ള നിയമങ്ങളും മാനദണ്ഡങ്ങളും ചിട്ടപ്പെടുത്തും. ഫേഷ്യൽ റെക്കഗ്നിഷൻ, സൈബർ എസ്പിയോനേജ് പോലുള്ള സ്വകാര്യതയിലേക്ക് നുഴഞ്ഞുകയറുന്ന ചൈനീസ് സാങ്കേതികതകൾ നേരത്തെ തന്നെ ലോകത്തെ വിവിധ രാജ്യങ്ങളിലുള്ള പൗരന്മാരെ നിരീക്ഷിക്കാൻ[19] വ്യാപകമായി ഉപയോഗിച്ചിട്ടുണ്ട്.

ചൈനീസ് ഇകൊമേഴ്സിനും പുറമേ DSR ടെലിമെഡിസിനും, ഇൻറർനെറ്റ് ഫൈനാൻസും, സ്മാർട്ട് സിറ്റികളും സാധ്യമാക്കുന്നു. ഇതിൽ ഏറ്റവും ഭയപ്പെടുത്തുന്ന വശം സർക്കാർ നിയന്ത്രണത്തിലുള്ള DSRന് അത് കോളനിവൽക്കരിച്ചുകഴിഞ്ഞ നാടുകളിലെ പൗരന്മാരുടെ വിവരങ്ങൾ ക്വാണ്ടം കമ്പ്യൂട്ടിംഗ്, ആർട്ടിഫിഷ്യൽ ഇൻറലിജൻസ് പോലുള്ള അത്യാധുനിക സാങ്കേതികവിദ്യകൾ[20] ഉപയോഗിച്ച് കൈകാര്യം ചെയ്യാൻ കഴിയുമെന്നതാണ്.

നിങ്ങൾക്ക് മനസ്സിലായില്ലേ? വിസി പറയുന്നു, ദൂരെ പോകൂ, ദൂരെ പോകൂ. അതോടെ ഇന്തോചൈനയിലെ വെള്ളക്കാരുടെ കഥകഴിഞ്ഞു. താങ്കൾ ഫ്രഞ്ചുകാരനോ അമേരിക്കക്കാരനോ ആകെട്ടെ എല്ലാം ഒന്നു തന്നെ പോകൂ. അവർ താങ്കളെ മറക്കാൻ ആഗ്രഹിക്കുന്നു. നോക്കൂ ക്യാപ്ടൻ, കണ്ടില്ലേ ഇതാണ് വാസ്തവം. ഒരു കോഴിമുട്ട. (മുട്ട പൊട്ടിച്ച് വെള്ളക്കരു പുറത്തേക്കൊഴിക്കുന്നു) വെള്ള പോയതോടെ മഞ്ഞക്കരു അവശേഷിക്കുന്നു!

ഫ്രഞ്ച് കുടിയേറ്റക്കാരൻ, അപ്പോകാലിപ്സ് നൗ
(1979ലെ ഫ്രാൻസിസ് ഫോർഡ് കൊപ്പോളാ ചിത്രം)

മത്സരശേഷി

ന്യൂ സിൽക്ക് റോഡ് പദ്ധതി, വൺ ബെൽറ്റ് വൺ റോഡ് (OBOR) ഏഷ്യൻ ഇൻഫ്രാസ്ട്രക്ചർ ഇൻവെസ്റ്റ്മെന്റ് ബാങ്ക് (AIIB) പോലുള്ള അടിസ്ഥാനസൗകര്യ വികാസത്തിലൂടെ ഏഷ്യയിലെ മൂലധന നിക്ഷേപങ്ങൾ മെച്ചപ്പെടുത്തി സ്വാധീനം വർദ്ധിപ്പിക്കുക എന്ന പ്രാഥമിക ദൗത്യം നിറവേറ്റിക്കഴിഞ്ഞു. ലോകത്തിലെ ഏറ്റവും മികച്ച റേറ്റിംഗ് ഏജൻസികളുടെ[21] കണക്കുകളനുസരിച്ച് ചൈനീസ് നിയന്ത്രണത്തിലുള്ള AIIB യാണ് ക്രെഡിറ്റ് റേറ്റിംഗിൽ ഒന്നാംസ്ഥാനത്തുള്ളത്. 2015ൽ, ബീജിംഗ് ആസ്ഥാനമായുള്ള സ്ഥാപനങ്ങളുടെ പ്രാരംഭ നിക്ഷേപം ഏഷ്യൻ ഡെവലപ്മെന്റ് ബാങ്കിന്റെ മൂലധനത്തിന്റെ ഏകദേശം മൂന്നിൽ രണ്ടു പങ്കിന് തുല്യമായിരുന്നു. AIIBയുടെ പ്രാരംഭ നിക്ഷേപം ലോകബാങ്കിന്റെ പ്രാരംഭനിക്ഷേപത്തിന്റെ പാതിയോളം വരും. AIIB അമേരിക്ക സ്ഥാപിച്ച ലോകബാങ്കിനും ഐ.എം.എഫിനുമെല്ലാം നേരിട്ട് ഭീഷണിയുയർത്തുന്ന സ്ഥാപനമാണ്.

1960ൽ അമേരിക്കയുടെ ജിഡിപി ആഗോള ജിഡിപിയുടെ 40% ആയിരുന്നു. ഇന്ന് ഐഎംഎഫിന്റെ 2020ലെ കണക്കുകളനുസരിച്ച് അത് പർച്ചേസിംഗ് പവർ പാരിറ്റിയിൽ (PPP) 15%ത്തിൽ താഴെയാണ്. അതേസമയം ചൈനയുടെ ജിഡിപി യുടെ PPP 20% ആണെന്നു മാത്രമല്ല അത് ഉയരുന്നുമുണ്ട്.[22] ചൈനയുടെ ജിഡിപി കഴിഞ്ഞ മുപ്പത് വർഷങ്ങളിൽ ഏകദേശം പതിനഞ്ച് മടങ്ങ് വർദ്ധിച്ചിട്ടുണ്ട്. ഇതിനു വിപരീതമായി അമേരിക്കയുടെ ജിഡിപി ഇരട്ടിയായതേയുള്ളൂ. അമേരിക്കയിലെ തദ്ദേശീയ സാമ്പത്തികേതകര കടങ്ങൾ കുതിച്ചുയരുകയാണ്. ഇപ്പോഴത്തെ കണക്ക് $80 ട്രില്ല്യൺ വരും, അതേസമയം ഫെഡറൽ ബാലൻസ് ഷീറ്റിൽ നിരാധാരമായ കടങ്ങളുടെ കണക്ക് $7 ട്രില്ല്യൺ ആയിക്കഴിഞ്ഞു.

സ്വകാര്യമേഖലയ്ക്കു നേരിട്ട വരുമാന നഷ്ടം - ആ ശൂന്യത നികത്താനായുള്ള ഏതൊരു കടവും - ഒടുവിൽ നിർബന്ധമായും പൂർണ്ണമായോ ഭാഗികമായോ സർക്കാരിന്റെ ബാലൻസ് ഷീറ്റുകളിലേക്ക് ഉൾപ്പെടുത്തേണ്ടി വരും. വളരെ ഉയർന്ന പൊതുകടം നമ്മുടെ സമ്പദ്‌വ്യവസ്ഥകളുടെ ഒരു സ്ഥിരാംഗമായി മാറും അതോടൊപ്പം സ്വകാര്യ കടങ്ങൾ റദ്ദാക്കുന്നതും തുടരും.

മറിയോ ദാർഗി,
യൂറോപ്യൻ സെൻട്രൽ ബാങ്കിന്റെ മുൻ പ്രസിഡണ്ട്.

The Gods Must be Crazy!
The Crocodile from the Yangtze
IMF 2018 GDP in PPP (Trillion $)

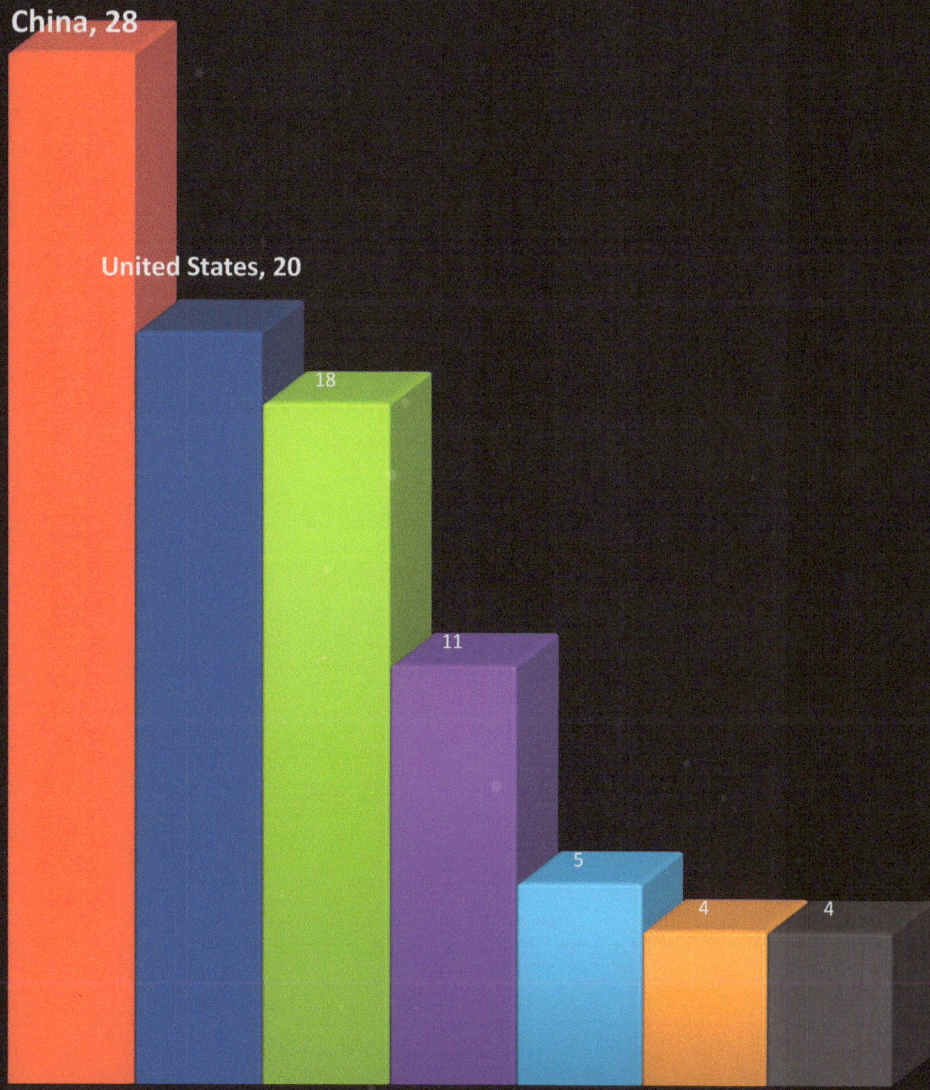

China, 28
United States, 20
18
11
5
4
4

■ China ■ United States ■ European Union ■ India ■ Japan ■ Russia ■ Germany

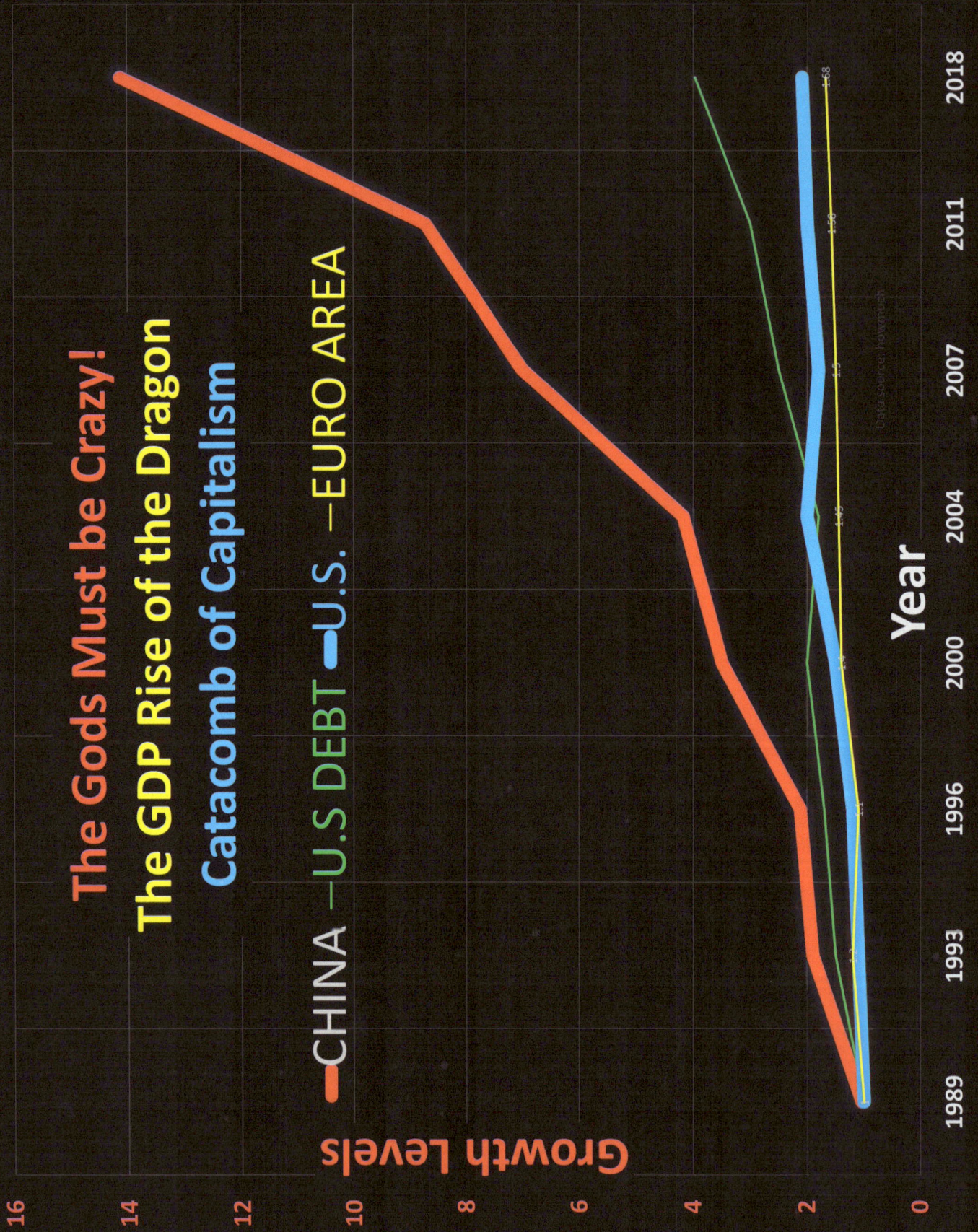

The Gods Must be Crazy!

The GDP Rise of the Dragon

Catacomb of Capitalism

CHINA — U.S DEBT — U.S. — EURO AREA

Growth Levels

Year

1989 1993 1996 2000 2004 2007 2011 2018

0 2 4 6 8 10 12 14 16

Data Source: Flowardeb

അല്ലെങ്കിൽ തന്നെയും COVID-19 രോഗവ്യാപനം തടയുന്നതിനായുള്ള ലോക്ഡൗണുമായി ബന്ധപ്പെട്ട നിരാശ കൾ വളരെ പ്രകടമാണ്. എരിതീയിൽ എണ്ണയൊഴിക്കുന്നതു പോലെ, കൊറോണ വൈറസ് കാരണമുണ്ടായ സാമ്പത്തിക പ്രത്യാഘാതങ്ങൾ പിരമിഡിന്റെ ഉച്ചിയിൽ നിന്നുള്ള വെൽത്ത് ട്രാൻസ്ഫറിന് ആക്കം കൂട്ടി. ആഗോള സാമ്പത്തിക സോൾവൻസി ഉരുകിയൊലിച്ചതിന്റെ ഫലമായി അചിന്തനീയമായ അരാജകത്വവും കലാപവും ഉണ്ടായേക്കാം, അത് ഇവിടെ ചിക്കാഗോയിലുള്ള എന്റെ വീട്ടുപരിസരത്ത് തന്നെ ഞാൻ കണ്ടതാണ്, ഇത് ആഗോ ളതലത്തില്ഡ ആഭ്യന്തരകലാപങ്ങൾക്ക് തിരികൊളുത്തിയേക്കാം. ആഗോള സംഭവങ്ങൾ കൂടുതൽ പുരോഗമന തീവ്രവാദപരമായി മാറും എന്നാണ് കഴിഞ്ഞ ഏതാനും ആഴ്ചകളിൽ ഞങ്ങൾ സാക്ഷ്യംവഹിച്ചതിൽ നിന്നും മനസ്സി ലാകുന്നത് (മെയ്-ജൂൺ 2020) ആത്യന്തികമായി ലോകത്തമ്പാടുമുള്ള സ്ഥാപനങ്ങൾ ഇതിന്റെ ആഘാതം ഏറ്റുവാ ങ്ങേണ്ടി വരും. അതേ സമയം ചൈനയിലെ സ്ഥാപനങ്ങൾ പ്രായം ചെന്ന പാശ്ചാത്യ പാറാവുകാരുടെ തലയ്ക്കു മീതെ കുരങ്ങൻചാട്ടം ചാടുന്നു.

ദേശീയസുരക്ഷ

നമ്മൾ 2017ൽ ചരിത്രാതീതകാലത്തെ യുദ്ധോപകരണങ്ങൾക്കും ചെലവേറിയ സേവകർക്കുമായി പണം ധൂർത്ത ടിക്കുകയായിരുന്നു, അതേ സമയം ചൈനയുടെ പ്രതിരോധവകുപ്പിന്റെ ചെലവ് അമേരിക്കയിലെ ഡിഫൻസ് ബഡ്ജറ്റിന്റെ[23] 87% ചെലവഴിച്ചിട്ടുണ്ട്. അവർ നമ്മളെ കഴിയും വേഗം ഒഴിവാക്കാനായി തന്ത്രപൂർവം ബുദ്ധിപര മായാണ് ചെലവാക്കിക്കൊണ്ടിരുന്നത്, ഏഷ്യ-പസഫിക് പ്രദേശത്ത് അവരുടെ സാന്നിധ്യം ഉറപ്പുവരുത്തുകയും ചെയ്തു. ചൈനയിൽ രണ്ടു മില്ല്യണിലധികം സജീവ പട്ടാളക്കാരുണ്ട് (അമേരിക്കയിൽ ഒരു മില്ല്യണും), എട്ട് മില്ല്യൺ റിസർവ് സൈനികരുണ്ട് (അമേരിക്കയിൽ 800Kയും), അവരുടെ പട്ടാളത്തിൽ 385 മില്ല്യണിലധികം അഡീഷണൽ ട്രൂപുകൾ ലഭ്യമാണ് (അമേരിക്കയിൽ 73 മില്ല്യണും). ചൈനക്കാർ ബുദ്ധിപൂർവം അമേരിക്കൻ ജനതയെക്കുറിച്ചു ള്ള എല്ലാ വശങ്ങളും പഠിച്ചുവെങ്കിൽ അമേരിക്കൻ ജനതയെ സംബന്ധിച്ചിടത്തോളം സ്വന്തം രാജ്യത്തിന്റെ വിമാ നത്താവളങ്ങൾക്ക് പുറത്ത് വിനോദസഞ്ചാര കെണികൾ ഒഴികെ പുറംലോകത്തെക്കുറിച്ച് ഒന്നുമറിയില്ലതാനും. അമേരിക്കൻ ജനത അവരുടെ അടഞ്ഞ ദന്തഗോപുരങ്ങളുടെയും പച്ചപ്പുകൾക്കിടയിൽ(green zones) ഒരു മഹ ത്തായ, അതിമഹത്തായ വലിയ ഭംഗിയുള്ള ചുമരിനകത്ത് അകപ്പെടാനാണ് സാധ്യത.

അമേരിക്കയുടെ ആരോഗ്യ പരിപാലന സംവിധാനം ശരിയായ രീതിയിൽ ആസൂത്രണം ചെയ്യപ്പെട്ടതല്ല, സാമൂ ഹ്യനിരുത്തരവാദപരവും, അഴുക്കുപിടിച്ചതും, അനാരോഗ്യകരവുമാണത്, എന്നിട്ടും ലോകത്തിലെ നമ്പർ വൺ ആരോഗ്യപരിപാലന ധൂർത്തും ആണത് (പ്രതിവർഷം $5 ട്രില്ല്യൺ). ഒരു സംഘം മെഡിക്കൽ കാർട്ടലുകളാണ്[24] ഈ മേഖലയുടെ നടത്തിപ്പുകാർ. മരുന്ന് ശുശ്രൂഷാ രംഗത്തെ കൊള്ളക്കാർ 1998 മുതൽ ലോബിയിങ്ങിനു ചെലവഴിച്ച ത് വെറും അഞ്ചു ബില്ല്യൺ ഡോളർ മാത്രം! COVID-19 വന്നപ്പോൾ പ്രസിഡണ്ടിന്റെ ഡിഫൻസ് പ്രൊഡക്ഷൻ ആക്ട് ഉണ്ടായിട്ടുപോലും നമ്മുടെ തന്നെ 3M നിർമ്മിച്ച ഫേസ് മാസ്കുകളും അടിസ്ഥാന പിപിഇ കിറ്റുകളും വാങ്ങാനായി ചൈനയുടെ ബന്ദികളാകേണ്ടി വന്നു.

അമേരിക്കയിലെ 90% പ്രിസ്ക്രിപ്ഷനുകളിലും ജനറിക് മെഡിസിൻസാണെഴുതുന്നത് , കഴിക്കുന്ന മൂന്നു ഗുളികകളിലൊരെണ്ണമെങ്കിലും ഇന്ത്യയിലെ ജെനറിക് മരുന്നുനിർമ്മാതാക്കളുടേതാണ്. ഇന്ത്യയിൽ മരുന്നു നിർമ്മാണത്തിനാവശ്യമായ ചേരുവകളുടെ (APIs) 68% ചൈനയിൽ നിന്നാണ് വരുന്നത്.

KPMGയും Confederation of Indian Industry (CII) യും ഏപ്രിൽ 2020ൽ നടത്തിയ പഠനം.

New Confirmed COVID-19 Cases per Day, normalized by population

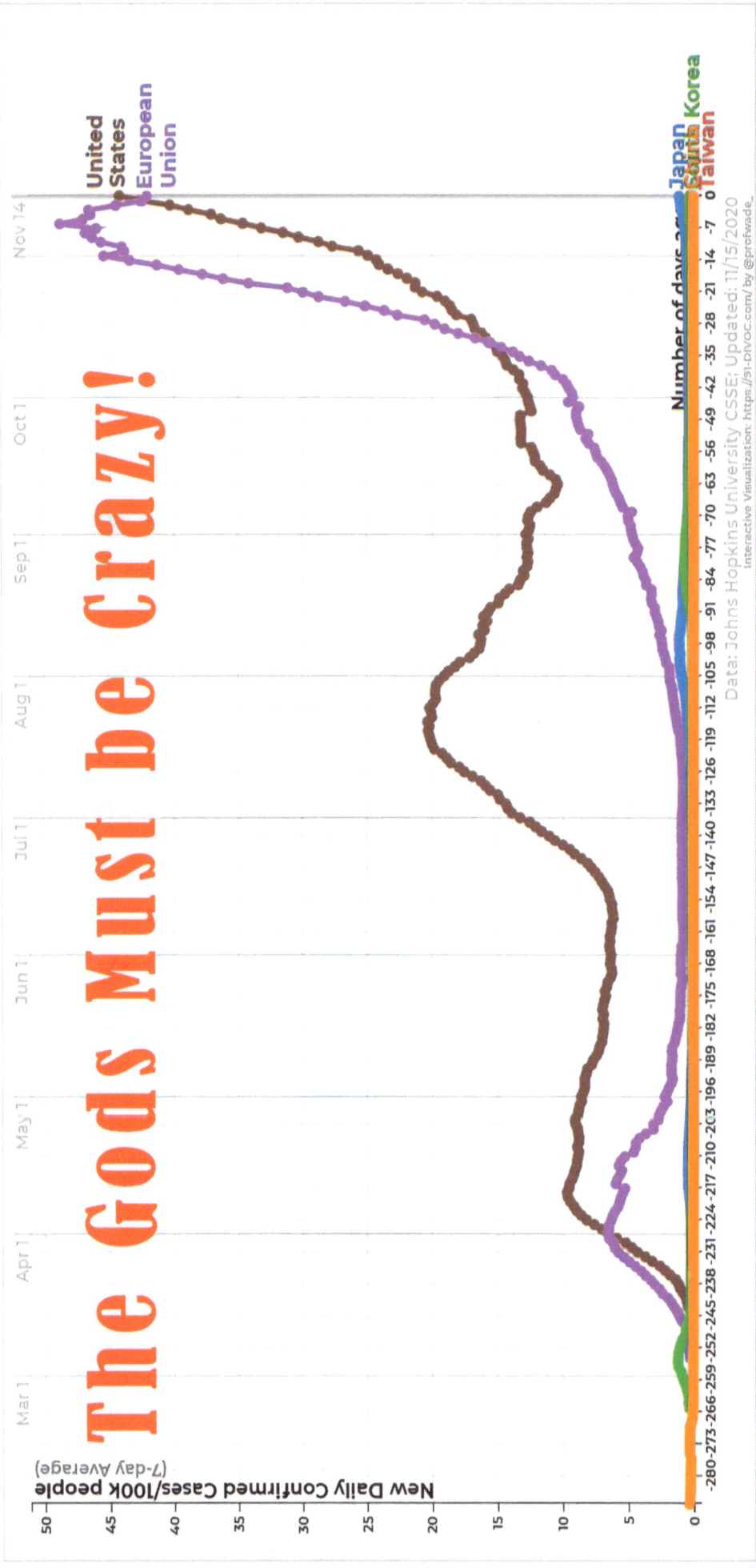

The Gods Must be Crazy!

New Daily Confirmed Cases/100k people (7-day Average)

United States
European Union
Japan
South Korea
Taiwan

Number of days

Data: Johns Hopkins University CSSE; Updated: 11/15/2020
Interactive Visualization: https://91-Divoc.com/ by @profwade_

ദ ഗോഡ്സ് മസ്റ്റ് ബി ക്രേസി അമേരിക്കൻ പുലിമുരുകൻ!

The Gods Must be Crazy!
The STEM Graduates

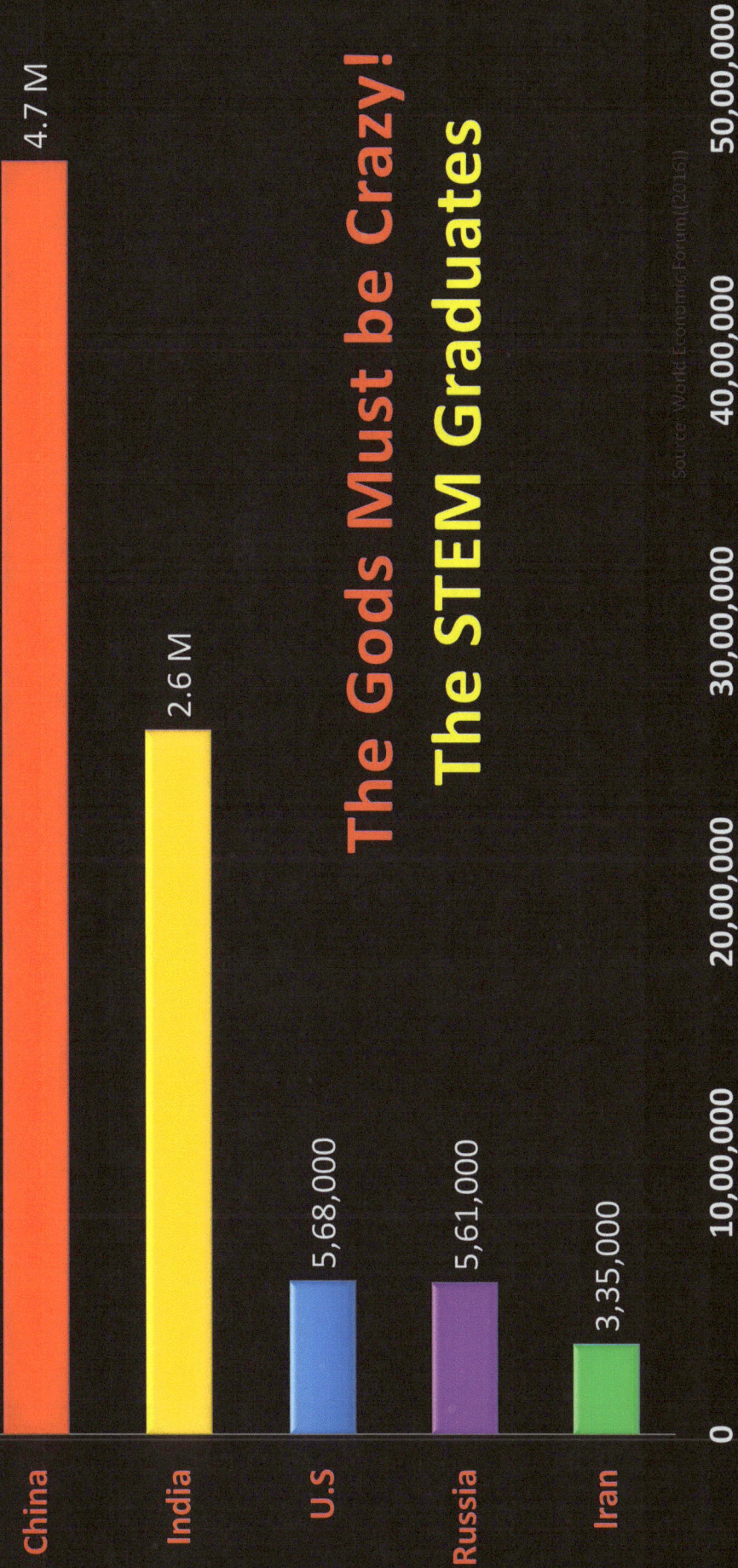

China — 4.7 M

India — 2.6 M

U.S — 5,68,000

Russia — 5,61,000

Iran — 3,35,000

0   10,00,000   20,00,000   30,00,000   40,00,000   50,00,000

Source: World Economic Forum (2016)

നൂതന അറിവ്

OECDയുടെ കണക്കനുസരിച്ച്, അമേരിക്ക മറ്റേതു രാജ്യത്തെയും അപേക്ഷിച്ച് കോളേജുകൾക്കുള്ള സാമ്പത്തിക ബഡ്ജറ്റിൽ[25] സ്വർണ്ണം പൂശുന്നുണ്ട്. ROI ഒട്ടുമില്ലാതെയാണ് കായിക രംഗത്തോടുള്ള ഈ അഭിനിവേശം എന്ന അപചയം, എന്നിട്ടിതിനെ വിദ്യാഭ്യാസത്തിന്റെ മൂല്യത്തിനുള്ള കാരണമായി കാണിക്കും. നിർഭാഗ്യവശാൽ, ചൈനയോട് അല്ലെങ്കിൽ ഇന്ത്യയോട് താരതമ്യം ചെയ്താൽ അമേരിക്കയിൽ ഓരോ വർഷവും പഠിച്ചു പുറത്തിറങ്ങുന്നത് വളരെ കുറച്ച് എൻജിനീയർമാർ മാത്രമാണ്. ചൈന ഒരു പേറ്റന്റ് സംവിധാനം ഉണ്ടാക്കാൻ 35 വർഷം ചെലവഴിച്ചു. "United Nations World Intellectual Property Organization" (WIPO) പറയുന്നത് 2018ൽ ലോകത്തിലെ പാറ്റന്റ് ഫയലിംഗുകളിൽ പാതിയിലേറെയും ചൈനയുടേതാണെന്നാണ്, 1.54 ബില്ല്യൺ അപേക്ഷകൾ (അമേരിക്കയുടേതാകട്ടെ ആറു ലക്ഷത്തിൽ താഴെയും), ടെലികോം, കമ്പ്യൂട്ടർ മേഖലകളിലാണിവയത്രയും.

2017 മുതൽ 2018 വരെ അമേരിക്ക 11,000 വിദ്യാർത്ഥികളെയാണ് സാധാരണ വിദ്യാഭ്യാസത്തിനായി ചൈനയിലേക്കയച്ചത്.[26] പകരം, അമേരിക്കയിലെ വിശ്വവിഖ്യാതമായ സ്ഥാപനങ്ങളിൽ ഹൈ-ടെക് മാസ്റ്റർ ഡിഗ്രിക്കും, പി.എച്ച്.ഡിക്കും പഠിക്കുന്ന വിദേശ വിദ്യാർത്ഥികളിൽ 30% ത്തിലധികം ചൈനയിൽ നിന്നുള്ളവരാണ് (363,000 വിദ്യാർത്ഥികൾ). ചൈന ഓരോ ആഴ്ചയിലും ഒരു പുതിയ സർവകലാശാലയ്ക്ക് രൂപം നൽകുന്നു, 2013ൽ തന്നെ STEM വിഷയങ്ങളിൽ 40 ശതമാനം പേർ ബിരുദം നേടുന്നു, ഇത് അമേരിക്കയിലെ നിരക്കുകളുടെ ഇരട്ടിയാണ്. ഈ കണക്കുകൾ അനുസരിച്ച് ചൈനീസ് STEM ബിരുദധാരികളുടെ എണ്ണം 2030 ആകുമ്പോഴേക്കും ഏകദേശം 300% വർദ്ധിക്കും.

ചരിത്രപരമായി ഒരു സാമ്രാജ്യത്തിന്റെയും അതിന്റെ സ്ഥാപനങ്ങളുടേയും വളർച്ചയ്ക്കും വീഴ്ചക്കും പ്രേരകശക്തിയായി വർത്തിക്കുന്നത് വിപുലമായ അറിവാണ്. ഒരു സമുദായത്തിന്റെ അടിത്തറ അറിവാണ്. 2015 ലെ PISA റിപ്പോർട്ട് അനുസരിച്ച് അമേരിക്ക തുടർച്ചയായി വികസിത രാജ്യങ്ങളുടെ പട്ടികയിൽ 15th പെർസൻറൈലിനു താഴെയായിരുന്നുവെന്ന് കാണാം.[27] നിലവാരം കുറഞ്ഞ വിദ്യാഭ്യാസം അവസരങ്ങൾ കുറയ്ക്കുന്നതോടൊപ്പം സമൂഹത്തിൽ അസമത്വത്തിനും കാരണമാകും. അവരോടുള്ള അപമര്യാദയോടു കൂടിയ പെരുമാറ്റം ജനങ്ങൾക്കിടയിൽ കലാപത്തിനു കാരണമാകും, അതോടെ സമ്പദ്വ്യവസ്ഥയേയും സ്ഥാപനങ്ങളേയും അത് പ്രതികൂലമായി ബാധിക്കും.

ഇതിന്റെ ഫലമായി അമേരിക്കയിലെ മുതിർന്നവരിൽ മൂന്നിൽ ഒരു പങ്ക് 23 വയസ്സാകുന്നതിനകം അറസ്റ്റ് ചെയ്യപ്പെടുന്നു. അമേരിക്കയുടെ ജനസംഖ്യ ലോകജനസംഖ്യയുടെ 4.4% ആണെങ്കിൽ, ലോകത്തുള്ള അഞ്ചു കുറ്റവാളികളിൽ ഒരാൾ അമേരിക്കയിലാണ് തടവിലാക്കപ്പെടുന്നത്. വെള്ളക്കാരെ അപേക്ഷിച്ച് കറുത്ത വർഗ്ഗക്കാർ തടവിലാകാനുള്ള സാധ്യത ആറ് മടങ്ങ് കൂടുതലാണ്.[28] നിർഭാഗ്യകരമായ ഈ കണക്കുകളാണ് ഇന്ന് തുടർച്ചയായി നടക്കുന്ന പ്രതിഷേധങ്ങൾക്കും കലാപങ്ങൾക്കും കാരണം.

ഈ ലോകത്ത് യഥാർത്ഥ സമാധാനം കൈവരിക്കണമെങ്കിൽ നാം കുട്ടികൾക്ക് വിദ്യാഭ്യാസം കൊടുക്കണം.

— മഹാത്മാ ഗാന്ധി

മുതലാളിത്ത സംവിധാനം

മത്സ്യം തലയിൽ തുടങ്ങി വലിലേക്കാണ് ചീയുന്നത്. 2010 ജനുവരി 21ന് സുപ്രീം കോർട്ട് സിറ്റിസൺസ് യുണൈറ്റഡിന്റെ വിധി പുറത്തുവന്നപ്പോൾ റൂസ്‌വെൽറ്റിന്റെ മുതലാളിത്ത സംവിധാന മാതൃകയുടെ ശവപ്പെട്ടിയിൽ അവസാനത്തെ ആണിയും തറഞ്ഞുകയറി. സിറ്റിസൺസ് യുണൈറ്റഡ് വിധി കോർപ്പറേഷനുകൾക്ക് യഥേഷ്ടം തിരഞ്ഞെടുപ്പ് ഫണ്ട് നൽകാൻ വഴിയൊരുക്കി. സൂപ്പർ PACകൾ (Political Action Committees)[29] എന്നറിയപ്പെടുന്ന രഹസ്യ ഗ്രൂപ്പുകൾ വഴിയാണ് ഈ സംഭാവനകളധികവും കടന്നുപോയത്.

(പടം കടപ്പാട്- അജ്ഞാതനായ ഉടമ, 1931)

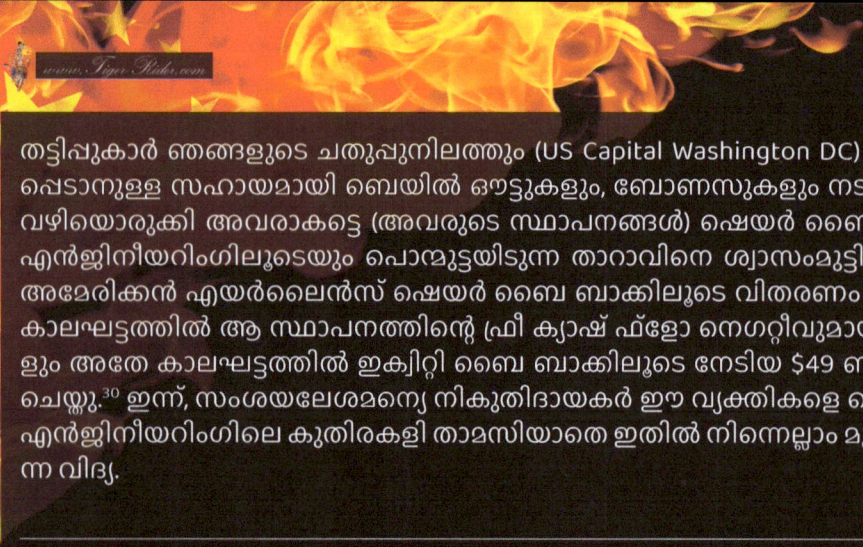

തട്ടിപ്പുകാർ ഞങ്ങളുടെ ചതുപ്പുനിലത്തും (US Capital Washington DC) വാൾ സ്ട്രീറ്റിലും നികുതിവെട്ടിപ്പും, രക്ഷപ്പെടാനുള്ള സഹായമായി ബെയിൽ ഔട്ടുകളും, ബോണസുകളും നടത്താൻ കോർപ്പറേറ്റ് എക്സിക്യൂട്ടീവുകൾക്ക് വഴിയൊരുക്കി അവരാകട്ടെ (അവരുടെ സ്ഥാപനങ്ങൾ) ഷെയർ ബൈ ബാക്കിലൂടെയും കടുത്ത ഫിനാൻഷ്യൽ എൻജിനീയറിംഗിലൂടെയും പൊന്മുട്ടയിടുന്ന താറാവിനെ ശ്വാസംമുട്ടിക്കുന്നവരുമാണ്. 2009 മുതൽ 2019 വരെ, അമേരിക്കൻ എയർലൈൻസ് ഷെയർ ബൈ ബാക്കിലൂടെ വിതരണം ചെയ്തത് $13 ബില്ല്യൺ ആയിരുന്നു, അതേ കാലഘട്ടത്തിൽ ആ സ്ഥാപനത്തിന്റെ ഫ്രീ ക്യാഷ് ഫ്ളോ നെഗറ്റീവുമായിരുന്നു. ആറ് പ്രധാന എയർലൈൻസുകളും അതേ കാലഘട്ടത്തിൽ ഇക്വിറ്റി ബൈ ബാക്കിലൂടെ നേടിയ $49 ബില്ല്യണിലെ $47 ബില്ല്യണും ധനനിക്ഷേപം ചെയ്തു.[30] ഇന്ന്, സംശയലേശമന്യെ നികുതിദായകർ ഈ വ്യക്തികളെ വെറുതെ വിടുന്നതോടൊപ്പം ഫിനാൻഷ്യൽ എൻജിനീയറിംഗിലെ കുതിരകളി താമസിയാതെ ഇതിൽ നിന്നെല്ലാം മുതലെടുക്കും, ദുരന്തം ബോണസാക്കി മാറ്റുന്ന വിദ്യ.

ക്യാപിറ്റലിസ്റ്റുകൾ ആദ്യം നമുക്ക് കയർവിൽക്കും അതിൽ നമ്മളവരെ കെട്ടിത്തൂക്കും

— വ്ലാദിമിൽ ഇല്യാനോവിച് ലെനിൻ —

അതേസമയം ചൈനീസ് സർക്കാർ R&D, പുതിയ ഫാക്ടറികൾ, ജീവനക്കാർക്കുള്ള വിദ്യാഭ്യാസം എന്നിവയ്ക്കായി ട്രില്ല്യൺ കണക്കിന് ഡോളറാണ് മുതൽമുടക്കുന്നത്. കൂടാതെ പടിഞ്ഞാറ് തകർന്നടിഞ്ഞ മാലാഖമാരെ (സാമ്പത്തിക പ്രശ്നങ്ങളിലകപ്പെട്ട നമ്മുടെ ബിസിനസുകൾ) ചൂഷണം ചെയ്യാൻ വേണ്ട സാമ്പത്തിക സഹായവും നൽകുന്നു. ഇത്രയും പ്രക്ഷുബ്ധമായ സമയത്ത് ഷോപ്പിംഗ് ടൂറുകൾ വിറ്റും ഏതാനും മില്ല്യൺ ഡോളർ ഇറക്കി അമേരിക്കയിലെ മികച്ച കമ്പനികളുടെ ഓഹരികൾ വാങ്ങിക്കൂട്ടിയും സൗദിഅറേബ്യയുടെ കഴുകൻ ഫണ്ടുകളും നല്ല നിലയിലെത്തി. ഈ ഭീമാകാരമായ പട്ടികയിൽ നമ്മുടെ രണ്ടാമത്തെ ഏറ്റവും വലിയ ഡിഫൻസ് കോൺട്രാക്ടർ ബോയിംഗും ഉൾപ്പെടും, ഒരു ദശാബ്ദത്തിനിടയിൽ $58 ബില്ല്യൺ ക്യാഷ് ഫ്ലോയിൽ നിന്നും ഷെയർ ബൈ ബാക്കിനായി ചെലവഴിച്ചത് $43 ബില്ല്യണാണ്.[31] നമ്മുടെ ബുദ്ധിമാന്മാരായ നേതാക്കൾ ഈ രാജ്യത്തെ ഒരുപിടി ഡോളറുകൾക്കായി വിൽക്കുകയാണ്. ഇതൊരു ദേശീയസുരക്ഷാ പ്രശ്നമാണ്. അവർ മനപ്പൂർവം കണ്ണടച്ച് വിവരമില്ലാത്ത വോട്ടർമാരുടെ ശ്രദ്ധതിരിച്ച് അവർക്ക് നേരെ ചീമുട്ടയെറിയുന്നു.

ബോർഡുകളും CEOകളും സാമർത്ഥ്യമില്ലായ്മ പ്രകടിപ്പിക്കുന്നതിനു നല്ലൊരുദാഹരണമാണ് ബൈ-ബാക്കുകൾ. മെയിൻ സ്ട്രീറ്റിൽ ഇന്ന് ജനങ്ങൾ തുടച്ചുനീക്കപ്പെടുകയാണ്. ഇപ്പോൾ, സമ്പന്നരായ CEOമാരല്ല, ദാരുണമായ ഭരണനിർവഹണം ചെയ്യുന്ന ബോർഡുകളല്ല. ജനങ്ങളാണ്.

മോശമായ പ്രകടനം കാഴ്ചവെക്കുന്ന CEOമാരേയും ബോര്ഡുകളേയും ക്രമാനുപാതത്തിലല്ലാതെ താങ്ങിനിര്ത്തുകയാണ് നമ്മള് ചെയ്തത്.

ആരെക്കുറിച്ചാണ് നമ്മള് സംസാരിക്കുന്നതെന്ന് വ്യക്തമാക്കാം. നമ്മള് സംസാരിക്കുന്നത് ഏതാനും ബില്ല്യണയര് ഫാമിലി ഓഫീസുകളെ സേവിക്കുന്ന ഒരു ഹെഡ്ജ് ഫണ്ടിനെക്കുറിച്ചാണ്.

ആര് ശ്രദ്ധിക്കുന്നു? അവര്ക്കിപ്പോള് വേനലവധി ഹാംപ്ടന്സില് ചെലവഴിക്കാന് കഴിയുന്നില്ല.

ഫെഡറേഷന് ഓരോരുത്തര്ക്കും അര മില്ല്യണ് വച്ച് നല്കുന്നതാവും ഭേദം, അമേരിക്കയിലെ ഓരോ പുരുഷനും സ്ത്രീക്കും കുട്ടിക്കും.

— CNBCയിൽ ചാമത്ത് പലിഹാപിടിയയുടെ അഭിമുഖം. —
(ശതകോടീശ്വരനായ നിക്ഷേപകൻ, ഫേസ്ബുക്കിലെ മുൻ സീനിയർ എക്സിക്യൂട്ടീവ്)

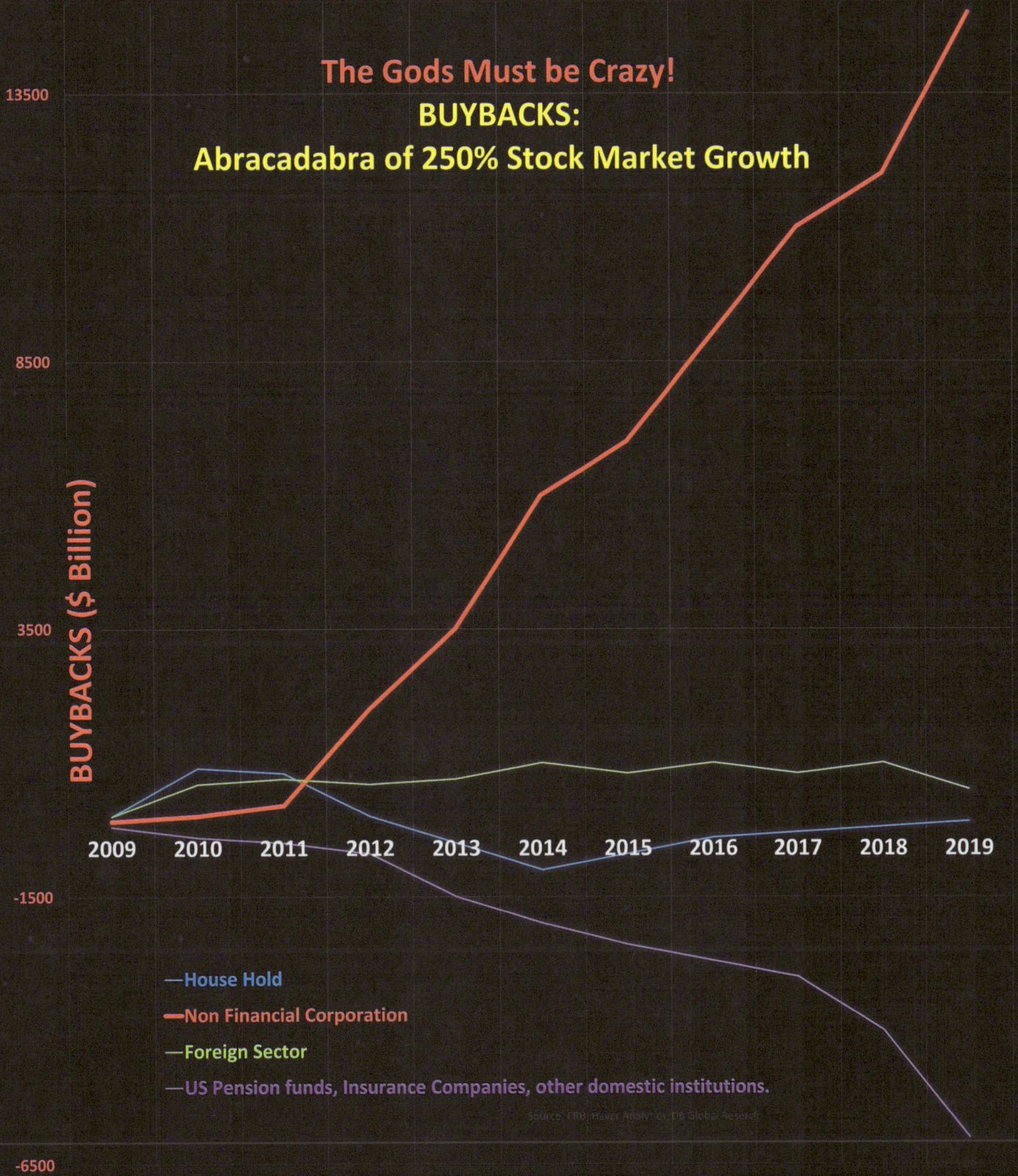

The Gods Must be Crazy!
BUYBACKS:
Abracadabra of 250% Stock Market Growth

BUYBACKS ($ Billion)

13500

8500

3500

-1500

-6500

2009 2010 2011 2012 2013 2014 2015 2016 2017 2018 2019

—House Hold
—Non Financial Corporation
—Foreign Sector
—US Pension funds, Insurance Companies, other domestic institutions.

Source: FRB, Haver Analytics, DB Global Research

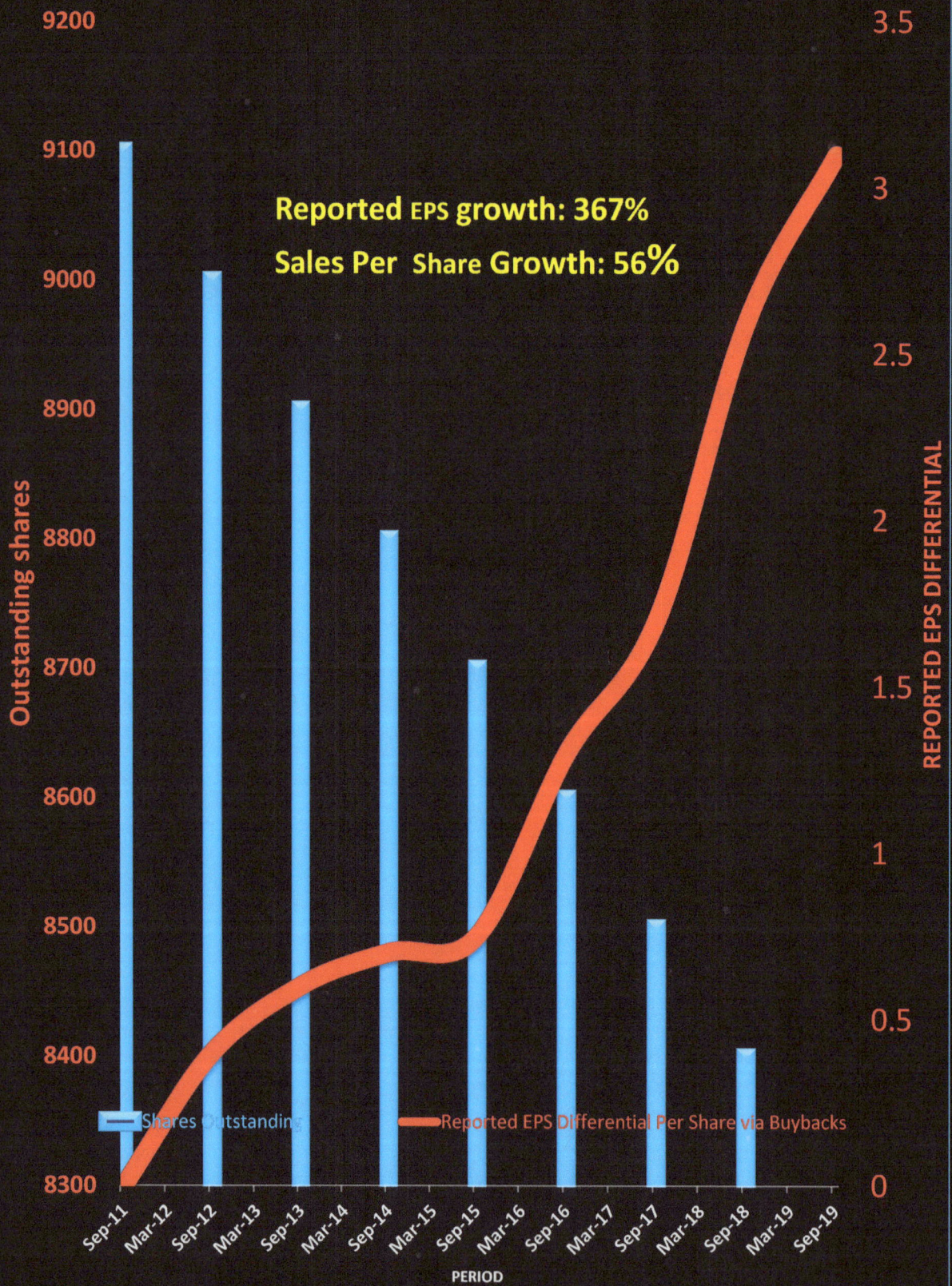

The Gods Must be Crazy!
BUYBACKS: The Accounting Gimmick!
Catacomb of Capitalism?
Reported EPS growth: 367%
Sales Per Share Growth: 56%
Outstanding shares
REPORTED EPS DIFFERENTIAL
9200
9100
9000
8900
8800
8700
8600
8500
8400
8300
3.5
3
2.5
2
1.5
1
0.5
0
Shares Outstanding
Reported EPS Differential Per Share via Buybacks
Sep-11
Mar-12
Sep-12
Mar-13
Sep-13
Mar-14
Sep-14
Mar-15
Sep-15
Mar-16
Sep-16
Mar-17
Sep-17
Mar-18
Sep-18
Mar-19
Sep-19
PERIOD
Source Data: Real Investm

ഡൊണാൾഡ് ട്രംപ് നേട്ടം കൈവരിച്ചതും ഈ അധ്വാനിക്കുന്ന ജനവിഭാഗത്തിന്റെ നിരാശാജനകമായ അവസ്ഥയെ ഉപയോഗിച്ചാണ്. വിലയേറിയ രക്തം ചിന്തുന്നതിനു പുറമെ, മിഡിൽ ഈസ്റ്റിലെ മരുഭൂമികളിൽ മത ഗോത്ര യുദ്ധങ്ങളിൽ പോരാടാനായി അമേരിക്ക കത്തിച്ചുകളഞ്ഞത് 5 ട്രില്ല്യൺ ഡോളറാണ്, അതുകൊണ്ട് ചുരുക്കം ചിലരെങ്കിലും അങ്ങേയറ്റം ധനികരായി. ഈ യുദ്ധങ്ങൾ ഒഴിവാക്കിയിരുന്നെങ്കിൽ താഴെക്കിടയിൽ ഉള്ള 50% ജനതയിലെ ഓരോ പൗരനും $30,000 വച്ചുള്ള ചെക്ക് നൽകാമായിരുന്നു. അതിനു നേർവിപരീതമായി, ചൈനയിൽ താഴെക്കിടയിൽ ഉള്ള 50% ജനത കഴിഞ്ഞ 3000 വർഷങ്ങളിൽ ഇല്ലാത്തത്ര മഹത്തരമായ മൂന്ന് ദശകങ്ങളാണ് അനുഭവിക്കാൻ കഴിഞ്ഞത്. ഏകദേശം 800 മില്ല്യൺ ചൈനക്കാർ പട്ടിണിയിൽ നിന്നു മുക്തി നേടി, അതേ സമയം അമേരിക്കയിലെ മിഡിൽ ക്ലാസ് ഫാമിലികളിലെ മില്ല്യൺ കണക്കിന് ആൾക്കാർ സർക്കാർ സഹായത്തെയും ഫുഡ് സ്റ്റാമ്പുകളെയും ആശ്രയിച്ച് പിരമിഡിന്റെ താഴേക്ക് പോകാൻ നിർബന്ധിതരായി,

റൂസ്‌വെൽറ്റ് നിർമ്മിച്ചത് കഴിവിനാലോ സമ്പത്തിനാലോ അല്ലാതെ സ്വന്തം കഴിവിനാൽ ഉന്നതി നേടിയ മെറിറ്റോക്രാറ്റിക് സമൂഹമായിരുന്നെങ്കിൽ അത് പിന്നീട് സ്വാധീനമുള്ള ധനികന്മാരുടെ പ്ലൂട്ടോക്രാറ്റ് ജമീന്ദാർമാരുടേതായി[33] മാറി. ചൈന മികച്ച എൻജിനീയർമാരോടു കൂടി മെറിറ്റോക്രാറ്റിക് സംവിധാനത്തിലേക്ക് നീങ്ങുമ്പോൾ നമ്മുടെ നേതാക്കന്മാർ വയറ്റുപ്പിഴപ്പിന് വഴിയില്ലാതെ വിഷാദത്തിലാണ്ട സമൂഹത്തിന് കുപ്പയിൽ നിന്നു കിട്ടിയ എല്ലിൻ കഷണങ്ങൾ എറിഞ്ഞുകൊടുത്ത് തെരഞ്ഞെടുപ്പുകളിൽ ജയിക്കാനുള്ള തത്രപ്പാടിലാണ്. ചൈനീസ് സംവിധാനത്തിന് കമ്മ്യൂണിസ്റ്റ് പാർട്ടിയെ മാറ്റാൻ കഴിയില്ല, പക്ഷെ പാർട്ടിക്ക് തന്ത്രപൂർവം രാജ്യത്തിന്റെ ദീർഘകാലാടിസ്ഥാനത്തിലുള്ള താൽപ്പര്യങ്ങൾ പരിഗണിച്ച് നയങ്ങളിൽ മാറ്റം വരുത്താം. അമേരിക്കയിൽ നമുക്ക് പാർട്ടികളെ ഇടക്കാലത്തും മാറ്റാം അല്ലെങ്കിൽ നാലാം വർഷം നടക്കുന്ന തിരഞ്ഞെടുപ്പിൽ മാറ്റാം, പക്ഷെ കഷ്ടമെന്നല്ലാതെ എന്തു പറയാൻ, നമ്മളിപ്പോഴും ചില ലോബികളുടെ സ്വാർത്ഥ താൽപ്പര്യങ്ങൾക്ക് ഗുണം ചെയ്യാൻ തരത്തിലുള്ള കാലഹരണപ്പെട്ട ഹരാ-കിരി നയങ്ങളിലൂടെയാണ് കടന്നുപൊയ്ക്കൊണ്ടിരിക്കുന്നത്. റൂസ്‌വെൽറ്റ് നിർമ്മിച്ച നിയമാനുസൃതം മര്യാദകൾ പാലിച്ചുകൊണ്ടുള്ള ക്യാപ്പിറ്റലിസ്റ്റിക് സിസ്റ്റം സ്വദേശത്തും വിദേശത്തും കഴിഞ്ഞ എഴുപതു വർഷത്തോളം നന്മനിറഞ്ഞ ഒരു അണക്കെട്ടായിരുന്നു. കഷ്ടം, അമേരിക്ക ഇപ്പോൾ കർക്കശമായ ഹ്രസ്വകാല നയങ്ങളിലൂടെ സ്വദേശത്തും വിദേശത്തും ആ അണക്കെട്ട് തുറന്നുവിടുകയാണ്.

കാടൻ ഫിനാൻഷ്യൽ എൻജിനീയർമാർ വിഭാവനം ചെയ്തതും ഇന്ന് നിലവിലുള്ളതുമായ ക്യാപ്പിറ്റലിസം കടക്കെണികളിലേക്ക് നയിക്കുന്നു, അത് സാമ്പത്തിക കോളനിവൽക്കരണത്തിനും, പോപ്പുലിസത്തിനും, ഇമ്പീരിയലിസത്തിനും, ഫാസിസത്തിനും, കലാപങ്ങൾക്കും, വിപ്ലവങ്ങൾക്കും, യുദ്ധങ്ങൾക്കും, ഏറ്റുമുട്ടലുകൾക്കും, അരാജകത്വത്തിനും കാരണമാകുന്നു. അമേരിക്കയിലെ പ്രൈമറി തിരഞ്ഞെടുപ്പുകളിൽ നാം അനുഭവിച്ചറിഞ്ഞതുപോലെ, ബേണി സാൻഡേഴ്സ്, എലിസബത്ത് വാറൻ പോലുള്ള പ്രസിഡണ്ട് സ്ഥാനാർത്ഥികൾ സോഷ്യലിസത്തെക്കുറിച്ച് ധർമ്മോപദേശം നൽകും (ജനാധിപത്യം നിലനിർത്തിക്കൊണ്ട് സമ്പത്ത് പുനർവിതരണം ചെയ്യുന്ന രീതി).

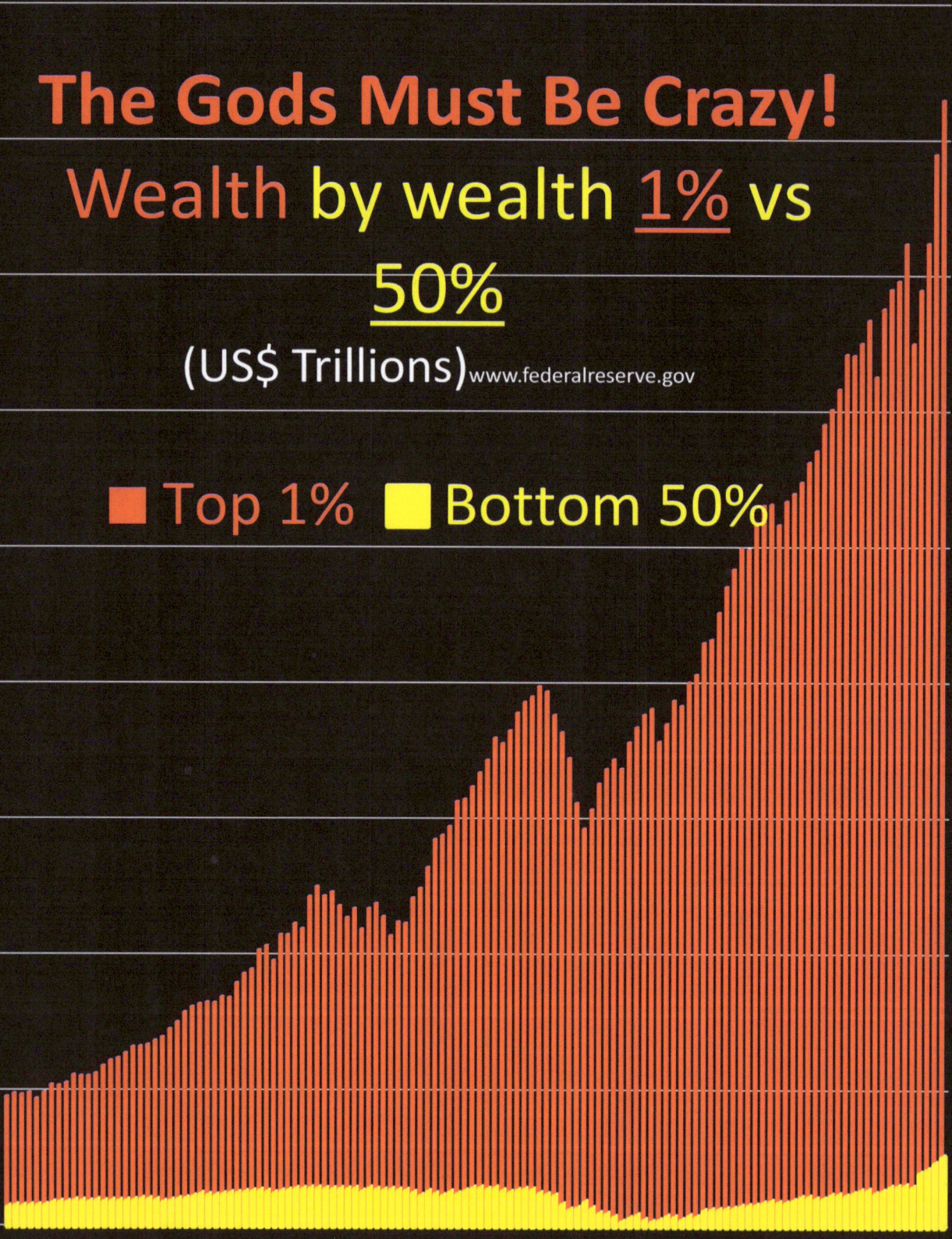

The Gods Must Be Crazy!
Wealth by wealth 1% vs 50%
(US$ Trillions) www.federalreserve.gov
Top 1%
Bottom 50%
45
40
35
30
25
20
15
10
5
0
1990:Q2
1991:Q2
1992:Q2
1993:Q2
1994:Q2
1995:Q2
1996:Q2
1997:Q2
1998:Q2
1999:Q2
2000:Q2
2001:Q2
2002:Q2
2003:Q2
2004:Q2
2005:Q2
2006:Q2
2007:Q2
2008:Q2
2009:Q2
2010:Q2
2011:Q2
2012:Q2
2013:Q2
2014:Q2
2015:Q2
2016:Q2
2017:Q2
2018:Q2
2019:Q2
2020:Q2

നിരാശയോടെ, ചില തീവ്ര ഇടതുപക്ഷ പ്രത്യയശാസ്ത്രക്കാർ വെനിസ്വേലയിലും, സിംബാബ്‌വേയിലും, ഉത്തരകൊറിയയിലും സാക്ഷ്യം വഹിച്ചതു പോലുള്ള കമ്മ്യൂണിസത്തിലേക്ക് ചേക്കേറും (മിക്കവാറും മുഴുവൻ സമ്പത്തും തുല്യമായി വിതിക്കുന്ന രീതി). അങ്ങേയറ്റം ആശങ്കാജനകമായൊരു കാര്യം, മിക്ക വലതുപക്ഷക്കാരും ഫാസിസ്റ്റ് മിലിഷ്യയായി മാറും (സ്വേച്ഛാധിപത്യപരമായ ഭരണകൂട നിയന്ത്രണത്തിലുള്ള മുതലാളിത്തം), അതാണ് തേഡ് റീക്കിലും (നാസി ജർമ്മനി), ഫാസിസ്റ്റ് ഇറ്റലിയിലും, ഇമ്പീരിയൽ ജപ്പാനിലും 1920കളിലും '30കളിലും നാം കണ്ടത്.

COVID-19 പോലുള്ള, കറുത്ത അരയന്നം എന്നു വിശേഷിപ്പിക്കാവുന്ന സംഭവവികാസങ്ങളും ദുർബല സാഹചര്യങ്ങളിൽ സംഭവിക്കാനും കൂടുതൽ വഷളാകാനും മതി. അതിനാൽ സ്വയം ശക്തിപ്പെടുത്തുന്ന താഴേക്കുള്ള സ്പൈറൽ ക്രമാതീതമായേക്കാം. 2008ലെ സാമ്പത്തിക തകർച്ചയെത്തുടർന്ന് ഒരു രണ്ടാം ആഭ്യന്തരകലഹവും തിളച്ചു മറിയുന്നുണ്ട്, അതിനാൽ വ്യാപകമായ സമ്പദ് സ്ഥാനചലനങ്ങളുണ്ടായി. COVID-19 പൊട്ടിപ്പുറപ്പെട്ടതും, ബ്ലാക്ക് ലൈവ്സ് മാറ്റർ റാലികളും തുടർന്നുണ്ടായ കലാപങ്ങളും നീറിപ്പടരുന്ന കനൽക്കട്ടകൾക്ക് ശക്തി പകരുന്നതാണ്. ശരിയായ രീതിയിൽ കൈകാര്യം ചെയ്തില്ലെങ്കിൽ തീജ്വാലകൾ ആഗോളതലത്തിൽ അറബ് സ്പ്രിംഗ് പോലെ പടരും അത് സമ്പൂർണ്ണനാശത്തിനു തിരികൊളുത്തും..

കടുത്ത ഫൈനാൻഷ്യൽ എൻജിനീയറിംഗ്

എലിസിയത്തിലെ[34] ഏതാനും ഗോർഡൻ ഗെക്കോമാരെ[35] അംഗീകരിക്കാമെങ്കിൽ, സമൂഹത്തിലെ ഭൂരിഭാഗം ജനങ്ങളും ദുരിതമനുഭവിക്കുകയാണ്. ആഗോളവൽക്കരണവും റൂസ്‌വെൽറ്റിന്റെ ക്യാപ്പിറ്റലിസവും എന്ന മിഥ്യാബോധത്തിന്റെ മൂർദ്ധന്യാവസ്ഥയാണത്. ഇനിയങ്ങോട്ട് ഒരുപാട് കുറ്റപ്പെടുത്തലുകളുണ്ടാവും, അത് എന്നിൽ നിന്നു തന്നെ തുടങ്ങാം.

ക്യാപ്പിറ്റലിസത്തിന്റെ മഹത്തായ വിജയം സംഭവിക്കുന്ന ക്ഷണം തന്നെയാണതിന്റെ പ്രതിസന്ധിയുടെ ക്ഷണവും,[36] പ്രതിസന്ധിയാകട്ടെ പാഴാക്കാനാകാത്ത ഭയങ്കരമായ അവസരമാണ്. പ്രസിഡണ്ട് റൂസ്‌വെൽറ്റ് ഒന്നും രണ്ടും ലോകമഹായുദ്ധങ്ങളേയും, സ്പാനിഷ് ഫ്ലൂവിനേയും, മഹാസാമ്പത്തികമാന്ദ്യത്തേയും, അതുപോലുള്ള മറ്റു പ്രതിസന്ധികളേയും അവസരങ്ങളാക്കി മാറ്റി ബ്രിട്ടീഷ് സാമ്രാജ്യത്തിന്റെ പ്രൗഢി നഷ്ടപ്പെടും വിധത്തിൽ പരാജയപ്പെടുത്തിയതുകൊണ്ടാണ് അമേരിക്ക ലോകത്തിലെ ക്യാപ്പിറ്റലിസ്റ്റിക് സൂപ്പർപവർ ആയത്. സമാനമായൊരു അവസരമാണ് ഇപ്പോൾ ചൈന ആസ്വദിച്ചുകൊണ്ടിരിക്കുന്നത്. 2001 സെപ്റ്റംബർ 11, പ്രത്യേകിച്ചും 2008ലെ സാമ്പത്തിക സുനാമി നമുക്ക് സുപ്രീം മിലിറ്ററി, റിസർവ് കറൻസി, രാഷ്ട്രീയപരമായ സൽപ്പേര് മറ്റും അസംഖ്യം വിഭവങ്ങളുടെ കാര്യത്തിൽ അത്ഭുതകരമായ അവസരങ്ങളാണ് നേട്ടം കൊയ്യാനായി ഒരുക്കിത്തന്നത്.

പക്ഷെ നമ്മുടെ ചെളിപുരണ്ട ലോബിയിസ്റ്റുകൾ അതായത് വാഷിംഗ്ടൺ ഡി.സി.യിലുള്ളവർ ഈ അവസരത്തെ തട്ടിയെടുത്ത് തകർച്ച നേരിടുന്ന നമ്മുടെ നിർണ്ണായകമായ ഇൻഫ്രാസ്ട്രക്ചറിനു വേണ്ടി നിക്ഷേപിക്കുന്നതിനു പകരം അവരുടെ വാൾസ്ട്രീറ്റ് തട്ടിപ്പുകളെ താങ്ങിനിർത്താനുപയോഗിച്ചു (അതായിരുന്നു പ്രശ്നങ്ങളുടെ തുടക്കം).

നിർഭാഗ്യവശാൽ, അത്ഭുതകരമായ ആഗോള അവസരങ്ങളെ നേട്ടമായി മാറ്റുന്നതിനു പകരം, BIG4 കൺസൾട്ടിംഗും, അക്കൗണ്ടിംഗ് സ്ഥാപനങ്ങളും മറ്റും ഇത്തിക്കണ്ണിയുടെ പാതയാണ് സ്വീകരിച്ചത്. ഈ അവസരങ്ങൾ ബാധ്യതകളുടെ രൂപത്തിലായിരുന്നു, ഭാവിയും അവസരങ്ങളും ലാഭകേന്ദ്രങ്ങളാകുന്നതിനു പകരം ചെലവുവരുത്തുന്ന കേന്ദ്രങ്ങളായി മാറി. കടുത്ത യഥാസ്ഥിതിക ഫിനാൻഷ്യൽ എൻജിനീയറിംഗിൽ വിദഗ്ധരായ അവർ ഏതാനും ഡോളറുകൾക്ക് വേണ്ടി പരിക്ഷീണിതമായ മുതലാളിത്തക്കുതിരയെ ചാട്ടവാറുകൊണ്ട് പ്രഹരിച്ചു. ബുദ്ധിശൂന്യമായ ബെഞ്ച് മാർക്കിംഗ്, ട്രാൻസ്ഫോർമേഷൻ തുടങ്ങിയ ഈ പദ്ധതികൾ (ഐ.ടി., ഫിനാൻസ്, സപ്ലൈ ചെയിൻ മുതലായവ), ടാക്സ് എഫക്ടീവ് സപ്ലൈ ചെയിൻ മാനേജ്മെന്റ് (TESCM), ബിസിനസ് പ്രോസസ് ഔട്ട്സോഴ്സിംഗ്, കോൺട്രാക്ട് മാനുഫാക്ചറിംഗ്, R&D ഓഫ്ഷോറിംഗ്, റീസ്ട്രക്ചറിംഗ് എന്നിങ്ങനെ ഒരിക്കലും ശരിയാക്കിയെടുക്കാനാകാത്ത വിധം എൻറർപ്രൈസിന്റെ പൂർവസ്ഥിതി പ്രാപിക്കാനുള്ള കഴിവിന് ദോഷം ചെയ്തു. അതിന്റെ പരിണിതഫലമോ ഒരു ചത്ത എൻറർപ്രൈസ് കുതിരയും.

പാരാസൈറ്റിക് വൾച്ചർ ഫണ്ടുകൾ, കോർപ്പറേറ്റ് പൈറേറ്റുകൾ, സ്വകാര്യം ഇക്വിറ്റി ഫേമുകൾ(Private Equity) എന്നിവ ഈ അവസരം മുതലെടുത്ത് മികച്ച ബാലൻസ് ഷീറ്റോടെ നിലവിലുണ്ടായിരുന്ന ബാക്കി എൻറർപ്രൈസിനെയും കടന്നാക്രമിച്ചു, ആക്രമണത്തിനിരയായ എൻറർപ്രൈസ് പരാജയപ്പെട്ടപ്പോഴും, അവസാന തുള്ളി ചോരയും അധികപലിശയുള്ള ഹ്രസ്വകാല കടങ്ങളിലൂടെ ഊറ്റിയെടുത്തു.

സ്വന്തം എൻറർപ്രൈസുകളിൽ പുനർനിക്ഷേപം നടത്താനുള്ള അവസരമായി കാണുന്നതിനു പകരം, നമ്മുടെ കോർപ്പറേറ്റ് നേതാക്കന്മാരും അവരുടെ BOD സഹവർത്തികളും മികച്ച ബാലൻസ് ഷീറ്റുകളെ ദേശദ്രോഹപരമായി ഷെയർ ബൈ-ബാക്കുകൾക്ക് ഉപയോഗിച്ച് സ്വന്തം കീശവീർപ്പിച്ചു. 2008ലെ സാമ്പത്തിക സുനാമിയിലെന്ന പോലെ നികുതിദായകരാണ് ഈ രക്തരക്ഷസ്സുപോലുള്ള കമ്പനികളെ രക്ഷിച്ചത്, വാഷിംഗ്ടൺ ഡി.സി.യുടെ മോശമായ സാമ്പത്തിക രീതികളുടെ ഫലമായി ലാഭം സ്വകാര്യവൽക്കരിച്ചു ബാദ്ധ്യതകൾ നികുതിദായകരുടെ തലയിൽ കെട്ടിവക്കുകയും ചെയ്തു.

സ്മോൾ ബിസിനസ് അഡ്മിനിസ്ട്രേഷൻ (SBA)[37] കണക്കുകളനുസരിച്ച് ചെറുകിട വ്യവസായങ്ങളുടെ 99.7% അമേരിക്കയുടെ ഉടമസ്ഥതയിലുള്ളതും 64% പുതിയ സ്വകാര്യമേഖലാ ജോബുകളുമായിരുന്നു. 2020ലെ ഏതാനും ആഴ്ചകൾക്കകം, 25% ചെറുകിട വ്യവസായങ്ങളും അടച്ചുപൂട്ടി, 40 മില്ല്യൺ അമേരിക്കക്കാരെ തൊഴിലില്ലാത്തവരാക്കി. സ്ഥിരമായ അടച്ചുപൂട്ടലിനുള്ള കാഹളം മുഴങ്ങിക്കഴിഞ്ഞു.

ഈ കടുത്ത യഥാസ്ഥിതിക ഫിനാൻഷ്യൻ എൻജിനീയറിംഗിന്റെ തൊഴിൽരീതിയിലുള്ള തെറ്റായ സമീപനങ്ങളും ആശയങ്ങളും വിതരണം ചെയ്യുന്നവർ എന്ന നിലയിൽ, അവസരവാദികളായ IVY ലീഗ് ബിസിനസ് സ്കൂളുകൾ റൂസ്‌വെൽറ്റ്സ്; ടെഡി, ഫ്രാങ്ക്ലിൻ, എലീനർ എന്നിവർ വിഭാവനം ചെയ്ത ക്യാപ്പിറ്റലിസത്തിന്റെ അടിത്തറ ഇളക്കി അതിനെ പരിക്ഷീണമാക്കിയതിന്റെ ഉത്തരവാദിത്തം ഏറ്റെടുക്കേണ്ടതാണ്. മിക്ക IVY ലീഗ് ബിസിനസ് സ്കൂൾ ബിരുദധാരികളും, സാമ്പത്തിക സ്വപ്നങ്ങൾ സ്വപ്നം കാണുന്ന ഉന്നതരായ പ്രൊഫഷണലുകളും വാൾസ്ട്രീറ്റിലെത്തി നിൽക്കും അല്ലെങ്കിൽ ഏതെങ്കിലും BIG4 കമ്പനിയിലെത്തും. ഇത്തരം മിക്ക എൻജിനീയർമാരും ഏതാനും ഡോളറുകൾ കൂടുതലായി കിട്ടാൻ വേണ്ടിയാണ് ഈ ഫിനാൻഷ്യൽ എൻജിനീയറിംഗ് പ്രാക്ടീസ് ചെയ്യുന്നത്.

പക്ഷെ വാൾസ്ട്രീറ്റ് എന്തുമാത്രം നല്ലതാണ്? ഇൻവെസ്റ്റ്മെന്റ് ബാങ്കേഴ്സ് ചെയ്യുന്ന മിക്ക കാര്യങ്ങളും സമൂഹത്തിന് പ്രയോജനമില്ലാത്തതും അമേരിക്കയ്ക്ക് ആപത്കരമായതും ആയിരിക്കും. വിഷലിപ്തമായ ഈ ഫിനാൻഷ്യൽ എൻജിനീയറിംഗ് ഉൽപ്പന്നങ്ങൾ അല്ലെങ്കിൽത്തന്നെ എന്താണ് രൂപകൽപ്പന ചെയ്ത്, നിർമ്മിച്ച് വിൽക്കുന്നത്? വാൾസ്ട്രീറ്റ് മെയിൻ സ്ട്രീറ്റിൽ നിന്നും വിഘടിപ്പിക്കപ്പെട്ടു. അവർ സമ്പദ്‌വ്യവസ്ഥയെ മുട്ടുകുത്തിച്ചു, പരാജയത്തിനിടയില്ലാത്ത വിധം വലിയതെന്ന മട്ടിൽ എന്തൊക്കെയോ സൃഷ്ടിച്ച് ഒടുവിൽ ബാധ്യതകൾ (നികുതിദായകർക്ക്) ലാഭം സ്വകാര്യവ്യക്തികൾക്കും. അല്ലെങ്കിൽ തന്നെ റിഗ് ചെയ്ത അവസ്ഥയിലുള്ള വിപണിയിൽ അവർ കൂടുതൽ മാരകമായ പ്രഹരശേഷിയുള്ള കുറേ ആയുധങ്ങളുടെ പതിപ്പുകളാണ് പ്രോത്സാഹിപ്പിച്ചത്.

താഴെക്കൊടുത്ത ഗ്രാഫിൽ കാണുന്നതു പോലെ, BIG 4ന്റെ വരുമാനത്തിൽ മൂന്നിൽ രണ്ടുഭാഗവും വരന്നത് ഓഡിറ്റ് - ടാക്സ് പ്രാക്ടീസുകളിലൂടെയാണ്. ആന്തരിക-ബാഹ്യ നിയമങ്ങൾ പാലിക്കേണ്ടുന്നതിൽ നിന്നും പ്രശ്നം വരാതിരിക്കാനായി ചരിത്രസംഖ്യകളെ പോസ്റ്റ്മോർട്ടം ചെയ്യുന്നത് ഓഡിറ്റ് പ്രാക്ടീസുകളാണ്. ടാക്സ് ബെനഫിറ്റിന്റെ പഴുതുകളും, പി.ഓ. ബോക്സുകളും (ഓഫ്ഷോർ ടാക്സ് സ്വർഗ്ഗം), TESCM (ടാക്സ് എഫക്ടീവ് സപ്ലൈ ചെയിൻ മാനേജ്മെന്റ്) പോലെ നികുതിദായകർക്ക് ബുദ്ധിമുട്ടുണ്ടാക്കുന്ന കാര്യങ്ങളിൽ കക്ഷികൾക്ക് എങ്ങനെ നേട്ടം കൊയ്യാം എന്നതാണ് കൺസൽട്ടിംഗ് പ്രാക്ടീസുകളുടെ പ്രധാന ജോലി. CSR (Corporate Social Responsibilities) ന്റെ കാര്യത്തിൽ നമ്മുടെ IVY ലീഗ് സ്ഥാപനങ്ങൾ എന്തുമാത്രം നല്ലപിള്ള ചമയുന്നുണ്ട്, അതുപോലെ എൻറർപ്രൈസിന്റെയും അമേരിക്കയുടെയും നൈതികമായ ഭാവിയെക്കുറിച്ച് അവർക്കെന്താണ് ചെയ്യാൻ കഴിയുന്നത്. അതോ അടിത്തറ തിന്നാൻ മാത്രമറിയാവുന്ന ചിതലുകളെപ്പോലെയാണോ അവർ?

2009-2015 മുതൽ, അമേരിക്കയിലെ ഏറ്റവും വലിയ 50 കമ്പനികൾക്ക് ലഭിച്ച നികുതിയിളവുകൾ $423 ബില്ല്യൺ ആണെങ്കിൽ ഭരണാധികാരികളെ ചാക്കിട്ടുപിടിച്ച് അവരുടെ നില മെച്ചപ്പെടുത്താനായി ചെലവഴിച്ചത് $2.5 ബില്ല്യണിലധികമാണ്.

Oxfam America

The Gods Must be Crazy!
BIG4 revenue (2018) by services

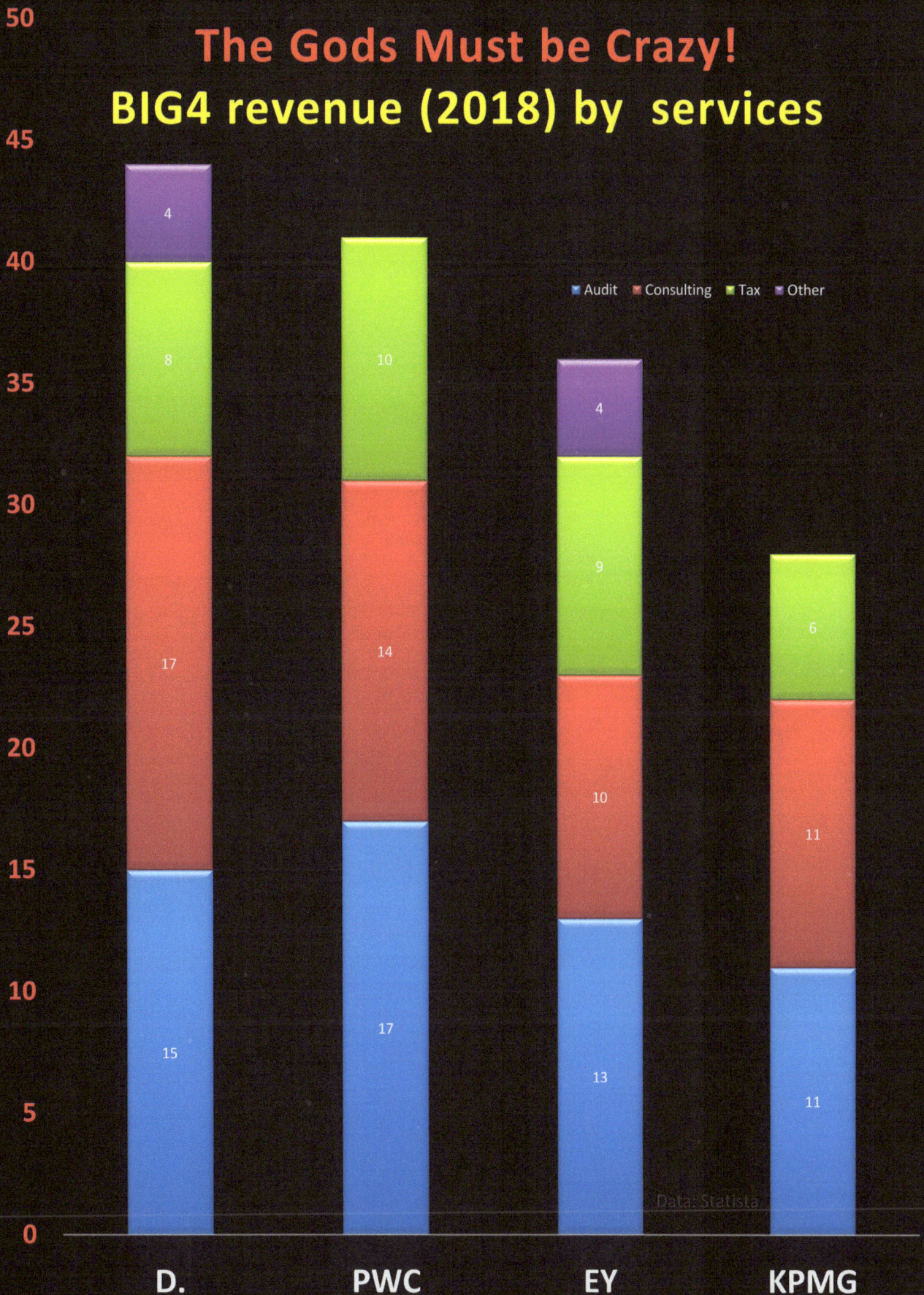

Legend: Audit | Consulting | Tax | Other

D.
- Audit: 15
- Consulting: 17
- Tax: 8
- Other: 4

PWC
- Audit: 17
- Consulting: 14
- Tax: 10

EY
- Audit: 13
- Consulting: 10
- Tax: 9
- Other: 4

KPMG
- Audit: 11
- Consulting: 11
- Tax: 6

Data: Statista

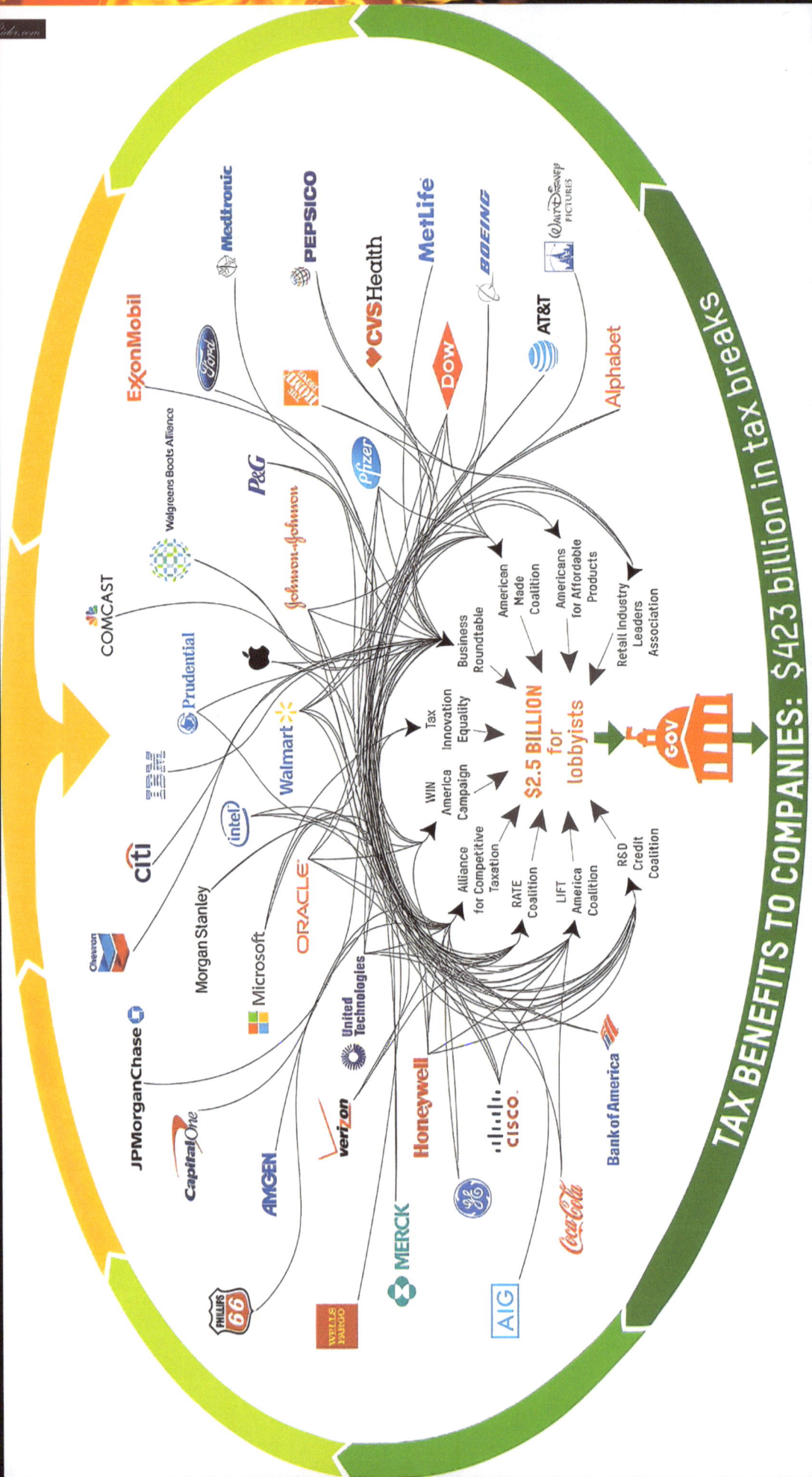

TAX BENEFITS TO COMPANIES: $423 billion in tax breaks

$2.5 BILLION for lobbyists

Business Roundtable
American Made Coalition
Americans for Affordable Products
Retail Industry Leaders Association
Tax Innovation Equality
WIN America Campaign
Alliance for Competitive Taxation
RATE Coalition
LIFT America Coalition
R&D Credit Coalition

GOV

എലിസിയം[38]

റൂസ്‌വെൽറ്റ് രൂപകൽപ്പന ചെയ്ത അടിത്തറയെ നമ്മുടെ ഇത്തിക്കണ്ണികൾ തകർത്തു. അതിന്റെ ഫലമായി നാം ഇന്ന് ദേശീയതയുടെ നഷ്ടം അനുഭവിക്കുന്നു. അതിന്റെ സ്ഥാനത്ത്, നാം ഇന്ന് കാണുന്നത് ഒരു പുതിയ വർഗ്ഗം -എലിസിയം ഓൺ സ്റ്റീറോയിഡ്സ്- തകർന്നു കിടക്കുന്ന റൂസ്‌വെൽറ്റിന്റെ ക്യാപ്പിറ്റലിസത്തിന്റെ അടിത്തറയിൽ ആഞ്ഞു വെട്ടുന്നതാണ്.

പുതുമയെ അടിച്ചമർത്തി ജനാധിപത്യത്തെ കാറ്റിൽപ്പറത്തി FAANG പോലുള്ള ഗ്രൂപ്പുകൾ (ഫേസ്ബുക്, ആമസോൺ, ആപ്പിൾ, നെറ്റ്ഫ്ലിക്സ്, ഗൂഗിൾ) ലോകത്തിലെ അപകടകാരികളായ കുത്തകസംഘങ്ങളായി മാറുന്നു. $5 ട്രില്ല്യൺ ഡോളർ മതിപ്പുള്ള സംയോജിത മാർക്കറ്റ് ക്യാപ്പിറ്റലൈസേഷനും കൂടെയാകുമ്പോൾ അവ ഒറ്റക്കെട്ടായി മാനവരാശിയെത്തന്നെ ഭീഷണിപ്പെടുത്തുകയാണ്.

FAANGM (ഫേസ്ബുക്, ആമസോൺ, ആപ്പിൾ, നെറ്റ്ഫ്ലിക്സ്, ഗൂഗിള്, മൈക്രോസോഫ്ട്) ഈ വർഷം മാത്രം ഒരു ട്രില്ല്യൺ ഡോളറാണ് മാർക്കറ്റ് ക്യാപ്പിറ്റലൈസേഷനിൽ ചേർത്തിട്ടുള്ളത്. ഇത് ഒട്ടുമൊത്ത S&P 500 എനർജി സെക്ടറിന്റെ വിപണി മൂല്യത്തേക്കാൾ കൂടുതലാണ്, അതേ സമയം യഥാർത്ഥ സമ്പദ്‌വ്യവസ്ഥ തകരുകയുമാണ്. വാൾസ്ട്രീറ്റും ടെക്ക് രാക്ഷസന്മാരും ആയുഷ്കാലത്തിൽ കണ്ടതിലേക്കുംവച്ച് വലിയ പൊട്ടിത്തെറിയാണ് നേരിടുന്നത്, മെയിൻ സ്ട്രീറ്റിനെ തുടർന്ന് വേട്ടയാടുന്ന ദുരിതം കഴിഞ്ഞ 145 വർഷത്തെ ചരിത്രത്തിലെ ഏറ്റവും മോശമായ കാൽവർഷത്തിനും സാക്ഷ്യംവഹിച്ചു.

ലോകജനസംഖ്യയിലെ കാൽഭാഗം പേരും ഫേസ്ബുക്കിൽ സജീവമാണ്. അവരാണ് ഇത്തവണത്തെ അമേരിക്കൻ പ്രസിഡണ്ടിനെ തിരഞ്ഞെടുത്തതെന്നു പോലും വാദങ്ങളുയരുന്നു. ഫേസ്ബുക് വൈസ് പ്രസിഡണ്ട് ആൻഡ്രൂ ബോസ്‌വർത്തിന്റെ ഒരു കുറിപ്പിൽ 2016ലെ പ്രസിഡണ്ട് തിരഞ്ഞെടുപ്പിൽ[39] ഡൊണാൾഡ് ട്രംപിന്റെ പ്രചാരണത്തിനായി ഫേസ്ബുക്കിന്റെ അഡ്വർടൈസ്മെന്റ് ടൂളുകൾ ഉപയോഗിച്ചതാണ് അദ്ദേഹത്തിന്റെ വിജയരഹസ്യമെന്നു പറയുന്നുണ്ട്. അത് ഇനിയും സംഭവിച്ചേക്കാം. ഫേസ്ബുക് അതിന്റെ ഉപയോക്താക്കളെ ലിബ്ര (ക്രിപ്റ്റോ കറൻസി) ഇലക്ട്രോ ഡോളർ ഉപയോഗിച്ച് കോളനിവൽക്കരിക്കുന്നതോടെ അമേരിക്കൻ ഡോളറിന്റെ തലവിധി എന്തായിരിക്കുമെന്ന് കണ്ടറിയണം.

**പൗരസംവാദമില്ല, സഹകരണമില്ല, തെറ്റായവിവരങ്ങളില്ല,
അസത്യമില്ല. ഇതൊരു അമേരിക്കൻ പ്രശ്നമല്ല - ഇത് റഷ്യൻ പരസ്യങ്ങളെക്കുറിച്ചല്ല.
ഇതൊരു ആഗോള പ്രശ്നമാണ്.**

**സമൂഹം എങ്ങനെ പ്രവര്ത്തിക്കുന്നുവെന്ന ഇഴകളെ വെട്ടിമുറിക്കുന്ന ഉപകരണങ്ങള്
നാം സൃഷ്ടിച്ചുവെന്ന് കരുന്നു. ഞങ്ങള് സൃഷ്ടിച്ച ഹ്രസ്വകാല, ഡോപാമൈന് പ്രേരക
ഫീഡ്ബാക്ക് ലൂപ്പുകള് സമൂഹത്തിന്റെ സമ്പര്ക്ക രീതികളെ നശിപ്പിച്ചിരിക്കുന്നു.**

**താങ്കളെ പ്രോഗ്രാം ചെയ്തുകഴിഞ്ഞു.
എനിക്ക് അങ്ങേയറ്റം കുറ്റബോധം തോന്നുന്നു, മനസ്സിന്റെ അഗാധമായ
ഇടനാഴികളിലെവിടെയോ, നമുക്കേകദേശം അറിയാമായിരുന്നു എന്തോ ചീത്ത കാര്യം
സംഭവിക്കുമെന്ന്.**

— Chamath Palihapitiya
(ബില്ല്യണയർ ഇൻവെസ്റ്ററും ഫേസ്ബുക്കിന്റെ മുൻ വൈസ് പ്രസിഡണ്ടും)

ദ ഗോഡ്സ് മസ്റ്റ് ബി ക്രേസി അമേരിക്കൻ പുലിമുരുകൻ!

വാൾസ്ട്രീറ്റ് നീണാൾ വാഴട്ടെ!

ഒരുകാലത്ത്, ന്യൂയോർക്കായിരുന്നു ലോകത്തിന്റെ സാമ്പത്തിക കേന്ദ്രം, കാരണം അമേരിക്കയായിരുന്നു സാമ്പത്തികമായി ലോകത്ത് ഏറ്റവും മുകളിലുണ്ടായിരുന്നത്. ചൈനയുടെ ബിസിനസ് കേന്ദ്രം ഷാങ്ഹായ് ആയിരുന്നു, അത് ഇപ്പോൾ തന്നെ സ്വാധീനം ചെലുത്തി അമേരിക്കയെ തലകീഴായി മറിച്ചുതുടങ്ങി. 1990കളിലെ പീക്കിങ്ങിനെ അപേക്ഷിച്ച് അമേരിക്കയിലെ പബ്ലിക് കോർപ്പറേഷനുകളുടെ എണ്ണം തുടർച്ചയായി കുറയാൻ തുടങ്ങി. ഇതിനു നാം നന്ദി പറയേണ്ടത് പ്രൈവറ്റ് ഇക്വിറ്റി, മെർജറുകൾക്കും അക്വിസിഷനുകൾക്കും, ക്യാപ്പിറ്റൽ ഔട്ട്ഫ്ലോയ്ക്കുമാണ്, ഇതെല്ലാം ചേർന്ന് 7,000 കമ്പനികളെ 3,000ത്തിനു താഴെയായി കുറച്ചു. അതേസമയം, ചൈനീസ് ഓഹരി വിപണി സീറോയിൽ നിന്നും 4,000 വരെ വളർന്നു, അതും ഹോങ്കോങ്ങിലെ 2,500 ലിസ്റ്റഡ് കമ്പനികൾക്ക് പുറമെ എന്നോർക്കുക.

ചൈനീസ് കമ്പനികൾ, ഭാഗികമായെങ്കിലും സർക്കാർ ഫണ്ടുകളുപയോഗിച്ച്, യൂറോപ്യൻ കമ്പനികളെ വാങ്ങാൻ ശ്രമിക്കുകയാണെന്ന് നാം കാണണം. അവ ഏറ്റെടുക്കാൻ ചെലവു കുറവാണ് അല്ലെങ്കിൽ കൊറോണയുടെ വ്യാപനം കാരണം സാമ്പത്തിക ബുദ്ധിമുട്ടുകളനുഭവിക്കുകയാണ്... ഭാവിയിൽ സാമ്പത്തിക, സാമൂഹിക, രാഷ്ട്രീയ തലങ്ങളിൽ

നമ്മുടെ ഏറ്റവും വലിയ പ്രതിയോഗി ചൈനയായിരിക്കും... ചൈനയെ ഞാന് യൂറോപ്പിന്റെ തന്ത്രപരമായ പ്രതിയോഗിയായി കാണുന്നു, അതാകട്ടെ സമൂഹത്തിന്റെ സ്വേച്ഛാധിപത്യപരമായ മാതൃകയെ പ്രതിനിധീകരിക്കുന്നു, അതിന് വളര്ന്ന് പന്തലിച്ച് മുന്നിര ശക്തിയെന്ന നിലയില് നിന്നും അമേരിക്കയെ മാറ്റണം... അതിനാല് യൂറോപ്യന് യൂണിയന് ഒത്തൊരുമിച്ച് പ്രവര്ത്തിക്കണം അങ്ങനെ ചൈനീസ് ഷോപ്പിംഗ് ടൂറിന് അറുതി വരുത്തണം.

— മാൻഫ്രഡ് വെബർ

(യൂറോപ്യൻ യൂണിയൻ പാർലമെൻറിലെ EPP ഗ്രൂപ്പിംഗ് മേധാവി

(NPR ന്യൂസ് 5-17-20)

വ്യത്യസ്തമായ മറ്റൊരു കാലഘട്ടത്തിൽ, 1960ൽ, അമേരിക്കയുടെ സമ്പദ്വ്യവസ്ഥ ആഗോള ജി.ഡിപി.യുടെ 40% ആയിരുന്നു. കഷ്ടം, അതിപ്പോൾ PPPയിൽ 15%ത്തിനും താഴെയെത്തിയത് നാം കണ്ടു. അതേസമയം, ചൈനയുടെ ജി.ഡി.പി. കുതിച്ചുയരുകയാണ്, ഇപ്പോഴത് ആഗോള ജി.ഡി.പി.യുടെ 20%ത്തിൽ കൂടുതലാണ്. നമ്മുടെ ബുദ്ധിശൂന്യമായ കടുത്ത അത്യാഗ്രഹം ആ സൽപ്പേര് നശിപ്പിച്ചു. ഇപ്പോൾ നാം ഒത്തൊരുമിച്ച് പെട്ടെന്ന് പ്രവർത്തിച്ചില്ലെങ്കിൽ, നമ്മുടെ സാമ്രാജ്യവും എൻറർപ്രൈസ് അഥവാ വാണിജ്യവ്യവസ്ഥയുടെ നാളുകൾ എണ്ണപ്പെട്ടുകഴിഞ്ഞു - പ്രത്യേകിച്ചും നാം ലോകത്തിലെ മൊത്തം വാണിജ്യത്തിന്റെ 79.5% നിയന്ത്രിക്കുന്നുവെന്ന് പരിഗണിക്കുമ്പോൾ,സ നമ്മുടെ റിസർവ് കറൻസി സ്റ്റാറ്റസിന് നന്ദി (അമേരിക്കൻ ഡോളർ).[40]

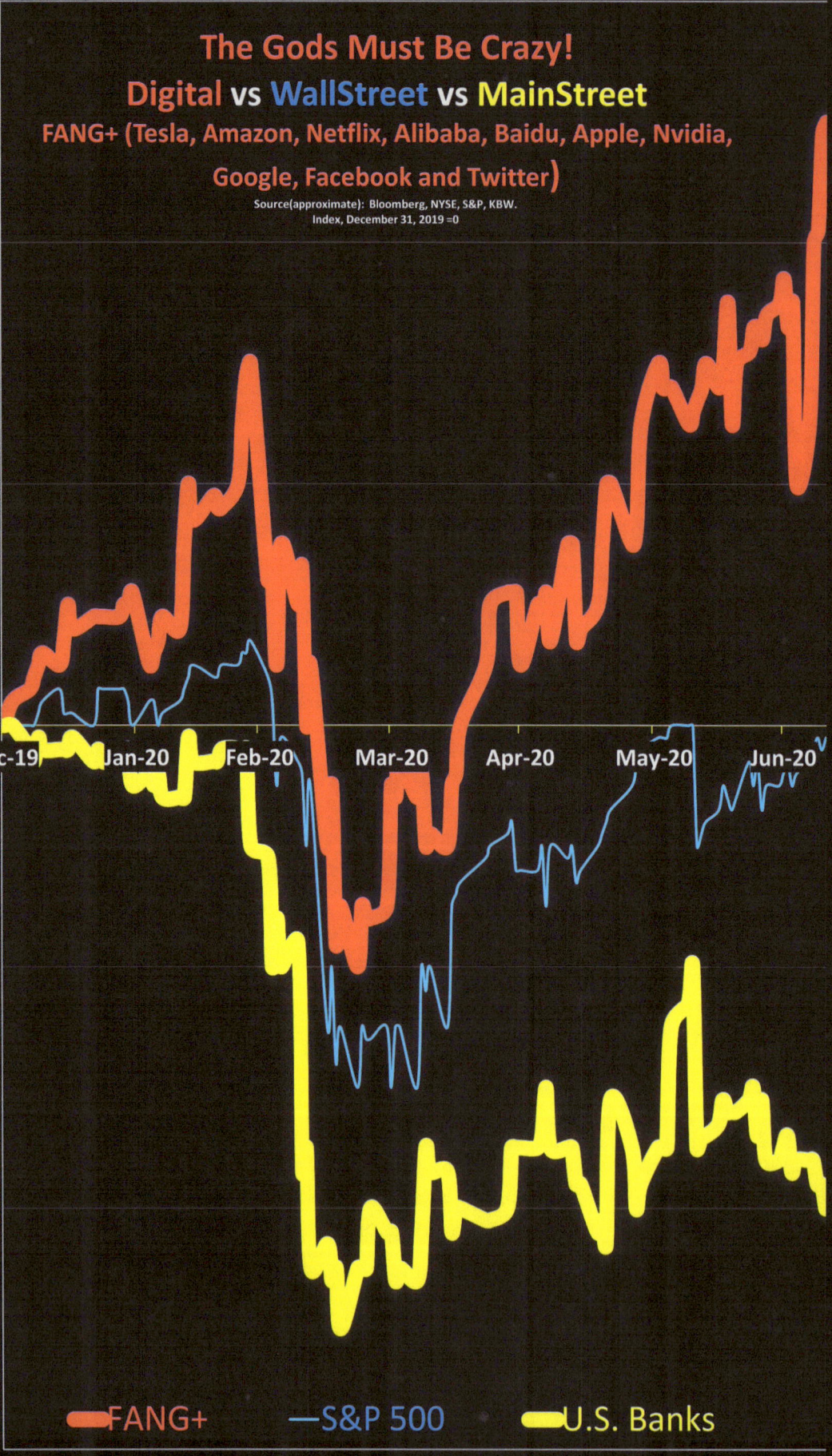

The Gods Must Be Crazy!
Digital vs WallStreet vs MainStreet
FANG+ (Tesla, Amazon, Netflix, Alibaba, Baidu, Apple, Nvidia, Google, Facebook and Twitter)
Source(approximate): Bloomberg, NYSE, S&P, KBW.
Index, December 31, 2019 =0
60
40
20
0
-20
-40
-60
Dec-19
Jan-20
Feb-20
Mar-20
Apr-20
May-20
Jun-20
FANG+
S&P 500
U.S. Banks

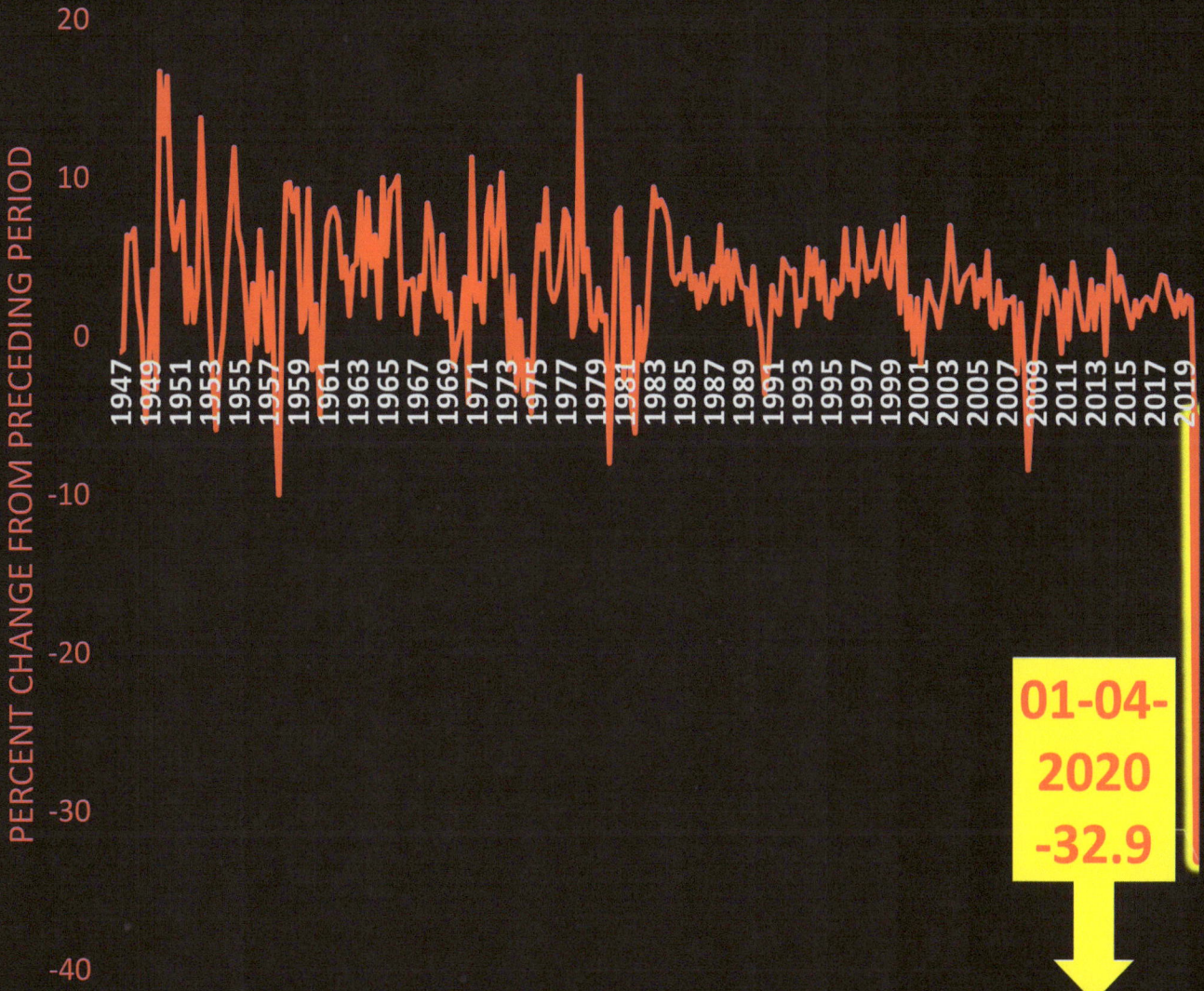

The Gods Must Be Crazy!
Real Gross Domestic Product
Source: U.S. Bureau of Economic Analysis(FRED, Q2 2020)
PERCENT CHANGE FROM PRECEDING PERIOD
20
10
0
-10
-20
-30
-40
1947
1949
1951
1953
1955
1957
1959
1961
1963
1965
1967
1969
1971
1973
1975
1977
1979
1981
1983
1985
1987
1989
1991
1993
1995
1997
1999
2001
2003
2005
2007
2009
2011
2013
2015
2017
2019
01-04-
2020
-32.9

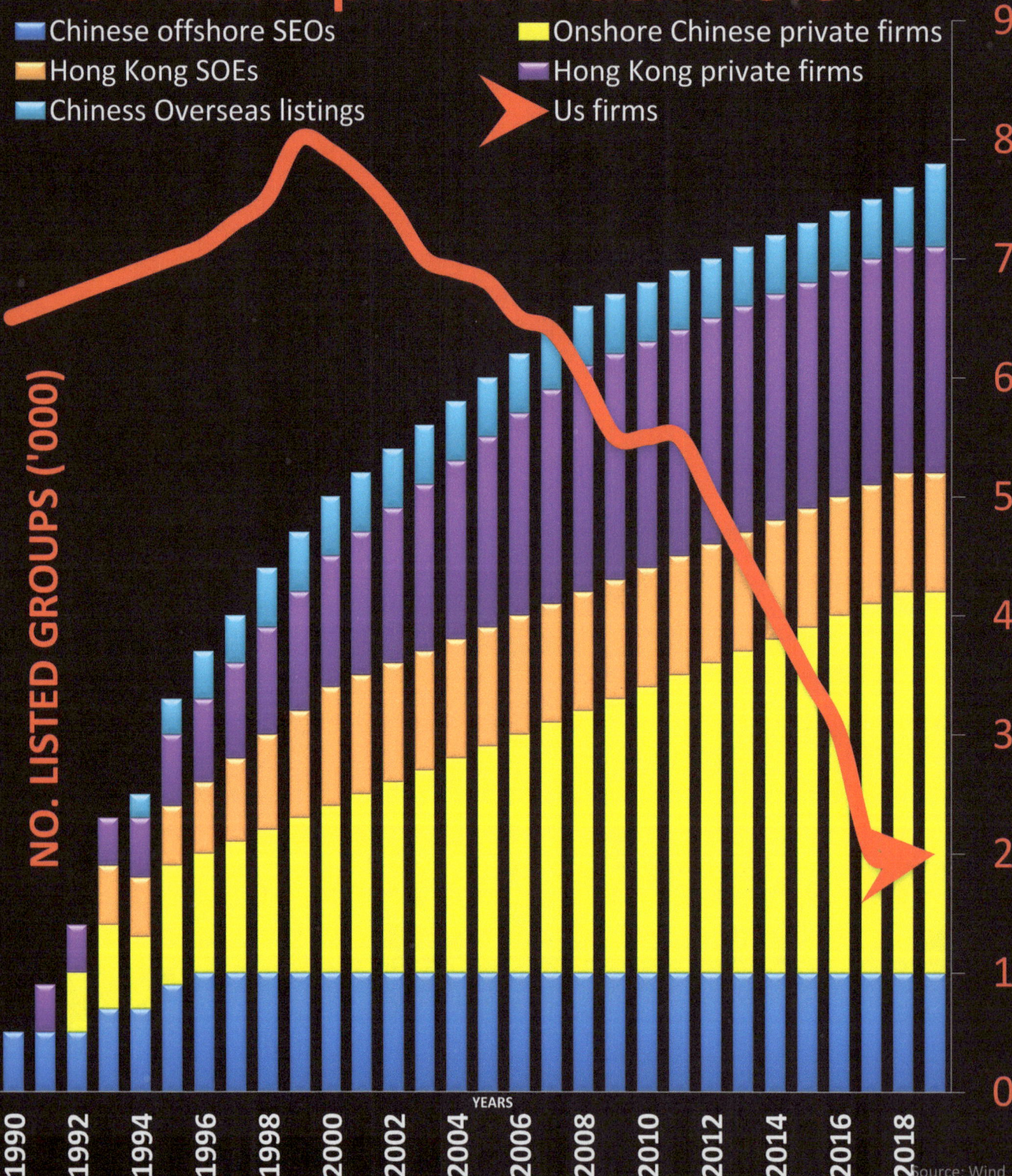

US Enterprises Black Hole?

- Chinese offshore SEOs
- Hong Kong SOEs
- Chiness Overseas listings
- Onshore Chinese private firms
- Hong Kong private firms
- Us firms

NO. LISTED GROUPS ('000)

YEARS

1990 1992 1994 1996 1998 2000 2002 2004 2006 2008 2010 2012 2014 2016 2018

Source: Wind

ദ ഗോഡ്സ് മസ്റ്റ് ബി ക്രേസി അമേരിക്കൻ പുലിമുരുകൻ!

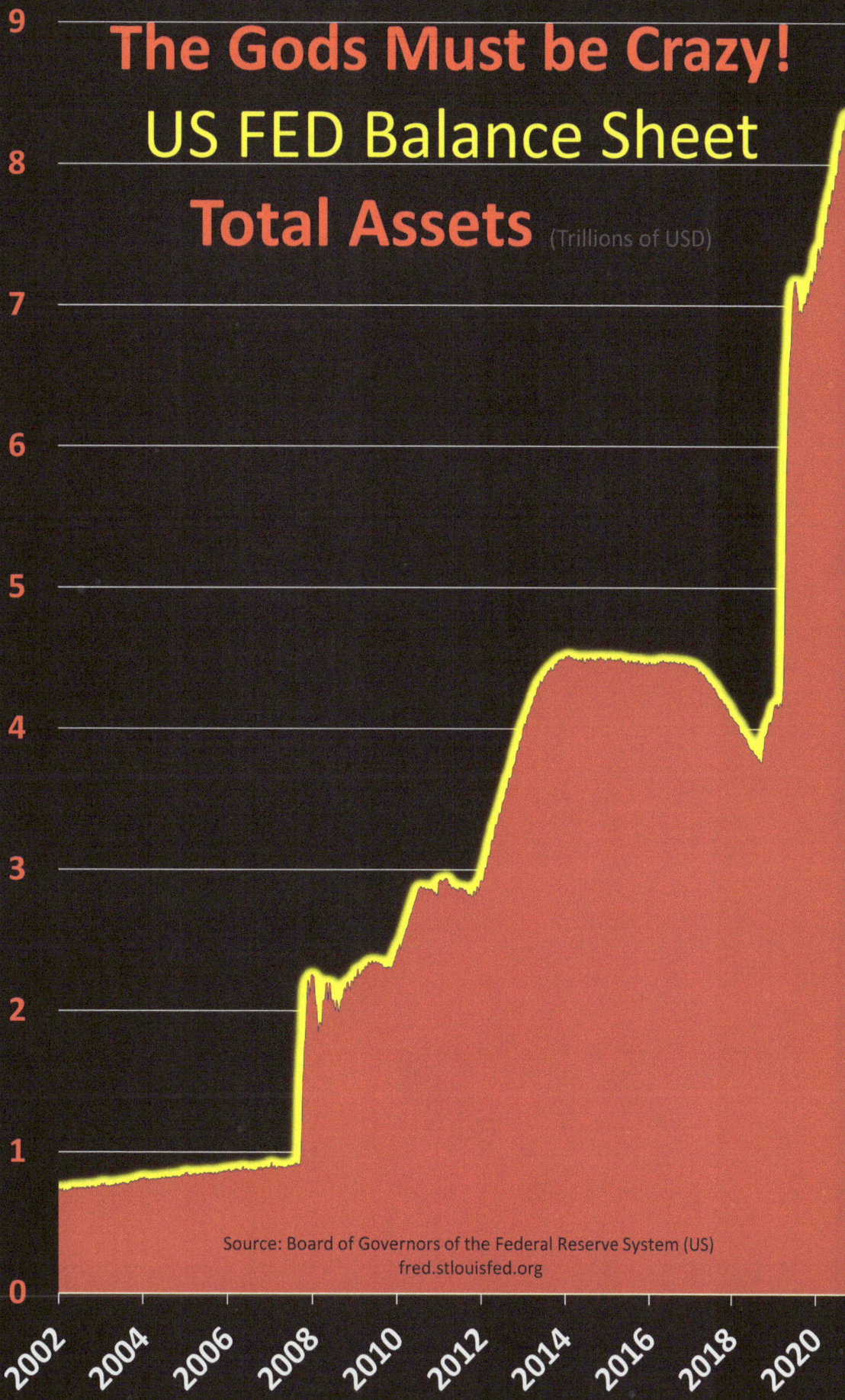

The Gods Must be Crazy!
US FED Balance Sheet
Total Assets (Trillions of USD)
9
8
7
6
5
4
3
2
1
0
Source: Board of Governors of the Federal Reserve System (US)
fred.stlouisfed.org
2002
2004
2006
2008
2010
2012
2014
2016
2018
2020

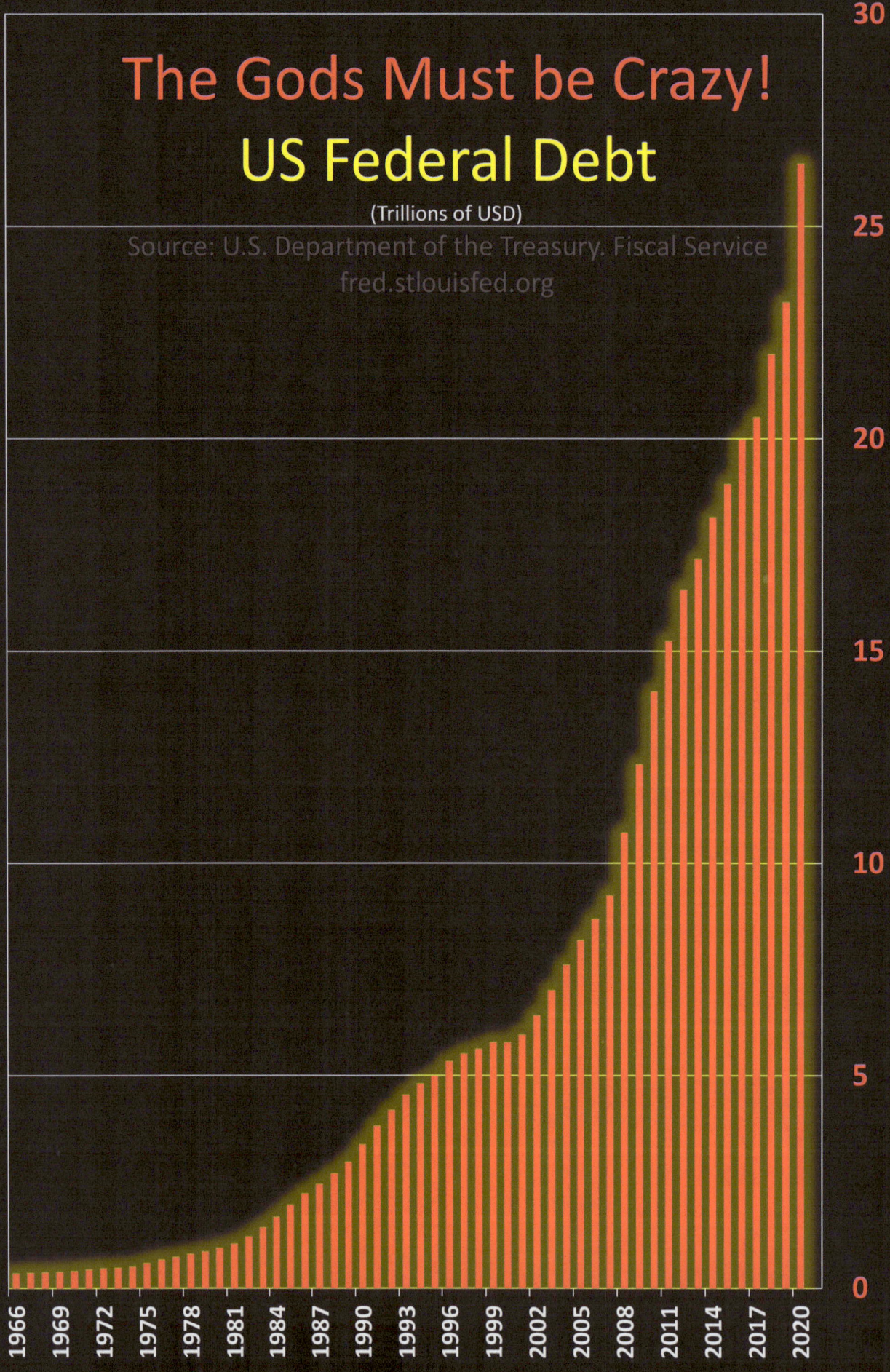

The Gods Must be Crazy!
US Federal Debt
(Trillions of USD)

Source: U.S. Department of the Treasury. Fiscal Service
fred.stlouisfed.org

ദ ഗോഡ്സ് മസ്റ്റ് ബി ക്രേസി അമേരിക്കൻ പുലിമുരുകൻ!

ഫോർത്ത് റീക്കിന്റെ ലോകം

ചുരുക്കത്തിൽ, പല എൻറർപ്രൈസുകളുടേയും നില ഒരുകൂട്ടം പ്രവർത്തനരഹിതമായ ഫ്രാങ്കൻസ്റ്റീൻ രക്തരക്ഷസുകളെപ്പോലെ, അതും രണ്ടാംലോകമഹായുദ്ധ കാലത്തെ പാശ്ചാത്യ ദന്തഗോപുരത്തിൽ നിന്നുള്ള തലകീഴായ ഒരു പറ്റം വയസ്സൻമാരുടെ സംഘം നയിക്കുന്നതാണെങ്കിലോ. ലോകം മാറിക്കഴിഞ്ഞു, ഇന്ന് മിക്കവാറും എല്ലാ വിപണികളുടേയും വളർച്ച 7.8 ബില്ല്യൺ വരുന്ന ലോകജനതയുടെ 96% ജീവിക്കുന്നിടത്താണ്. ദന്തഗോപുരത്തിലെ പണ്ഡിതന്മാർ ചെയ്ത തെറ്റ് അവർ പിരമിഡിന്റെ മുകൾഭാഗം മാത്രമേ നോക്കിയുള്ളൂ എന്നതാണ്. നമ്മൾ ബിസിനസിനെ താഴെ നിന്നും മുകളിലേക്ക് എന്ന വീക്ഷണത്തിൽ പുനസംഘടിപ്പിക്കണം.

1990കളിൽ അമേരിക്കൻ കോടീശ്വരനും വ്യവസായിയുമായ ജോർജ്ജ് സോറോസ് തന്റെ സ്വത്തിന്റെ ഒരു ചെറിയ ഭാഗം ഉപയോഗിച്ച് ബാങ്ക് ഓഫ് ഇംഗ്ലണ്ടിനെ £3.3 ബില്ല്യൺ[41] നഷ്ടത്തിലേക്ക് തള്ളിവിട്ട് ഏഷ്യയിലെ സാമ്പത്തിക പ്രതിസന്ധിക്ക് കാരണക്കാരനായി.[42] ഓക്സ്ഫാമിന്റെ കണക്കനുസരിച്ച് ആപ്പിളിനു മാത്രം $200 ബില്ല്യൺ വരുന്ന വിദേശ ഫണ്ടുകളുണ്ട്, അതേ സമയം യു.കേ.യിലെ ഫോറിൻ എക്സ്ചേഞ്ചിന്റെ റിസർവ് $180 ബില്ല്യണിലും താഴെയാണ്. അമേരിക്കയുടേത് $130 ബില്ല്യണിൽ താഴെയെങ്കിൽ ചൈന $3000 ബില്ല്യൺ വരുന്ന തേൻകിണ്ണത്തിലാണിരിക്കുന്നത്. ഈ ഗ്രാഫിൽ താങ്കൾക്ക് കാണാവുന്നതു പോലെ, അമേരിക്കയുടെ ഫെഡറൽ റിസർവ് ബാലൻസ് ഷീറ്റ് മൂന്നു മാസത്തിനുള്ളിൽ ഇരട്ടിയായത് മൂന്ന് ട്രില്ല്യൺ കടം ചേർത്തുകൂട്ടിയിട്ടാണ്.

ഇന്നല്ലെങ്കിൽ നാളെ, കോഴികൾ കൂട്ടിൽ ചേക്കേറാൻ വരും. അമേരിക്കയുടെ $25 ട്രില്ല്യൺ കടത്തിലെ എത്ര ഡോളറുകൾ വേണം (ഇതിൽ ചൈനീസ്, റഷ്യൻ, സൗദി ഹോൾഡിംഗുകൾ ഉൾപ്പെടും) വെസ്റ്റേൺ ക്യാപ്പിറ്റലിസം എൻറർപ്രൈസിന്റെ നടുവൊടിക്കാൻ?

നമ്മൾ ഇരുപത്തിരണ്ടാം നൂറ്റാണ്ടിലെ ഡിജിറ്റൽ യുഗം നിർമ്മിച്ചില്ലെങ്കിൽ, നോഹയുടെ നവയുഗ എൻറർപ്രൈസ് പെട്ടകം, നമ്മൾ മാൻ ഇൻ ദ ഹൈ കാസിലിലെ[43] മനുഷ്യന്റെ അടിമകളാകാൻ ഇനി താമസമില്ല, അത് അമേരിക്കൻ ഫാക്ടറി[44] എന്ന നെറ്റ്ഫ്ലിക്സ് ഡോക്യുമെൻററി പോലിരിക്കും. മിക്കവാറും കൊറോണ വൈറസായിരിക്കും ഫോർത്ത് റീക്കിന്റെ ട്രോജൻ കുതിര..

വ്യവസായ സംരംഭങ്ങളുടെ ഇന്നത്തെ അവസ്ഥ

ദേഷ്യം ചിലപ്പോൾ സന്തോഷമായി മാറും; തൊന്തരവ് സംതൃപ്തിയായി മാറിയേക്കാം. പക്ഷെ ഒരിക്കൽ ശിഥിലമായ ഒരു സാമ്രാജ്യം പിന്നീടൊരിക്കലും പഴയ പ്രതാപം തിരിച്ചുപിടിക്കില്ല; ചത്തതിന് ജീവൻ തിരിച്ചുകിട്ടില്ല. ആകയാൽ പരിജ്ഞാനമുള്ള ഭരണാധികാരി ശ്രദ്ധാലുവായിരിക്കും, നല്ല പട്ടാളമേധാവി കരുതലോടുമിരിക്കും. ഇതത്രേ ഒരു രാജ്യത്ത് സമാധാനം നിലനിർത്താനും പട്ടാളത്തെ കേടുകൂടാതെ നിലനിർത്താനുമുള്ള വഴി.

സൺ ത്സുവിന്റെ യുദ്ധകല (476–221 BC)

ചുരുക്കത്തിൽ, പല എൻറർപ്രൈസുകളുടേയും നില ഒരുകൂട്ടം പ്രജ്ഞയറ്റ രക്തരക്ഷസുകളെപ്പോലെ, അതും രണ്ടാംലോകമഹായുദ്ധ കാലത്തെ പാശ്ചാത്യ ദന്തഗോപുരത്തിൽ നിന്നുള്ള തലകീഴായ ഒരു പറ്റം വയസ്സൻമാരുടെ സംഘം നയിക്കുന്നതാണെങ്കിലോ. നിർഭാഗ്യവശാൽ, ലോകം മുന്നിലേക്ക് നീങ്ങിക്കഴിഞ്ഞു, ഇന്ന്, നേരത്തെ സൂചിപ്പിച്ചതുപോലെ മിക്കവാറും എല്ലാ വിപണികളുടേയും വളർച്ച 7.8 ബില്ല്യൺ വരുന്ന ലോകജനതയുടെ 96% ജീവിക്കുന്നിടത്താണ്. നമ്മുടെ പക്കലുള്ളത് വളരെച്ചുരുക്കും ഓഹരികൾ മാത്രമാണ് കൂടാതെ ഈ സാഹചര്യത്തെ നാം വേണ്ടവിധം മനസ്സിലാക്കിയിട്ടുമില്ല, ചൈനയാകട്ടെ ഇത് മുതലെടുത്ത് അതിന്റെ സാമ്പത്തിക ഡിജിറ്റൽ കോളനിവൽക്കരണവും മെച്ചപ്പെടുത്തുന്നു. നമ്മുടെ വ്യവസായ സംരംഭങ്ങളെ അടിമുതൽ മുടിവരെ എന്ന വീക്ഷണത്തിൽ പുനഃസംഘടിപ്പിക്കേണ്ടതുണ്ട്. IVYയുടെ ഇടനാഴികളിൽ നിന്നുള്ള നമ്മുടെ മേധാവികൾ പിരമിഡിന്റെ മുകളിലേക്ക് നോട്ടമിട്ടതാണ് തെറ്റ്. ഒരു ഉദാഹരണം (എന്റെ അനുഭവത്തിൽ നിന്നും):

The Gods Must Be Crazy!
Gaggle of Financial-Engineering Frogs in Debt
Nonfinancial Corporate Business; Debt Securities; Liability, Level (Trillion $)
Source: Board of Governors of the Federal Reserve System(FRED, Q1 2021)
2
1
0

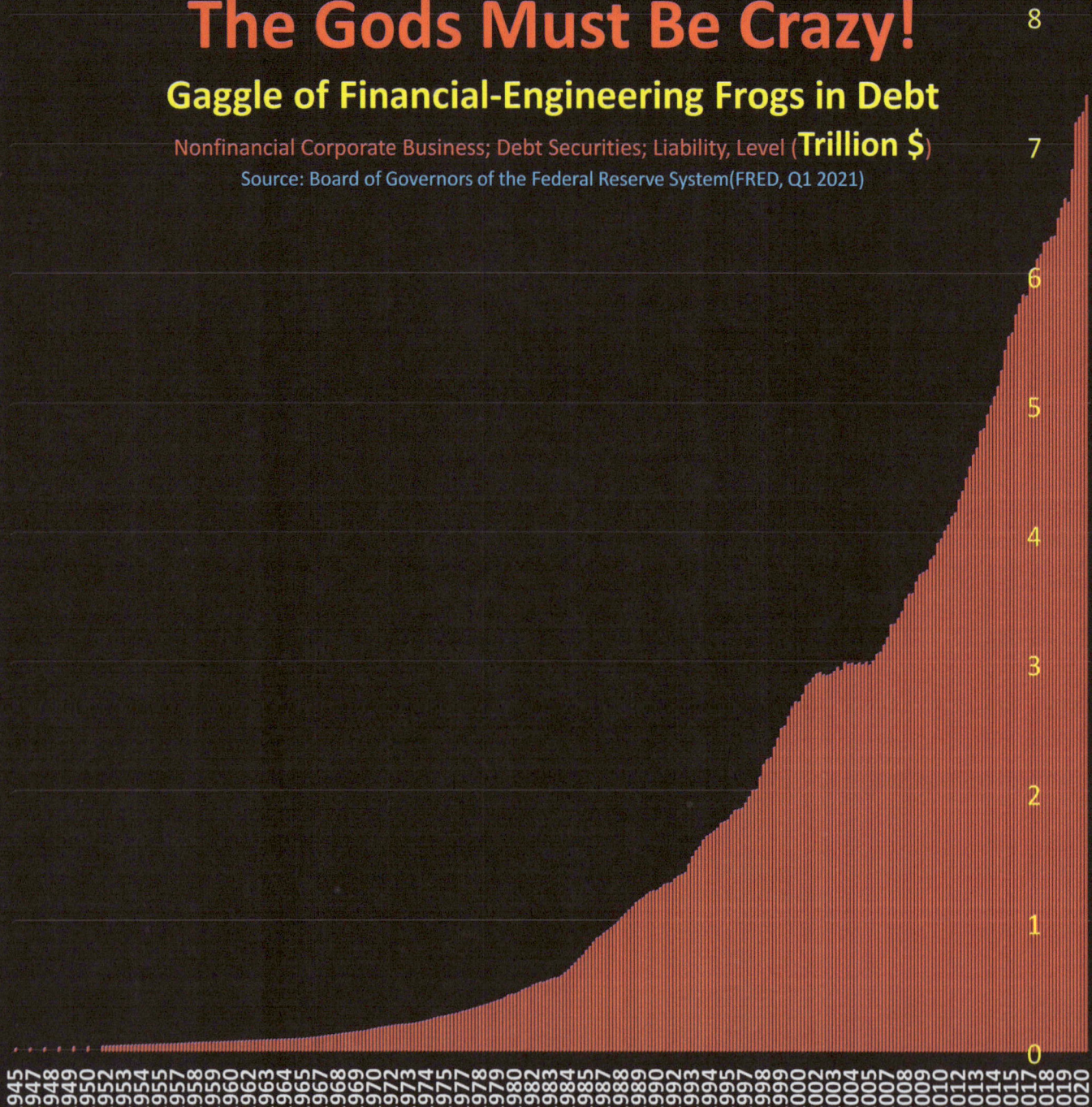

"Alice: Would you tell me, please, which way I ought to go from here? CAT: THAT DEPENDS A GOOD DEAL ON WHERE YOU WANT TO GET TO. Alice: I don't much care where. CAT: THEN IT DOESN'T MUCH MATTER WHICH WAY YOU GO "
— Alice in Wonderland

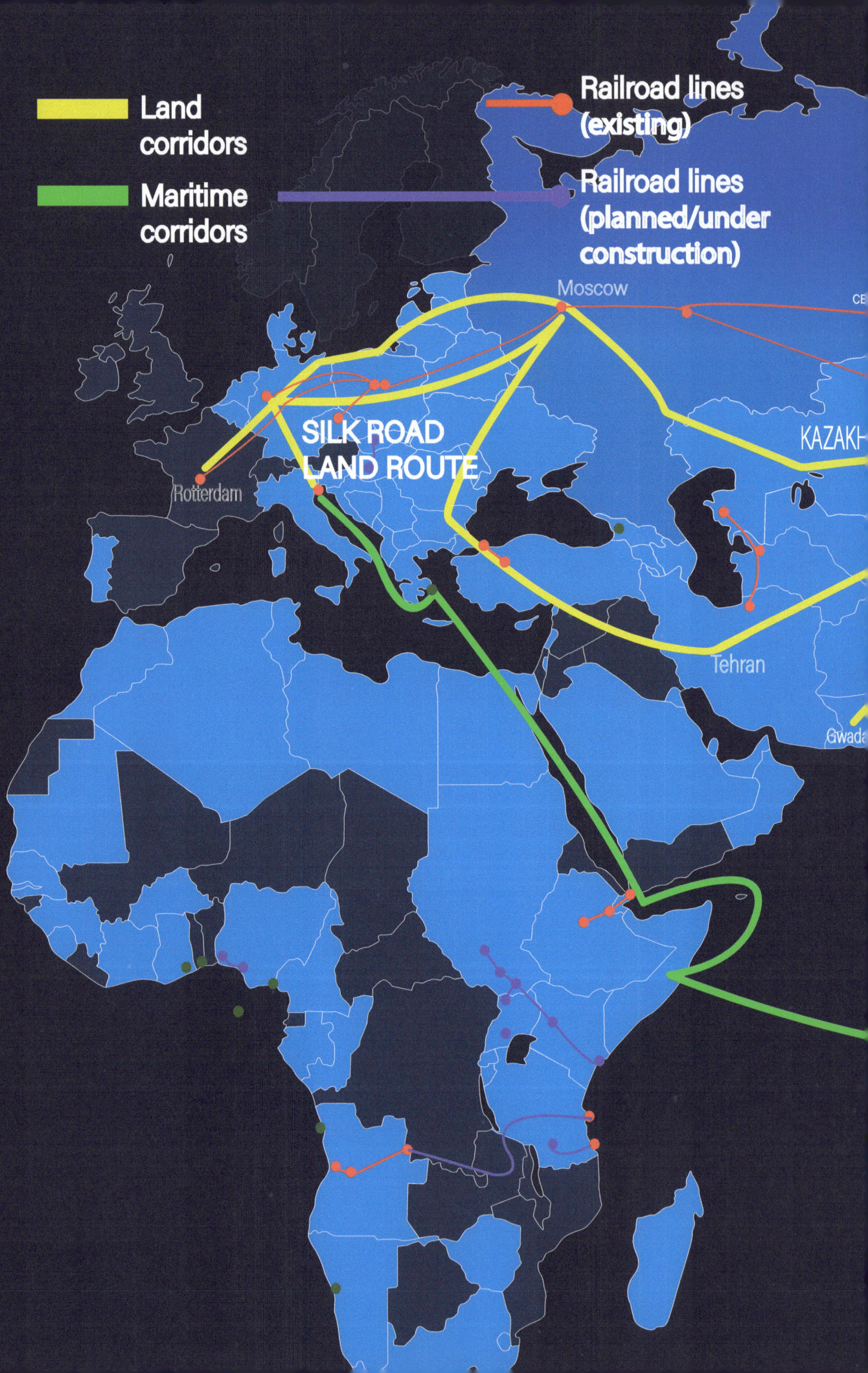

Land corridors

Maritime corridors

Railroad lines (existing)

Railroad lines (planned/under construction)

Moscow

CE

KAZAKH

SILK ROAD
LAND ROUTE

Rotterdam

Tehran

Gwada

Ports with Chinese engagement (existing)

Ports with Chinese engagement (planned/under construction)

RUSSIA

XINJIANG REGION

Mongolia

Imaty

CHINA

Xian

INDIA

Kolkata

MYANMAR

Kuala Lumpur

SILK ROAD SEA ROUTE

As of 2013, 82% of China's oil imports and 20% of its gas imports pass through the Strait of Malacca

- ★ സ്റ്റേക്ക് ഹോൾഡർ' ന്റെയർഥത്തിൽ എന്നറിയപ്പെടുന്ന സൂത്രക്കാരാണ് ഇന്ന് കാണുന്ന സാധാരണ വ്യവസായ സംരംഭങ്ങളുടെ 75% ഐടി ആർക്കിടെക്ച്ചർ ചെയ്തത്; കിണറ്റിലെ തവളകൾ, കടുക് ചോരുന്നതേ കാണൂ ആന ചോരുന്നത് കാണില്ല എന്ന മട്ടിലാണ് ചീഞ്ഞ രാഷ്ട്രീയത്തിന്റെ അഹന്ത പേറുന്ന ഫൈനാൻസ്, ബിസിനസ്, ഐ.ടി., ഇംപ്ലിമെൻറേഷൻ പങ്കാളികൾ, വിദേശ വ്യാപാരികൾ, ബിഗ് 4 PPTകൾ...
- ★ സമ്പത്ത് വലുതാകുന്തോറും (കമ്പനിയുടെ സൈസ്), അത്രത്തോളം അഭികാമ്യമല്ലാത്ത സംരംഭമാകും.
- ★ മിക്ക വ്യവസായസംരംഭ ആർക്കിടെക്ച്ചറുകൾക്കും >75% ഭ്രാന്തുപിടിച്ചിരിക്കുകയാണ്.
- ★ ശേഷിച്ച സാധാരണ വ്യവസായ സംരംഭങ്ങളിൽ >75% പ്രജ്ഞയറ്റ രക്തരക്ഷസുകളെപ്പോലെ പ്രവർത്തന രഹിതമാകാൻ കാരണമാകുന്നത് M&A, റിവേഴ്സ് മെർജറുകൾ, TESCM, BPO, ട്രാൻസ്ഫോർമേഷനുകൾ, ലേ ഓഫുകൾ, ഔട്ട്സോഴ്സിംഗ് പോലുള്ള കടുത്ത ഫിനാൻഷ്യൽ എൻജിനിയറിംഗാണ്.
- ★ സാധാരണ വ്യവസായ സംരംഭങ്ങളിൽ >75% ഇന്നും രണ്ടാംലോകമഹായുദ്ധ കാലത്തിനും മുൻപുള്ള ഘടനയിലാണുള്ളത്, മറ്റൊരർത്ഥത്തിൽ പറഞ്ഞാൽ, ഈ ഘടന ഡിജിറ്റൽ യുഗത്തിനു ചേരുന്നതേയല്ല. ഐടി, പരമ്പരാഗത അക്കൗണ്ടിംഗ് പോലുള്ള മിക്ക ബിസിനസ് ജോലികളും (പ്രത്യേകിച്ചും ആവർത്തിച്ചുവരുന്ന) ഇനിയങ്ങോട്ട് ക്ലൗഡ് ആർട്ടിഫിഷ്യൽ ഇൻറലിജൻസ് ബോട്ടുകൾ ഉപയോഗിച്ച് ഓട്ടോമേഷനു വഴിമാറാനിരിക്കുന്നു. ഐടി/ബിസിനസ് സംവിധാനങ്ങൾ ഇനിയുള്ള കാലം ട്രാൻസാക്ഷണൽ–>ഓപ്പറേഷണൽ–>പ്രെഡിക്ടീവ് അനലിറ്റിക്സ് ആർട്ടിഫിഷ്യൽ ഇൻറലിജൻസ് ബോട്ടുകളുടേതാണ് (റോബോട്ടിക് ഓട്ടോമേഷൻ ഇൻ ക്ലൗഡ്).

ചൈനയാകട്ടെ തട്ടിക്കൂട്ടിയ വ്യവസായ സംരംഭങ്ങളെ താങ്ങി നിർത്താനായി ട്രില്ല്യൺ കണക്കിന് ഡോളർ ചെലവിടുന്നതിനാൽ CCP (കമ്മ്യൂണിസ്റ്റ് പാർട്ടി ഓഫ് ചൈന) 2025ൽ പൂർത്തിയാക്കാനായി 2015ൽ നിർദ്ദേശിച്ച ലക്ഷ്യങ്ങൾ ഏറെക്കുറെ പൂർത്തികരിച്ചു കഴിഞ്ഞു. 5G, സാങ്കേതിക അടിസ്ഥാനസൗകര്യങ്ങൾ, ഏറോസ്പേസ്, സെമി കണ്ടക്ടറുകൾ പോലുള്ള മേഖലകളിൽ നിന്നും അവർ പാശ്ചാത്യ പ്രതിയോഗികളെ നിഷ്കരുണം പുറത്താക്കിക്കഴിഞ്ഞു. ഉൽപന്നങ്ങൾക്കും സേവനങ്ങൾക്കും വിദേശ വിതരണക്കാരിൽ നിന്നും മുക്തി നേടാനും അവർക്ക് സാധിച്ചിട്ടുണ്ട്.

ഇന്ന് പാശ്ചാത്യ വ്യവസായസംരംഭങ്ങളുടെ പ്രീ-WWW (വേൾഡ് വൈഡ് വെബ്) ഘടന ദുരുപയോഗത്തിലൂടെ കാലഹരണപ്പെട്ടിരിക്കുന്നു. പൂർവസ്ഥിതി പ്രാപിക്കാനുള്ള കഴിവ് നഷ്ടപ്പെട്ടതിനാൽ അവയൊന്നും ഇനി കിഴക്കു നിന്നുള്ള സംരംഭങ്ങളുമായി മത്സരിക്കാൻ കെല്പുള്ളവയല്ല. വാഷിംഗ്ടൺ ഡി.സി.യിലെ അഴിമതി നിറഞ്ഞ സംവിധാനങ്ങൾ കാരണമാണ് നാമിന്ന് ഈ വെല്ലുവിളികൾ നേരിടേണ്ടി വരുന്നത്. ഗോർഡൻ ഗെക്കോയുടെ പ്രൈവറ്റ് ഇക്വിറ്റിയും കോർപ്പറേറ്റ് സഞ്ചാരികളും (ചൈനയുടെ സാമ്പത്തിക പിന്തുണയോടുള്ളവ) ട്വിറ്ററിലൂടെ പ്രചോദനം നേടുന്ന വാൾസ്ട്രീറ്റ് അൽഗോരിതങ്ങളും, ഇതിന്റെയെല്ലാം ഫലമായി ഉണ്ടാകുന്ന അമിതമായ സാമ്പത്തിക തിരിമറികളും.

നമ്മുടെ നേതാക്കന്മാർ യാഥാർത്ഥ്യത്തിൽ നിന്നും പിടിവിട്ടവരാണ്. അവരുടെ കുത്തഴിഞ്ഞ ക്യാപ്പിറ്റലിസത്തിന്റെ പ്രാചീന കോട്ടകൊത്തളങ്ങളിലിരുന്ന് സാമ്പത്തിക പദ്ധതികൾക്ക് രൂപം കൊടുക്കുന്ന തിരക്കിലാണവർ.

"ഭൗതികമായ സാമ്പത്തിക മാന്ദ്യത്തിന്റെ സാഹചര്യത്തിൽ- അത് ആഗോള സാമ്പത്തിക പ്രതിസന്ധിയുടെ കാഠിന്യത്തിന്റെ പാതിയോളം വരും, കോർപ്പറേറ്റ് ഡെറ്റ്-അറ്റ്-റിസ്ക് (വരുമാനംകൊണ്ട് പലിശച്ചെലവുകൾ വഹിക്കാൻ കഴിയാത്ത സ്ഥാപനങ്ങളിൽ നിന്നു കിട്ടാനുള്ള കടം) $19 ട്രില്ല്യൺ വരെ ഉയർന്നേക്കാം - അല്ലെങ്കിൽ പ്രതിസന്ധിയുടെ നിലയുടെ മുകളിൽ, സുപ്രധാന സമ്പദ്‌വ്യവസ്ഥകൾ നേരിടുന്ന ആകെ കോർപ്പറേറ്റ് ഡെറ്റിന്റെ 40 ശതമാനത്തോളം."

ഗ്ലോബൽ ഫിനാൻഷ്യൽ സ്റ്റബിലിറ്റി റിപ്പോർട്ട് ഐ. എം.എഫ് (2019) [46]

ഇന്നത്തെ വലിയ സംരംഭങ്ങൾ മിക്കവയും M&A, റിവേഴ്സ് മെർജറുകൾ, ഇൻവർഷൻ, TESCM, BPO, ട്രാൻസ്പോർമേഷൻ, ലേ ഓഫ്, ഔട്ട്സോഴ്സിംഗ് പോലുള്ള കടുത്ത ഫിനാൻഷ്യൽ എൻജിനീയറിംഗ് രീതികൾ കാരണം ജീവച്ഛവങ്ങളായ വ്യവസായസംരംഭ സമുച്ചയങ്ങളാണ്. ഇവയിൽ തന്നെ മിക്ക സംരംഭങ്ങളും ഒടുവിൽ അവരുടെ തലവിധി ചൈനീസ് ഇൻറലക്ച്വൽ പ്രോപ്പർട്ടി (ഐപി) കഴുകന്മാർക്ക് വിട്ടുകൊടുക്കുന്നുവെന്ന് താഴെക്കൊടുത്ത ചാർട്ടിൽ നിന്നും മനസ്സിലാക്കാം:

ചൈനീസ് കമ്പനികൾ, ഭാഗികമായെങ്കിലും സർക്കാർ ഫണ്ടുകളുപയോഗിച്ച്, യൂറോപ്യൻ കമ്പനികളെ വാങ്ങാൻ ശ്രമിക്കുകയാണെന്ന് നാം കാണണം. അവ ഏറ്റെടുക്കാൻ ചെലവു കുറവാണ് അല്ലെങ്കിൽ കൊറോണയുടെവ്യാപനം കാരണം സാമ്പത്തിക ബുദ്ധിമുട്ടുകളനുഭവിക്കുകയാണ്...ഭാവിയിൽ സാമ്പത്തിക, സാമൂഹിക, രാഷ്ട്രീയ തലങ്ങളിൽ നമ്മുടെ ഏറ്റവും വലിയ പ്രതിയോഗി ചൈനയായിരിക്കും...

ചൈനയെ ഞാന് യൂറോപ്പിന്റെ തന്ത്രപരമായ പ്രതിയോഗിയായി കാണുന്നു, അതാകട്ടെ സമൂഹത്തിന്റെ സ്വേച്ഛാധിപത്യപരമായ മാതൃകയെ പ്രതിനിധീകരിക്കുന്നു, അതിന് വളര്ന്ന് പന്തലിച്ച് മുന്നിര ശക്തിയെന്ന നിലയില് നിന്നും അമേരിക്കയെ മാറ്റണം ....

അതിനാല് യൂറോപ്യന് യൂണിയന് ഒത്തൊരുമിച്ച് പ്രവര്ത്തിക്കണം അങ്ങനെ ചൈനീസ് ഷോപ്പിംഗ് ടൂറിന് അറുതി വരുത്തണം.

മാൻഫ്രഡ് വെബർ
(യൂറോപ്യൻ യൂണിയൻ പാർലമെൻറിലെ EPP ഗ്രൂപ്പിംഗ് മേധാവി
(NPR ന്യൂസ് 5-17-20))

The Gods Must be Crazy!
Typical Empire Rise & Fall

Excessive Financial Engineering

- Penny-Wise, Pound-Foolish Accounting
- Executive Pay on Short-Termism
- BIG4 Consultants PRICE2/PMBOK/SCRUM
- BPR Benchmarking
- Contract MFG
- Transformation
- Layoffs
- IP Vultures (CHINA)

TQM/ISO

Cost Cutting (Especially R&D)

SIX SIGMA

Business Process Outsourcing (BPO)
Transfer Pricing, Reverse Mergers, etc.

TAX Effective Supply Chain Management

Restructuring

"Quick wins" , "Low-hanging fruit" ,
"Delta" , "Lean" , etc.

Stock Buyback

PE Leveraged Buyout

Chapter 11

Time

- IPO (Wall Street)
- 2nd GEN Entrepreneur
- 1st GEN Entrepreneur

Resilience Engineering

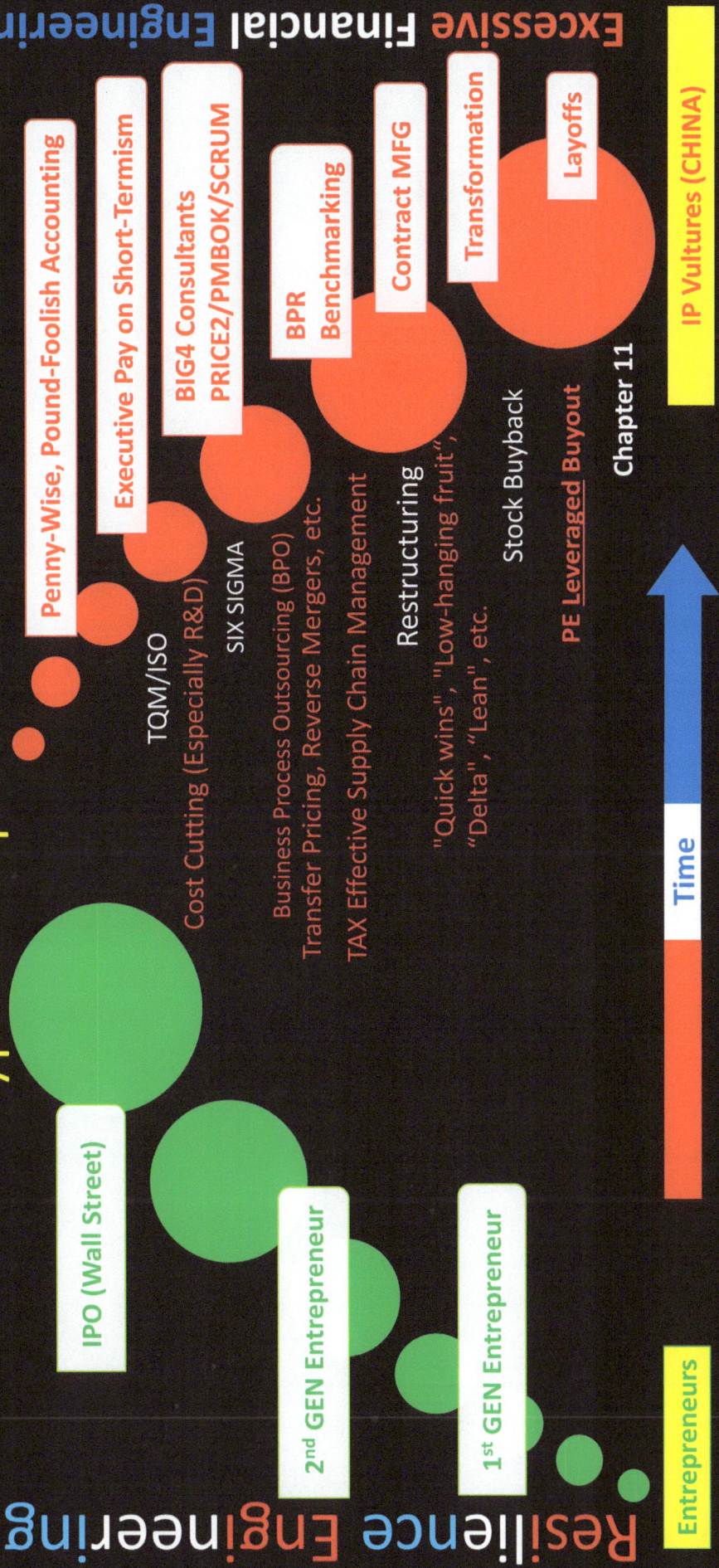

Entrepreneurs

Ay Yi Yai Yi! We are in the middle of The New World Order!

ദ ഗോഡ്സ് മസ്റ്റ് ബി ക്രേസി അമേരിക്കൻ പുലിമുരുകൻ![47]

കമ്മ്യൂണിസത്തിന്റെ ഈറ്റില്ലം മുതൽ ക്യാപ്പിറ്റലിസത്തിന്റെ ശവക്കല്ലറ വരെയുള്ള എന്റെ യാത്ര.

ശത്രുവിനെ അറിഞ്ഞിരിക്കുന്നത് കടന്നാക്രമണം നടത്താൻ താങ്കളെ പ്രാപ്തനാക്കും, പ്രതിരോധിക്കണമെങ്കിൽ താങ്കൾ താങ്കളെത്തന്നെ അറിഞ്ഞിരിക്കണം. ആക്രമണമാണ് പ്രതിരോധത്തിന്റെ രഹസ്യം; പ്രതിരോധമെന്നത് ആക്രമണം ആസൂത്രണം ചെയ്യുന്നതാണ്.

സൺ ത്സൂവിന്റെ യുദ്ധകല (476–221 BC)

ഞാനൊരു കുറ്റസമ്മതം നടത്തിയേക്കാം; ഇന്ത്യയിൽ ദൈവത്തിന്റെ സ്വന്തം നാട് എന്നറിയപ്പെടുന്ന കേരളത്തിലെ സോഷ്യലിസ്റ്റു ചിന്താഗതിക്കാരായ മാതാപിതാക്കളുടെ മുടിയനായ ക്യാപ്പിറ്റലിസ്റ്റിക് കൗബോയ് പുത്രനാണ് ഞാൻ. യൂറോപ്യൻ കോഴനിവാഴ്ചക്കാർ കൊണ്ടുവന്ന മിഷണറിമാർ നടത്തുന്ന കത്തോലിക്കൻ സ്കൂളുകൾക്ക് നന്ദി, കേരളത്തിൽ അര നൂറ്റാണ്ടിനു മുൻപു തന്നെ ജനാധിപത്യപരമായി കമ്മ്യൂണിസ്റ്റ് മന്ത്രിസഭ അധികാരത്തിലേറിയിരുന്നു, മാർക്സ്, ലെനിൻ, സ്റ്റാലിൻ, ചേഗുവേര എന്നിവരെ ജനങ്ങൾ സൂപ്പർഗോഡ് പരിവേഷത്തിൽ ആരാധിച്ചുപോരുന്നു. ഞങ്ങൾ ഇടത്തരക്കാരായിരുന്നിട്ടും, മാതാപിതാക്കൾ അധ്യാപകരായിരുന്നിട്ടും അക്കാലത്ത് അവർക്ക് അവധിക്കാലം ആഘോഷിക്കാനുള്ള ഭാഗ്യമുണ്ടായിരുന്നില്ല, അതിനാൽ എന്റെ സ്കൂൾവിദ്യാഭ്യാസകാലത്ത് ഡാഡിയുടെ കോളേജ് ലൈബ്രറിയിൽ ചെന്നിരുന്ന് പാശ്ചാത്യ യാത്രാവിവരണങ്ങൾ വായിച്ചാണ് ഞാൻ അവധിക്കാലം ചെലവഴിച്ചിരുന്നത്.

ഞങ്ങളുടെ വീട്ടിൽ ടി.വി. ഉണ്ടായിരുന്നില്ല, അവർ എന്നെ തിയേറ്ററിലേക്ക് കൂട്ടിക്കൊണ്ടുപോയി കാണിച്ച ഒരേ ഒരു സിനിമ ഗാന്ധി മാത്രമായിരുന്നു. എന്തൊരു വിരോധാഭാസം, ഒടുവിൽ ഞാൻ ലോകത്തിലെ നമ്പർ വൺ സിനിമാ പ്രദർശന കമ്പനിയായ എഎംസി തിയേറ്റേഴ്സിന്റെ EPM (എൻറർപ്രൈസ് പെർഫോർമൻസ് ആർക്കിടെക്ട്) ശില്പിയായി മാറി. അതിന്റെ ഉടമ ഒരു കാലത്ത് ചൈനയിലെ ഏറ്റവും വലിയ ധനികരിലൊരാളായിരുന്നു. എന്റെ മോചനത്തിന്റെ ഫലമായി, അല്ലെങ്കിൽ ഒരുപക്ഷേ കഴിഞ്ഞ രണ്ടു ദശകങ്ങളോടുള്ള എന്റെ പകവീട്ടലിന്റെ ഭാഗമായി, ഞാൻ പണം ധൂർത്തടിച്ചു, അതും എന്റെ കഠിനാദ്ധ്വാനിയായ ഭാര്യ ഉണ്ടാക്കിയ പണം. ഇരുപതോളം രാജ്യങ്ങളിലെ വനാന്തരങ്ങളിലൂടെ എന്റെ ക്യാമറയുമേന്തി നടന്ന് തുലച്ചു. കംബോഡിയയിലെ കൊലക്കളങ്ങൾക്കരുകിലുണ്ടായിരുന്ന[48] ചൈനീസ് ഗിഫ്ട്നരരണത്ത് എക്സിക്യൂട്ടീവ് ലീഡർഷിപ്പ് പ്രോഗ്രാമിനു[49] നന്ദി. ചിയാങ്മായ്-ചിയാങ്റായ്, ലാവോസ്, മ്യാൻമർ എന്നിവിടങ്ങളിലെ കാടുകളിലൂടെ സ്നേക്ക് വൈൻ[50] അന്വേഷിച്ചു നടക്കുന്നതിൽ ഞാൻ ആശ്വാസം കണ്ടെത്തി, കാട്ടിലൂടെ മുന്നേറുമ്പോഴെല്ലാം ഈ വിഭവസമൃദ്ധമായ രാജ്യങ്ങൾ എന്തുകൊണ്ടാണ് ഇങ്ങനെ പാപ്പരായിരിക്കുന്നത് എന്ന ചിന്തയായിരുന്നു മനസ്സിൽ. (ഹെർണാൻഡോ ഡി സോട്ടോയുടെ ഗവേഷണമനുസരിച്ച്. ഈ രാജ്യങ്ങളുടെയെല്ലാം സമ്പത്ത് പാശ്ചാത്യലോകത്തെ 12 പ്രധാന സ്റ്റോക്ക് മാർക്കറ്റുകളുടെ മൊത്തം ആസ്തിയേക്കാൾ കൂടുതലാണ്.) എന്നിട്ടും ഈ രാജ്യങ്ങൾ ചൈനയുടെ സാമ്പത്തിക കോളനിവൽക്കരണത്തിന് ഇരയായി, കുറ്റബോധം മറച്ചുവെക്കാനായി പാശ്ചാത്യ ലോകത്തെ ചാരിറ്റികളുടെ മുന്നിൽ കൈനീട്ടുകയാണ്.

ലോകത്താകമാനം അനിയന്ത്രിതമായി പണം അച്ചടിക്കുന്ന സർക്കാർ രീതികളിൽ (ക്വാണ്ടിറ്റേറ്റീവ് ഈസിംഗ് -QE)[51] ആത്മവിശ്വാസം നഷ്ടപ്പെടുന്ന ഈ ന്യൂ നോർമൽ അഥവാ "നവയുഗത്തിൽ", വിരോധാഭാസമെന്ന നിലയിൽ ഉപയോഗശൂന്യമായ മഞ്ഞ ലോഹം (സ്വർണ്ണം) വീണ്ടും രാജ്യങ്ങളുടേയും അഴുക്കുപുരണ്ട ധനികരുടേയും സമ്പത്തിന്റെ "സുവർണ്ണ" നിലവാരമായി മാറിക്കൊണ്ടിരിക്കുന്നു. ഒരു നൂറ്റാണ്ടിലധികമായി അമേരിക്ക ലോകത്തിന്റെ ഏകദേശം 8,000 മെട്രിക് ടൺ വരുന്ന പ്രഖ്യാപിത സ്വർണ്ണശേഖരത്തിന്റെ സിംഹഭാഗവും വലിച്ചൂറ്റിയെടുത്തു, അതിന്റെ പിന്നിൽ മറ്റൊരു 10,000 ടണ്ണുമായി യൂറോപ്പിലെ പാറാവുകാരും. താങ്കൾ വിശ്വസിച്ചാലും ഇല്ലെങ്കിലും, വേൾഡ് ഗോൾഡ് കൗൺസിലിന്റെ (WGC) കണക്കുകളനുസരിച്ച്, കഞ്ഞി കുടിക്കാൻ വകയില്ലെന്ന് കരുതുന്ന ഇന്ത്യയിലെ സ്ത്രീകൾ ഏകദേശം 25,000 ടണ്ണിലധികം വരുന്ന അതേ ഉപയോഗശൂന്യമായ മഞ്ഞ ലോഹം തന്നെയാണ് തലയിണക്കടിയിൽ അനധികൃതമായി ഒളിപ്പിച്ചു വെച്ചിരിക്കുന്നത് (Shadow economy). ദ മിസ്റ്ററി ഓഫ് ക്യാപ്പിറ്റൽ ഉയർത്തിയ ചോദ്യങ്ങളുടെ ഉത്തരമന്വേഷിച്ച് ഞാൻ ഹെർണാൻഡോ ഡി സോട്ടോ എഴുതിയ The Mystery of Capital: Why Capitalism Triumphs in the West and Fails Everywhere Else എന്ന പുസ്തകത്തിന്റെ ആരാധകനായിമാറി.

ഈ മിസ്റ്ററിയെക്കുറിച്ചുള്ള എന്റെ വ്യക്തിഗതമായ ചില അനുഭവങ്ങൾ പങ്കുവെക്കാം. സ്വന്തമായി വീട് നിർമ്മിക്കുന്നതിനുള്ള ചെലവിന്റെ 97% സ്വരൂപിക്കാൻ എന്റെ മാതാപിതാക്കൾ ഏതാണ്ട് മൂന്ന് ദശകങ്ങളോളം പണം സമ്പാദിക്കേണ്ടി വന്നു. കൊള്ളപ്പലിശക്കാരിൻ നിന്നും 30% പലിശനിരക്കിൽ കടംവാങ്ങി ബാക്കിയുള്ള 3% കടം വീട്ടാൻ അവർക്ക് വീണ്ടും ഒരു ദശകം വേണ്ടിവന്നു. ഒരു മുടിയനായ ക്യാപ്പിറ്റലിസ്റ്റിക് കൗബോയ് എന്ന നിലയിൽ എനിക്ക് ഇന്നേ വരെ കാര്യമായി പണം സമ്പാദിച്ച് സൂക്ഷിക്കാൻ കഴിഞ്ഞിട്ടില്ല. വെട്ടിത്തുറന്ന് കാര്യം പറയാമല്ലോ, In God We Trust എന്ന് ആലേഖനം ചെയ്തിരിക്കുന്ന ആ അമേരിക്കൻ ഡോളർ കടലാസ് കഷണത്തോട് എനിക്ക് വളരെക്കുറച്ച് വിശ്വാസമേ ഉള്ളൂ.

ക്യാപ്പിറ്റലിസത്തിന്റെ മഹത്തായ വിജയം സംഭവിക്കുന്ന ക്ഷണം തന്നെയാണതിന്റെ പ്രതിസന്ധിയുടെ ക്ഷണവും

ഹെർണാൻഡോ ഡി സോട്ടോ
(The Mystery of Capital: Why Capitalism Triumphs in the West and Fails Everywhere Else)

മറ്റുള്ള എല്ലാവരും 2008ലെ സാമ്പത്തിക സുനാമിയുടെ കാലത്ത് ആസ്തികൾ വിറ്റഴിച്ചുകൊണ്ട് കടത്തിന്റെ തോത് കുറക്കുന്ന നടപടി കൈക്കൊണ്ടപ്പോൾ, ഞാൻ തന്നെ ക്യാപ്പിറ്റലിസത്തെ പ്രോത്സാഹിപ്പിക്കുന്ന ഗോർഡൻ ഗെക്കോവിന് ഉത്തമോദാഹരണമായി മാറി. വടക്കേ അമേരിക്കയിൽ രണ്ട് സുപ്രധാന പ്രോപ്പർട്ടികൾ വാങ്ങാൻ എനിക്ക് കഴിഞ്ഞു (ഒരു മില്ല്യൺ ഡോളറിലധികം മൂല്യമുള്ളത്), അതും തുടരെത്തുടരെ പെട്ടെന്നുള്ള നീക്കങ്ങളിലൂടെ (രണ്ടു വർഷത്തിനകം). അതിനുവേണ്ടി 97% പണയക്കടം എടുത്തു, ഏതാനും മാസങ്ങൾക്കകം അത് ഞാൻ വീണ്ടും റീഫിനാൻസ് ചെയ്ത് ~3% പലിശനിരക്കിലുള്ള 30 വർഷത്തേക്കുള്ള ലോണിലൂടെ നേടിയത് ഡൗൺപേമെൻറിന്റെ 1000%ത്തിലധികമാണ്.

പരമ്പരാഗതജ്ഞാനം ഉപയോഗിച്ച് ഞാൻ അന്താരാഷ്ട്ര വിപണികളിലേയും, കറൻസി ചെളിക്കുഴികളിലേയും സാധ്യതകൾ കണക്കാക്കിയത് പിന്നീട് പല തവണ ചൈന സന്ദർശിച്ചപ്പോഴെല്ലാം (ഗിഫ്ട് എക്സിക്യൂട്ടീവ് ലീഡർഷിപ്പുമായി ബന്ധപ്പെട്ട യാത്രകൾക്ക് പുറമെ) എനിക്ക് വളരെയധികം പ്രയോജനപ്പെട്ടു. ചൈനയുടെ PMI (Project Management Institute) യുടെ ഏഷ്യൻ റീജിയണൽ മെൻററായും ഞാൻ വർത്തിച്ചിട്ടുണ്ട്. പിന്നീട് അന്നത്തെ സ്ഫോടനാത്മകമായ ഫൈനാൻഷ്യൻ എൻജിനീയറിംഗ് വിപണിയെ ക്യാപ്പിറ്റലൈസ് ചെയ്ത് BIG4 ലോകത്ത് പര്യവസാനിച്ച 2008ലെ സാമ്പത്തിക സുനാമിക്കു ശേഷം EPM കരിയറിലെ പുനരവതാരം. പടിഞ്ഞാറുള്ള സാമ്പത്തിക ലോകത്തെ കൂടുതലായി കാണുന്തോറും ഞാൻ മായയിൽ ആറാടുകയാണ്

റൂസ്‌വെൽറ്റ് നിർമ്മിച്ച പാശ്ചാത്യ ക്യാപ്പിറ്റലിസ്റ്റ് ചട്ടക്കൂടിനെ ഫൈനാൻഷ്യൻ എൻജിനീയറിംഗ് ചിതലുകൾ ബാധിച്ചുകഴിഞ്ഞു. ഇന്നത് ചീട്ടുകൊട്ടാരം പോലെ തകർന്നുകൊണ്ടിരിക്കുന്നു. കമ്മ്യൂണിസ്റ്റ് സ്വേച്ഛാധിപത്യം (EAST) കടക്കെണി നയതന്ത്രത്തിലൂടെ ലോകത്തെ സാമ്പത്തികമായി കോളനിവൽക്കരിച്ചുകൊണ്ടിരിക്കുന്നു. രണ്ടു ദശകങ്ങൾക്കു ശേഷം, ഞാൻ മിക്കവാറും മാഡ് മാക്സ് ഫ്യൂറി റോഡിലൂടെ സഞ്ചരിച്ച് റൂസ്‌വൽറ്റിന്റെ പൈതൃകത്തിൽ നിന്നുള്ള ക്യാപ്പിറ്റലിസ്റ്റിക് അവശിഷ്ടങ്ങളിലേക്ക് കയറേണ്ടി വരുമെന്ന് തോന്നുന്നു..

Ay Yi Yai Yi! We are in the middle of The New World Order!

പുതിയ ലോകക്രമം

എല്ലാ യുദ്ധങ്ങളും വഞ്ചനയെ അടിസ്ഥാനമാക്കിയുള്ളതാണ്. ഇനിമുതൽ ആക്രമിക്കാൻ കഴിയുന്ന സമയത്ത്, നമ്മൾ അശക്തരാണെന്നു തോന്നണം; നമ്മുടെ സൈന്യങ്ങളെ ഉപയോഗിക്കുമ്പോൾ, നമ്മൾ തീർച്ചയായും നിഷ്ക്രിയരെന്നും തോന്നണം; നമ്മൾ അടുത്തെത്തുമ്പോൾ, നമ്മളൊരുപാട് ദൂരെയാണെന്ന തോന്നൽ ശത്രുവിനുണ്ടാക്കണം; ദൂരെയാകുമ്പോൾ, നമ്മളടുത്തുണ്ടെന്ന തോന്നൽ ശത്രുവിനുണ്ടാക്കണം.

സൺ ത്സൂവിന്റെ യുദ്ധകല (476–221 BC)

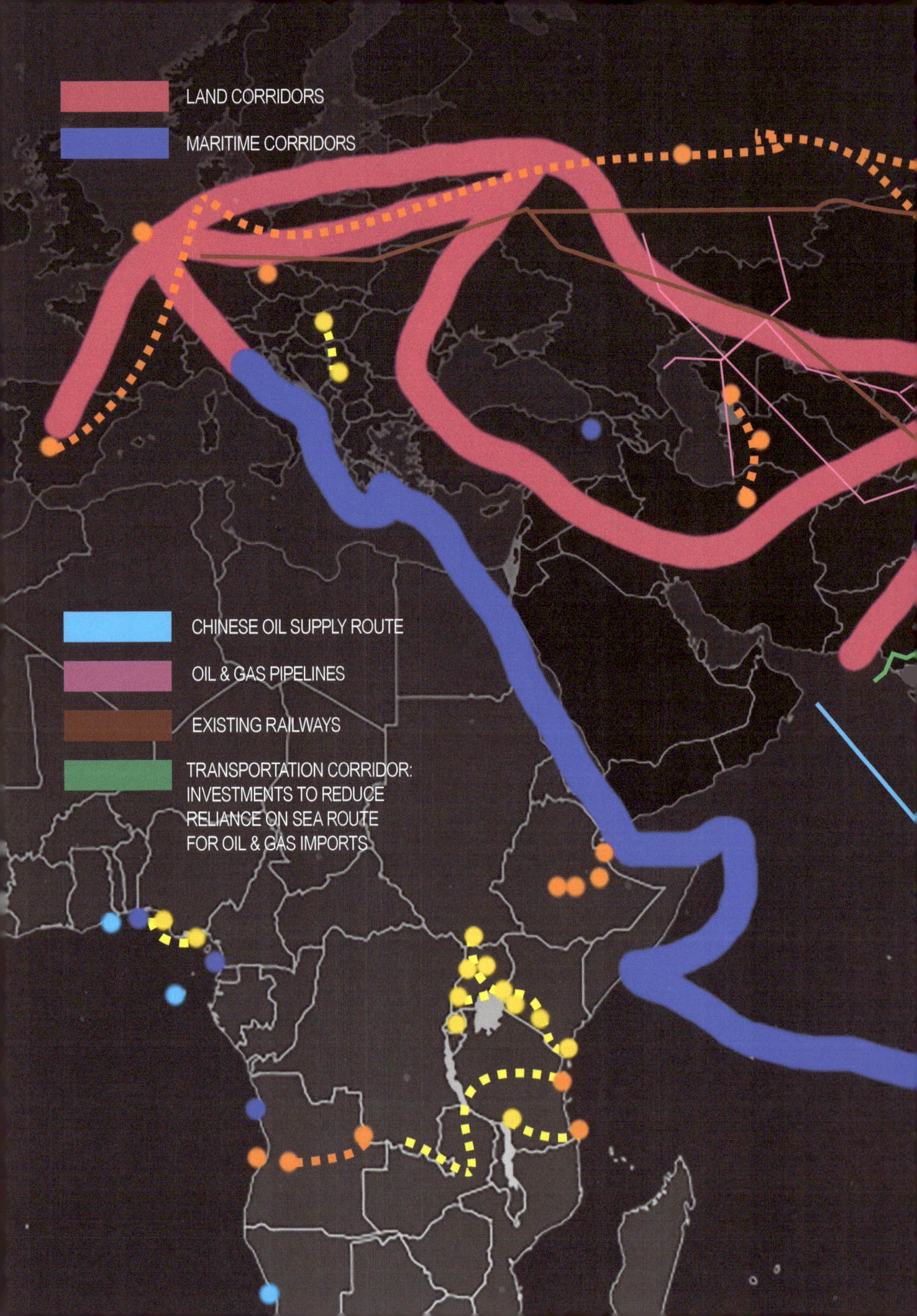

LAND CORRIDORS

MARITIME CORRIDORS

CHINESE OIL SUPPLY ROUTE

OIL & GAS PIPELINES

EXISTING RAILWAYS

TRANSPORTATION CORRIDOR:
INVESTMENTS TO REDUCE
RELIANCE ON SEA ROUTE
FOR OIL & GAS IMPORTS

PORTS WITH CHINESE ENGAGEMENT
EXISTING

PORT WITH CHINESS ENGAGEMENT
UNDER CONSTRUCTION

RAILROADS LINE
EXISTING

LAND CORRIDORS
UNDER CONSTRUCTION

CITIES IN THE GLOBAL TOP 50
IN NUMBER OF HIGH INCOME
HOUSEHOLDS

CITIES IN THE GLOBAL TOP 50
IN NUMBER OF MIDDLE INCOME
HOUSEHOLDS

കോവിഡിനാൽ വേട്ടയാടപ്പെട്ടുകൊണ്ടിരുന്ന സമയത്താണ് ഞാൻ എങ്ങനെ ക്യാപ്പിറ്റലിസത്തിന്റെ ശവക്കല്ലറയിലെത്തിയെന്ന് വിശകലനം ചെയ്യാനുള്ള അവസരം ലഭിച്ചത്. റൂസ്‌വെൽറ്റിന് നന്ദി, നമ്മുടെ അമേരിക്ക ഒരു നൂറ്റാണ്ടിനു മുൻപ് ലോകത്തിലെ അസാധാരണ സാമ്രാജ്യമായി മാറി. നിർഭാഗ്യവശാൽ, ഞാൻ എവിടെനിന്നു പുറപ്പെട്ടുവോ (ഈസ്റ്റ്) അവിടേക്ക് ചീസ് ഇപ്പോൾ മാറിക്കൊണ്ടിരിക്കുന്നു.

ഒരു സാമ്രാജ്യത്തിന്റെ ഉയർച്ചയെക്കുറിച്ചും വീഴ്ചയെക്കുറിച്ചും എനിക്കൊരു ധാരണയുണ്ട്. ഉദാഹരണത്തിന് ചരിത്രത്തിൽ ഇന്നേ വരെയുള്ള സാമ്രാജ്യങ്ങളിലേക്കും വലിയ സംരംഭമായിരുന്നു പതിനേഴാം നൂറ്റാണ്ടിലെ ഡച്ച് ഈസ്റ്റ് ഇന്ത്യാ കമ്പനി (~$10 ട്രില്ല്യൺ), പിന്നീട് പതിനെട്ടാം നൂറ്റാണ്ടിലെ ബ്രിട്ടീഷ് ഈസ്റ്റ് ഇന്ത്യാ കമ്പനി (~$5 ട്രില്ല്യൺ). ഇവയെല്ലാം തന്നെ എന്റെ പൂർവീകരെ ചമ്മട്ടികൊണ്ടടിച്ചും (കോളനിവൽക്കരണം) പണം പിടിച്ചുപറിച്ചുമാണ് കോടീശ്വരന്മാരായത്. മേൽപ്പറഞ്ഞ സംരംഭങ്ങളും സാമ്രാജ്യങ്ങളും ഓരോന്നും 200 വർഷങ്ങളോളം നിലനിന്നു.

അവയുടെ ഉയർച്ചയെക്കുറിച്ചും വീഴ്ചയെക്കുറിച്ചുമുള്ള ചിന്തോദ്ദീപകമായ കഥകൾ എന്റെ ആകാംക്ഷയെ കലുഷിതമാക്കി. ആ കഥകളുമായി ഇന്നത്തെ സംരംഭങ്ങളുടെ അവസ്ഥയെ താരതമ്യം ചെയ്താൽ എങ്ങനിരിക്കും? അടുത്ത സ്വേച്ഛാധിപതിയായ ചക്രവർത്തി നമ്മുടെ കതകിൽ സാമ്പത്തികമായി (ഡിജിറ്റൽ രൂപത്തിലും) തട്ടിക്കൊണ്ട് വീണ്ടും നമ്മെ കോളനിവൽക്കരിച്ചിരിക്കുന്നു, മിക്കവാറും ഇതെല്ലാം തന്നെയാണ് എന്റെ പൂർവീകർക്കും സംഭവിച്ചത്. കോവിഡാനന്തര കാലഘട്ടത്തിൽ ചൈന അങ്ങേയറ്റം വേഗതയേറിയ പാതയിലായിരിക്കും, നമ്മൾ ഒരു കത്തിയെന്ന പോലെ വീഴാൻ വിധിക്കപ്പെട്ടവരാണോ എന്ന് ഞാൻ ഭയപ്പെടുന്നു. രക്തക്കറപുരണ്ട ചരിത്രത്തിൽ ഒരു കണ്ണു വച്ചിരിക്കുന്ന സമയത്ത്, എന്ത് തരം ന്യൂ നോർമൽ അഥവാ നവയുഗമാണ് നമ്മെക്കാത്തിരിക്കുന്നതെന്ന് ഓർത്ത് അത്ഭുതപ്പെടാതിരിക്കാനാകുന്നില്ല.

WARS

The Gods Must be Crazy!
The Phoenix: Fall & Rise
WARS, REVOLUTIONS
WARS, REVOLUTIONS ?
NLD
U.K
CHINA
USA
1500 1525 1550 1575 1600 1625 1650 1675 1700 1725 1750 1775 1800 1825 1850 1875 1900 1925 1950 1975 2000
YEAR
Adapted Source Data: The Changing World Order by Ray Dalio

Ay Yi Yai Yi! We are in the middle of The New World Order!

Ay Yi Yai Yi! We are in the middle of The New World Order!

$INDU Dow Jones Industrial Average INDX
20-Mar-2020
— $INDU (Monthly) 19173.98
Volume 10,804,204,236

Open 25590.51 **High** 27102.34 **Low** 18917.46 **Close** 19173.98 **Volume** 10.8B **Chg** -6235.38 (-24.54%) ▼

© StockCharts.com

EPM
(Financial Engineering Era)

Dawn of Systems (IT)
(RIP Bretton Woods Gold Standard)

Origins of Enterprise
(DowJones)

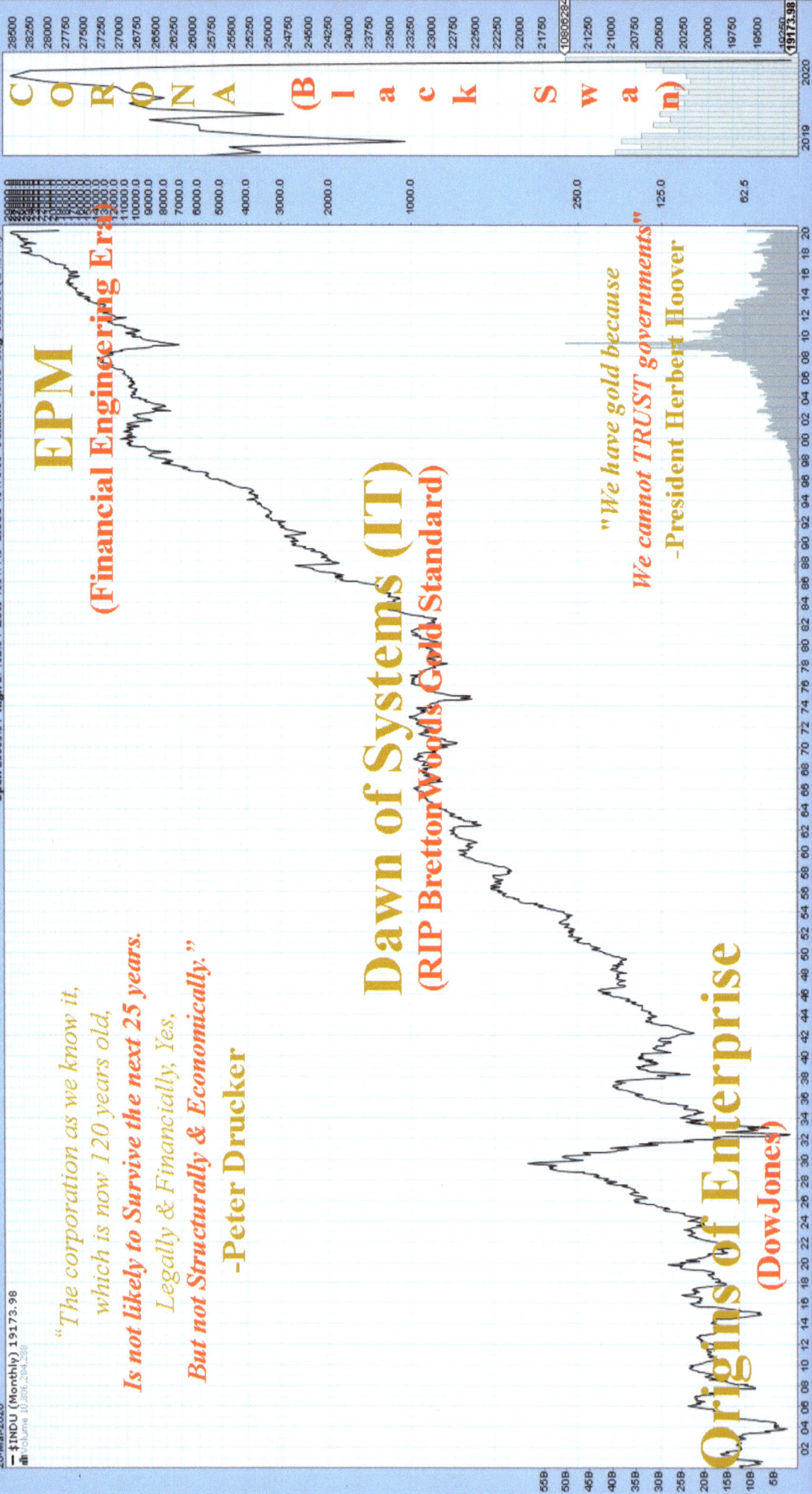

"The corporation as we know it,
which is now 120 years old,
Is not likely to Survive the next 25 years.
Legally & Financially, Yes,
But not Structurally & Economically."
-Peter Drucker

"We have gold because
We cannot TRUST governments"
-President Herbert Hoover

C
O
R
O
N
A
(B
l
a
c
k
S
w
a
n)

പുതിയ സംരംഭക്രമം

എന്റെ പ്രിയപ്പെട്ട MBA മാനേജ്മെന്റ് ഗുരു രണ്ടര ദശകങ്ങൾക്ക് മുൻപ് നടത്തിയ പ്രവചനം ഉപയോഗിച്ച് ഞാനെന്റെ സാങ്കല്പിക സിദ്ധാന്തം പരീക്ഷിക്കും:

നമുക്കറിയാവുന്ന കോർപ്പറേഷന്, ഇന്ന് 120 വയസ്സ് പ്രായമുണ്ട്, അത് അടുത്ത 25 വർഷങ്ങൾക്ക് പിടിച്ചുനിൽക്കുമെന്ന് തോന്നുന്നില്ല, നിയമപരമായും ധനപരമായും, ആകുമായിരിക്കാം, പക്ഷെ ഘടനാപരമായും സാമ്പത്തികമായും കഴിയില്ല.

പീറ്റർ ഡ്രക്കർ, എ.ഡി. 2000

അഖണ്ഡത കാത്തുസൂക്ഷിക്കാനാകാത്ത ഓരോ സാമ്രാജ്യവും പാഴാകും,പരസ്പരം വിഘടിച്ചുനിൽക്കുന്ന നഗരമായാലും വീടായാലും ഇതുതന്നെ സ്ഥിതി.

സൺ ത്സൂവിന്റെ യുദ്ധകല (476–221 BC)

ഡൗ ജോൺസിൽ പിടിമുറുക്കുന്ന ഏറ്റവും ഒടുവിലത്തെ സാമ്പത്തിക സുനാമിയ്ക്ക് ശേഷമാണ് ഞാനെന്റെ സാങ്കല്പിക സിദ്ധാന്തം വികസിപ്പിച്ചെടുത്തത്:

സാങ്കൽപ്പിക സിദ്ധാന്തത്തിന്റെ പ്രധാന തത്വങ്ങൾ

സംരംഭത്തിന്റെ നിലനിൽപ്പ് അതിനു ചുറ്റുമുള്ള പരിതസ്ഥിതികളുടെ വിജയവുമായി പൊക്കിൾക്കൊടിയിലൂടെയെന്ന പോലെ ആശ്രയി ച്ചിരിക്കുന്നു. ഈ പരിതസ്ഥിതികളാകൾ സംശയലേശമന്യെ ആശ്രയിക്കു ന്നത് അതിന്റെ സ്പോൺസറും തലതൊട്ടപ്പനുമായ സാമ്രാജ്യത്തെയാണ്.

തലതൊട്ടപ്പനായ സാമ്രാജ്യത്തിന്റെ നിലനിൽപ്പ് കരുത്തിന്റെ നിശ്ചിത നടപടികളെ ആശ്രയിച്ചാണിരിക്കുന്നതെന്ന് ഞാൻ വിശ്വസിക്കുന്നു. അവ താഴെപ്പറയുന്നവയാണ്:

1. ലീഡർഷിപ്പ്
2. STEM (സയൻസ്, ടെക്നോളജി, എൻജിനീയറിംഗ്, മാത്തമാറ്റിക്സ്) വിദ്യാഭ്യാസം
3. റിസർച്ച് ആൻഡ് സ്ട്രറ്റീജിക് ടെക്നോളജി
4. ഇൻഫ്രാസ്ട്രക്ചർ ആർക്കിടെക്ചർL'Architecture digitale
5. ഡിജിറ്റൽ ആർക്കിടെക്ചർ
6. നോളജ് മാനേജ്മെന്റ്
7. ഡിപ്ലോമസി
8. വേൾഡ് കറൻസി ഗോൾഡ് സ്റ്റാൻഡേഡ്
9. ഇലക്ട്രോ-ഡോളർ
10. ഫൈനാൻഷ്യൽ ക്യാപ്പിറ്റൽ
11. സെക്യൂരിറ്റി
12. ട്രാൻസ്ഫോർമാറ്റീവ് ഡിജിറ്റൽ ഗ്രാൻഡ് സ്ട്രാറ്റജീസ് ആൻഡ് റെഗുലേഷൻസ്

ഇതാ ഇങ്ങനെയാണ് തലതൊട്ടപ്പനായ സാമ്രാജ്യത്തിന്റെ ഉയർച്ചയും വീഴ്ചയും കഴിഞ്ഞ നാലു നൂറ്റാണ്ടുകളായി സംഭവിച്ചു കൊണ്ടിരിക്കുന്നത്:

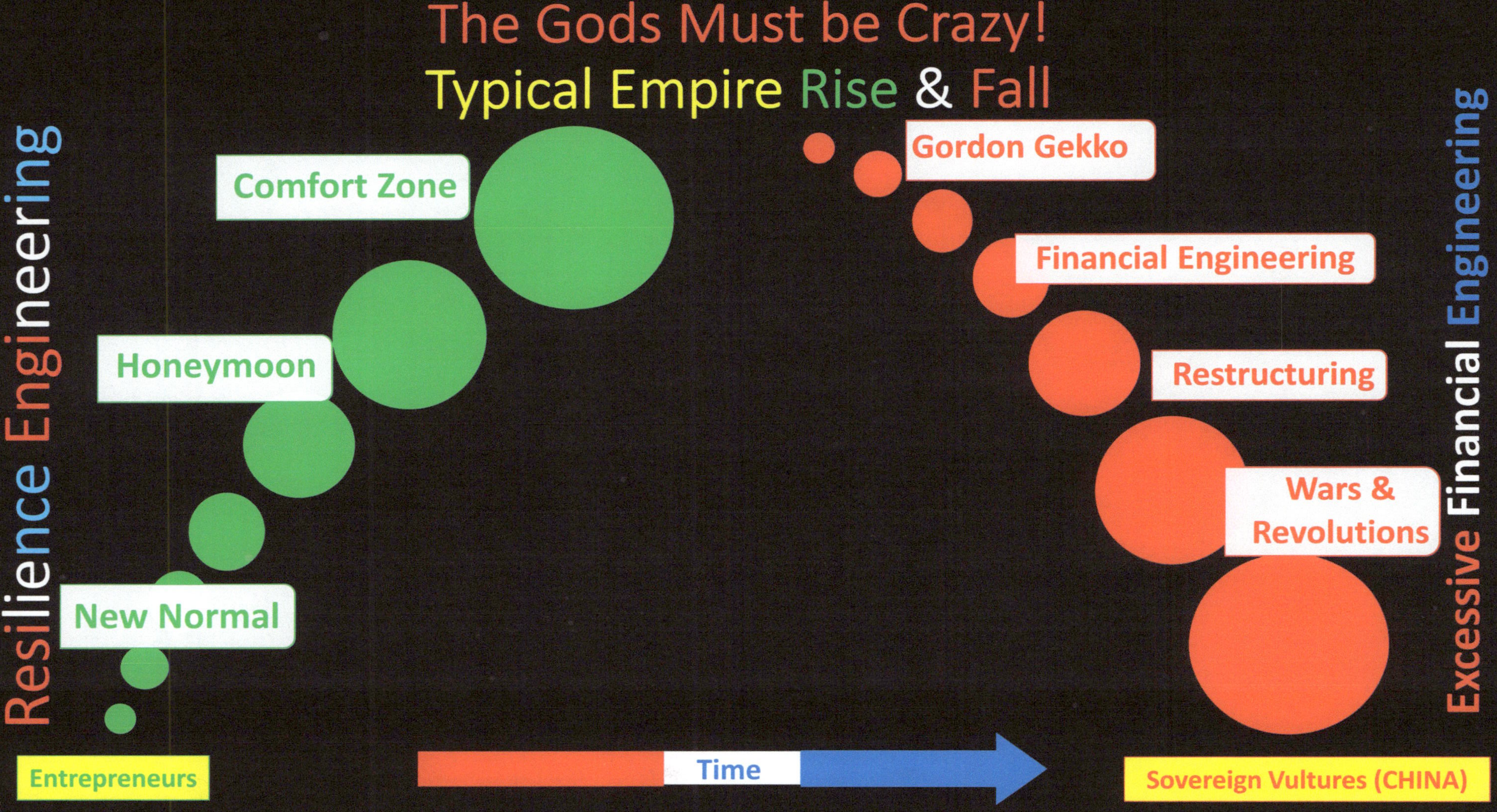

The Gods Must be Crazy!

Typical Empire Rise & Fall

Excessive Financial Engineering

- Gordon Gekko
- Financial Engineering
- Restructuring
- Wars & Revolutions
- Sovereign Vultures (CHINA)

Resilience Engineering

- Comfort Zone
- Honeymoon
- New Normal
- Entrepreneurs

Time

നിങ്ങളുടെ ഉത്പത്തിയെ പരിഗണിക്കുക, നിങ്ങൾ അപരിഷ്കൃതരെപ്പോലെ ജീവിക്കാനായി സൃഷ്ടിക്കപ്പെട്ടവരല്ല, പകരം അറിവിന്റെയും നന്മയുടേയും പാത പിന്തുടരേണ്ടവരാണ്.

Dante Alighieri

Ay Yi Yai Yi! We are in the middle of The New World Order!

സാമ്രാജ്യത്തിന്റെ തുടക്കത്തിൽ, ഗോത്രവർഗ്ഗ സമാനമായ മൈത്രിയും അഭിവൃദ്ധിയും ഉൾപ്പെടുന്ന ഒരു മധുവിധു കാലമുണ്ട്. പക്ഷെ ആ സാമ്രാജ്യം സൗകര്യപ്രദമായ ഒരു തലത്തിലെത്തുന്നതോടെ അമിതമായ ആത്മവിശ്വാസ മുണ്ടാകും അതിന്റെ ജീവിതശൈലിയും മാറും. ജീവിതശൈലി മാറുന്നതോടെ അത്യാഗ്രഹമുണ്ടാകും. അത്യാഗ്ര ഹമാണ് ക്യാപ്പിറ്റലിസത്തിന്റെ അടിത്തറ, അത് ഗോർഡൻ ഗെക്കോയുടെ (ഓസ്കാർ അവാർഡ് നേടിയ വാൾസ്ട്രീറ്റ് എന്ന ചിത്രത്തിലെ അത്യാഗ്രഹത്തിന്റെ പ്രതീകമാണ് ഗോർഡൻ ഗെക്കോ[52] എന്ന കഥാപാത്രം) ലിവറേജ്ഡ് ക്യാപ്പി റ്റലിസത്തിന്റെ കാലത്തേക്ക് നയിക്കും. കുമിളയുടെ പുറത്തുകയറിയുള്ള യാത്രയുടെ ത്രിൽ ടെസ്റ്റാസ്റ്ററോണിന്റെ അളവ് കൂട്ടും. ഒരു ദിവസം, ആ കുമിള പൊട്ടിത്തകരും, പിന്നീട് നമ്മൾ യാഥാർത്ഥ്യത്തെ വികലമാക്കാൻ തുടങ്ങും (ഫൈനാൻഷ്യൽ എൻജിനീയറിംഗ്). യാഥാർത്ഥ്യത്തെ വികലമാക്കുന്നത് നമ്മെ കൂടുതൽ പ്രാധാന്യമുള്ള ടെക്റ്റോ ണിക് ചലനങ്ങളിലേക്ക് നയിക്കും, പിന്നെ നമ്മൾ ക്വാണ്ടിറ്റേറ്റീവ് ഈസിംഗ്[53] ഉപയോഗിച്ച് കണക്കുപുസ്തകങ്ങൾ തയാറാക്കും.(53), ഒടുവിൽ, സാമ്പത്തിക സുനാമി കരകയറുമ്പോൾ, യുദ്ധങ്ങളും വിപ്ലവങ്ങളും ഉണ്ടാകും. കഴുക ന്മാരും തോട്ടിപ്പണിക്കാരും എല്ലാവരും ഒരുമിച്ചു കൂടി പുതിയൊരു ഗോത്ര ക്രമം തീരുമാനിക്കും; അതാണിപ്പോൾ നമുക്ക് സംഭവിച്ചുകൊണ്ടിരിക്കുന്നത്..

നിർഭാഗ്യകരമെന്നു പറയട്ടെ, അമേരിക്കയിൽ ഇത് ഇടവേളയുടെ സമയമാണ്, നമ്മുടെ രണ്ടാമത്തെ പകുതി തുട ങ്ങാൻ പോകുകയാണ് [54]

നമ്മൾ പാശ്ചാത്യർ നമ്മുടെ തുറുപ്പുചീട്ടുകൾ ശരിയായി ഇറക്കുകയാണെങ്കിൽ, രണ്ടാമത്തെ പകുതിയിലും നമുക്ക് മികവ് നിലനിർത്താം എന്ന് ഞാൻ ആത്മാർത്ഥമായി പ്രതീക്ഷിക്കുന്നു.

നിങ്ങളുടെ ഉത്പത്തിയെ പരിഗണിക്കുക, നിങ്ങൾ അപരിഷ്കൃതരെപ്പോലെ ജീവിക്കാനായി സൃഷ്ടിക്കപ്പെട്ടവരല്ല, പകരം അറിവിന്റെയും നന്മയുടേയും പാത പിന്തുടരേണ്ടവരാണ്.

— Dante Alighieri

കഴിഞ്ഞ രണ്ടു ദശകങ്ങളോളമായി വിജയാഘോഷത്തിനുള്ള ഷാംപെയ്ൻ കുപ്പി ചുഴറ്റിക്കൊണ്ടിരിക്കുന്ന ഒരു ഘോരമായ ഡ്രാഗൺ നമ്മുടെ മുന്നിലുണ്ട്, അതാകട്ടെ കോവിഡിന്റെ താണ്ഡവം കഴിഞ്ഞ ഉടനെ കുപ്പി പൊട്ടിക്കാ നായി വെമ്പുകയാണ്. ചൈനീസ് ഡ്രാഗൺ ഇപ്പോൾ നേരെ കുത്തനെയുള്ള സഞ്ചാരപഥത്തിലാണ്, നമ്മളാക ട്ടെ അതിവേഗം വീണുകൊണ്ടിരിക്കുന്നു, അത് ഭീഷണി വർദ്ധിപ്പിക്കാനേ സഹായിക്കൂ. നമ്മുടെ തുറുപ്പുചീട്ടുകൾ ശരിക്കും ഇറക്കിക്കളിച്ചാൽ ചുരുങ്ങിയപക്ഷം വീഴ്ചയുടെ ആഘാതം കുറച്ച് മൃദുവാക്കാനെങ്കിലും നമുക്ക് കഴിയും എന്ന് ഞാൻ ആത്മാർത്ഥമായി വിശ്വസിക്കുന്നു.

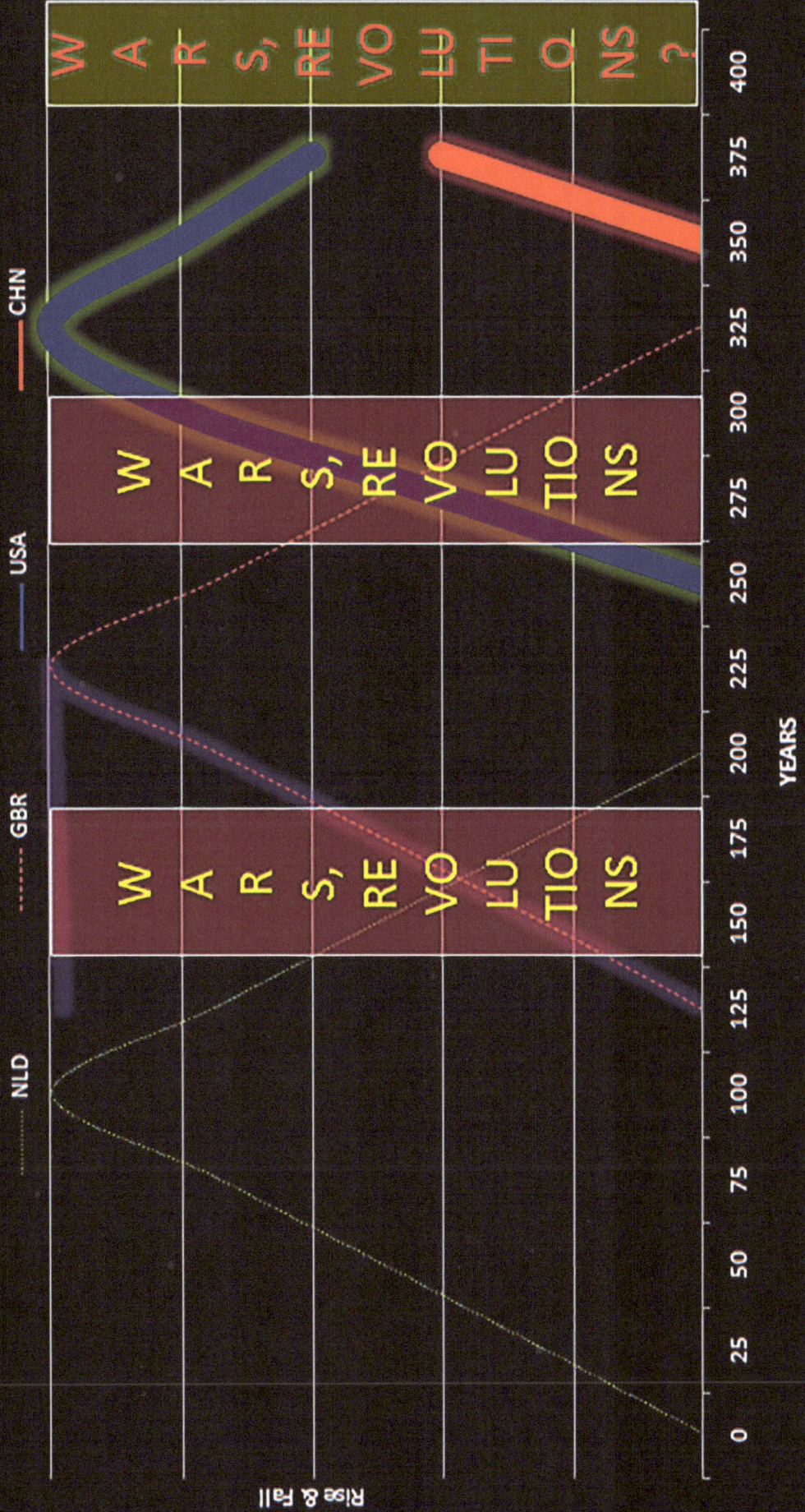

Gods Must be Crazy!
The Rise of the Dragon
Catacomb of Capitalism
Rise & Fall
NLD
GBR
USA
CHN
WARS, REVOLUTIONS
WARS, REVOLUTIONS
WARS, REVOLUTIONS?
0 25 50 75 100 125 150 175 200 225 250 275 300 325 350 375 400
YEARS
Adapted Source Data: The Changing World Order by Ray Dalio

Ay Yi Yai Yi! We are in the middle of The New World Order!

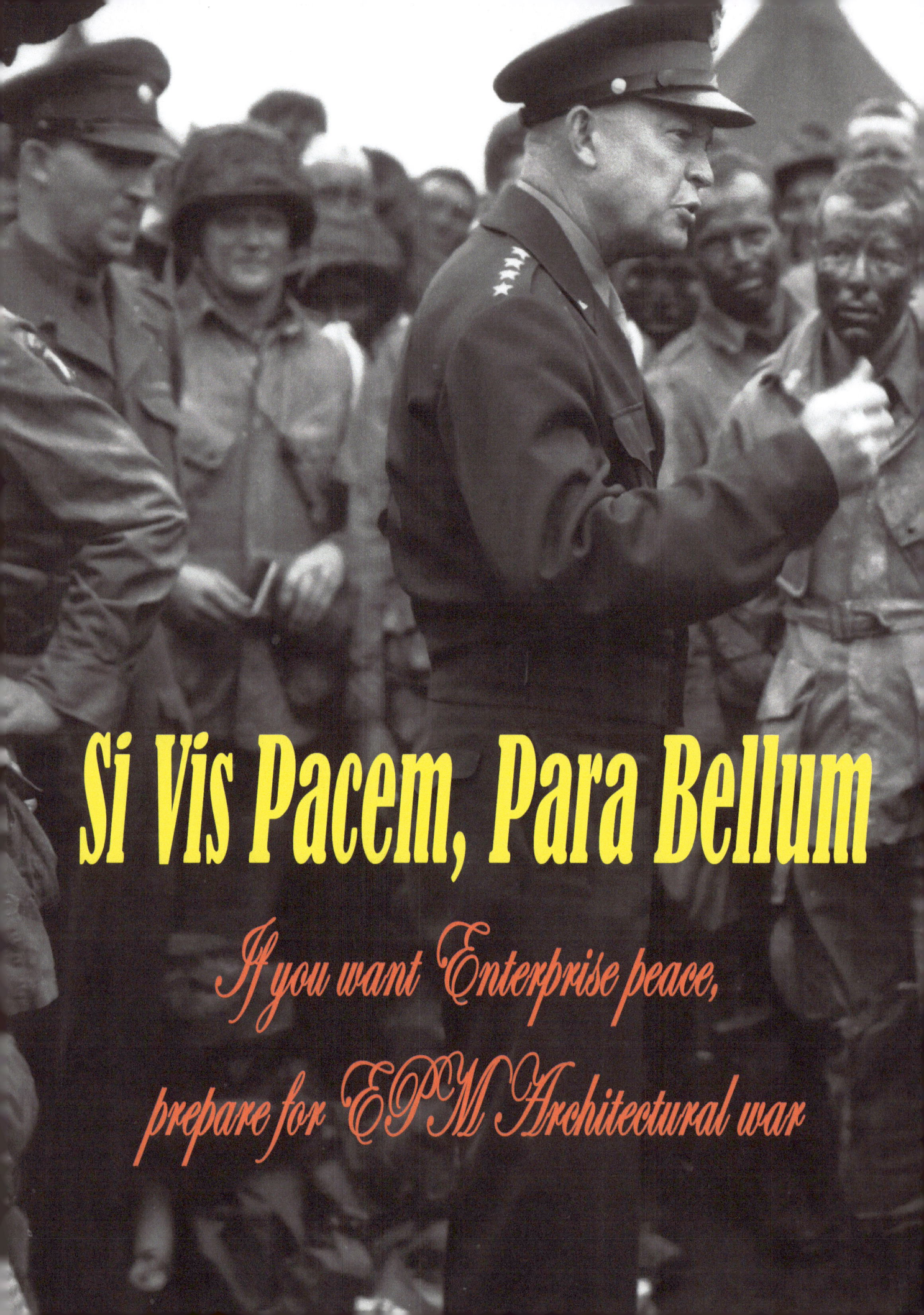

Si Vis Pacem, Para Bellum

If you want Enterprise peace,

prepare for EPM Architectural war

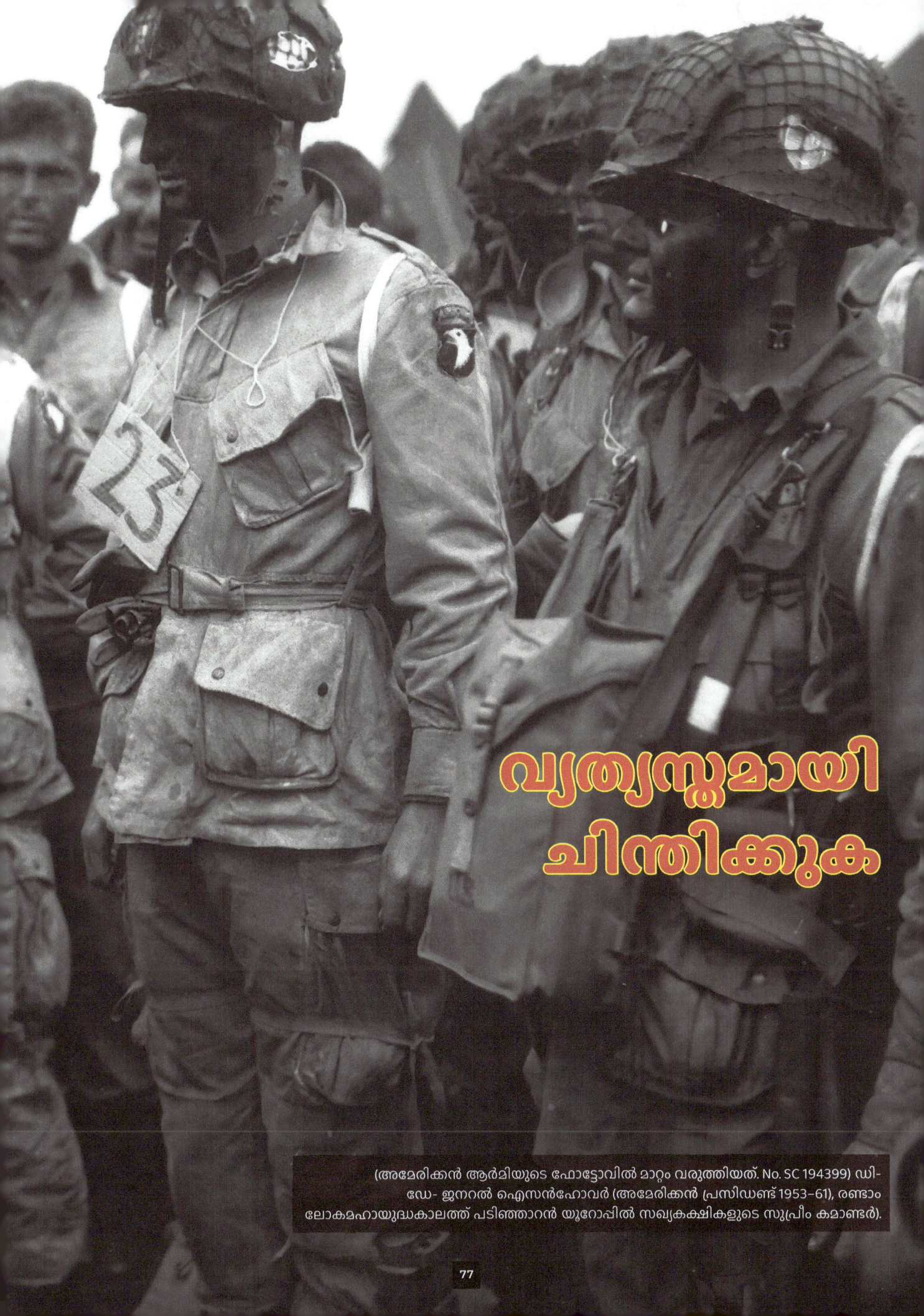

വ്യത്യസ്തമായി ചിന്തിക്കുക

മാർട്ടിൻ- കൊറോണയാൽ ബാധിക്കപ്പെട്ട രാജ്യങ്ങളിൽ സഹായം നൽകുന്ന കാര്യത്തിൽ ബീജിങ്ങ് വളരെയധികം ശ്രദ്ധിക്കുന്നുണ്ട്. ചൈന സോഫ്ട് പവർ ഉപയോഗിച്ച് ആഗോളതലത്തിൽ അമേരിക്കയുടെ സ്വാധീനത്തെ വിലകുറച്ചുകാണിക്കാൻ ശ്രമിക്കുന്നുവെന്ന് താങ്കൾക്ക് പരിഭ്രമമുണ്ടോ?

ഗേറ്റ്സ്- ഉവ്വ്. അവര് ഇതില്ക്കൂടുതലും ചെയ്യാനാണ് ഭാവം. നമ്മളാകട്ടെ, പുസ്തകത്തില് പറയുന്നതുപോലെ സൈനികശക്തിയൊഴിച്ച് പൊതുവേ ശക്തിയുടെ എല്ലാ ഘടകങ്ങളും തളര്ത്തിക്കഴിഞ്ഞു. വാസ്തവത്തില്, നമ്മള് ബുദ്ധിമാന്മാരാണെങ്കില്, നമുക്ക് ചൈനയുമായി സൈനിക ഏറ്റുമുട്ടല് ആവശ്യം വരില്ല. ഏറ്റുമുട്ടല് നടക്കും, ശത്രുതയും ഉണ്ടാകും ഈ മേഖലകളിലെല്ലാം, അതിനാണ് നമ്മളിനിയും തയാറായിട്ടില്ലാത്തത്.

അമേരിക്കയുടെ മുൻ ഡിഫൻസ് സെക്രട്ടറി റോബർട്ട് ഗേറ്റ്സ് (NPR)"

Ay Yi Yai Yi! We are in the middle of The New World Order!

എലീനർ റൂസ്‌വെൽറ്റ്, ഫ്രാങ്ക്ലിൻ ഡി. റൂസ്‌വെൽറ്റ്, ടെഡി റൂസ്‌വെൽറ്റ് എന്നിവർ ഒരുമിച്ചുള്ള ഫോട്ടോ (കടപ്പാട്, ഫ്രാങ്ക്ലിൻ ഡി. റൂസ്‌വെൽറ്റ് പ്രസിഡൻഷ്യൽ ലൈബ്രറി ആൻഡ് തിയോഡോർ റൂസ്‌വെൽറ്റ് കലക്ഷൻ, ഹട്ടൻ ലൈബ്രറി, ഹാർവാർഡ് യൂണിവേഴ്‌സിറ്റി)

അമേരിക്കയുടെ ക്യാപ്പിറ്റലിസ്റ്റിക് സാമ്രാജ്യം പടുത്തുയർത്തിയതാര്?

അമേരിക്കൻ സാമ്രാജ്യത്തിന്റെ ഉത്ഭവത്തെക്കുറിച്ച് ഇപ്പോൾ ശ്രദ്ധിക്കുന്നത് നമുക്ക് പ്രയോജനപ്പെടും. ലോകത്തിലേക്കും വച്ച് ഏറ്റവും ശക്തമായതാണ് അമേരിക്കൻ പ്രസിഡണ്ടിന്റെ ഓഫീസ്, അവിടെയിരുന്നുകൊണ്ടാണവർ ദേശീയവും അന്തർദ്ദേശീയവുമായ സംഭവവികാസങ്ങളിൽ അതുല്യമായ പങ്കുവഹിക്കുന്നത്. 1900 മുതൽ ഇങ്ങോട്ടുള്ള കാലയളവിൽ അമേരിക്കൻ പ്രസിഡണ്ട് സ്ഥാനം വഹിച്ചവരെക്കുറിച്ച് ഞാൻ വിശകലനം ചെയ്ത് അമേരിക്കൻ സാമ്രാജ്യത്തിന്റെ ഉത്ഭവത്തെക്കുറിച്ച് മനസ്സിലാക്കി. ആരെല്ലാമായിരുന്നു അക്കാലത്തെ ചക്രവർത്തിമാർ, എന്തെല്ലാമായിരുന്നു അവർ മുന്നോട്ടുവച്ച മാർഗ്ഗനിർദ്ദേശ തത്വങ്ങൾ?

ലോകത്തെ മാറ്റിമറിക്കാൻ കെല്പുള്ള ചിന്താശീലരും ഉത്തരവാദിത്ത ബോധമുള്ളവരുമായ ചെറിയൊരു സംഘം പൗരന്മാരെ സംശയിക്കരുത്തീർച്ചയായും, അതുമാത്രമേ എക്കാലത്തും സംഭവ്യമായിരുന്നുള്ളൂ.

Margaret Mead

വിജയികളായ യോദ്ധാക്കൾ ആദ്യം ജയിച്ചിട്ട് പിന്നീടാണ് യുദ്ധത്തിനു പോകുന്നത്, പരാജിതരായ യോദ്ധാക്കൾ ആദ്യമേ യുദ്ധത്തിനു പുറപ്പെട്ട് പിന്നീട് വിജയം അന്വേഷിക്കുന്നവരാണ്.

സൺ ത്സൂവിന്റെ യുദ്ധകല (476–221 BC)

ഈ ചോദ്യങ്ങൾക്കുള്ള ഉത്തരങ്ങൾ ഒരു നൂറ്റാണ്ടിനു മുൻപേ കണ്ടെത്തിയിരുന്നുവെന്ന് എനിക്ക് മനസ്സിലായി. ഇരുപതാം നൂറ്റാണ്ടിന്റെ ആദ്യപകുതിയിൽ മഹത്തായ അമേരിക്കൻ ക്യാപ്പിറ്റലിസ്റ്റിക് സാമ്രാജ്യം പടുത്തുയർത്തിയത് റൂസ്‌വെൽറ്റ് ആയിരുന്നു. കമാണ്ടർ ഇൻ ചീഫ് എന്ന നിലയിൽ, പ്രസിഡണ്ടുമാരായിരുന്നു ലോക ചരിത്രത്തിന്റെ ചുക്കാൻ പിടിച്ചിരുന്ന അനിഷേധ്യ ശില്പികൾ. തികച്ചും നിന്ദ്യമായ രീതിയിൽ വ്യവസ്ഥാനുസൃതമായി ഗ്ലോബൽ സൂപ്പർപവർ പദവി Amerixit ലൂടെ പൊളിച്ചുകളഞ്ഞു. (ഇത് സ്വയംപ്രഖ്യാപിത മുത്തലാഖ്[55] (ഇസ്ലാമിലെ വിവാഹമോചനം) രീതിയുടെ അമേരിക്കൻ പതിപ്പാണെന്നു പറയാം. യൂറോപ്യൻ യൂണിയനിൽ നിന്നും പിൻവലിയാനുള്ള ബ്രിട്ടനിലെ Brexit പോലെ). ഒരിക്കൽ റൂസ്‌വെൽറ്റ് അമേരിക്കയെ രക്ഷിച്ചെടുത്ത അതേ ഡസ്റ്റ് ബൗളിലേക്ക് അമേരിക്ക മാറിക്കൊണ്ടേയിരിക്കുന്നു. രണ്ടാം ലോകമഹായുദ്ധം അവസാനിപ്പിച്ച് എഴുപത്തിയഞ്ചോളം വർഷം നീണ്ടുനിന്ന സമാധാനത്തിന്റെയും അഭിവൃദ്ധിയുടെയും ചട്ടക്കൂട് രൂപകൽപ്പന ചെയ്തത് റൂസ്‌വെൽറ്റ് ആയിരുന്നു. UN, WHO, UNESCO, UNICEF, മനുഷ്യാവകാശം തുടങ്ങിയ സ്ഥാപനങ്ങളുടെ അടിത്തറ പാകിയതും അവർ തന്നെയായിരുന്നു, അത്തരം സംഘടനകളെ ഇല്ലാതാക്കിക്കൊണ്ട് നമ്മെ ഫോർത്ത് റീക്കിലേക്ക് നയിക്കാനല്ല അവർ ശ്രമിച്ചത്, അവയെല്ലാം നാം ഇനിയും മെച്ചപ്പെടുത്തി ശക്തിപ്പെടുത്തേണ്ടിയിരിക്കുന്നു.

റൂസ്‌വെൽറ്റ് നിർമ്മിച്ച അമേരിക്കൻ സമ്പദ്‌വ്യവസ്ഥ 1960കളിൽ ആഗോള ജി.ഡി.പി.യുടെ 40% വരുമായിരുന്നു. അതിപ്പോൾ PPPയിൽ 15%ത്തിനും താഴെയെത്തി. അതേസമയം, ചൈനയുടെ ജി.ഡി.പി. ആഗോള ജി.ഡി.പി.യുടെ 20%ത്തിൽ[56] കൂടുതലായി കുതിച്ചുയരുന്നു. അമേരിക്കൻ ക്യാപ്പിറ്റലിസത്തിന്റെ യഥാർത്ഥ നിർമ്മാതാക്കളിൽ നിന്നും പാഠം പഠിക്കേണ്ട സമയമാണിത്. അനിവാര്യമായ യുദ്ധത്തിന് നാം തയാറെടുത്ത് ഇനിയും സമയം വൈകുന്നതിനു മുൻപ് അത് പുനർനിർമ്മിക്കണം.

റൂസ്‌വെൽറ്റ്സിനെപ്പോലെ (തിയോഡർ, FDR, എലീനർ) കറകളഞ്ഞ നേതാക്കൾ വിഭാവനം ചെയ്ത പണ്ടത്തെ ന്യൂ ഡീൽ തിരികെക്കൊണ്ടുവരാൻ നാം പ്രാർത്ഥിക്കണം. ഒന്നാം ലോകമഹായുദ്ധം, സ്പാനിഷ് ഫ്ളൂ, മഹാസാമ്പത്തിക മാന്ദ്യം, രണ്ടാം ലോകമഹായുദ്ധം പോലുള്ള സാഹചര്യങ്ങളിൽ അവരും ഇത്തരം സംഘട്ടനാവസ്ഥകളെ നേരിട്ടിട്ടുണ്ട്. ഇനിയെങ്കിലും നാം ആ നിറംമങ്ങിയ തുറുപ്പുചീട്ടുകൾ റൂസ്‌വെൽറ്റിന്റെ കാലത്തെ പഴയ ഡസ്റ്റ് ബൗളിൽ നിന്നും കണ്ടെത്തി ഉപയോഗിക്കണം. ആ തുറുപ്പുചീട്ടുകൾ ശക്തമായ നടപടികളായിരുന്നു:

(ആ നടപടികളാണ് താഴെക്കൊടുത്തിരിക്കുന്നത്, പക്ഷെ അവ കാലാനുസൃതമായി പരിഷ്കരിച്ചിട്ടുണ്ടെന്ന് മാത്രം.):

1. ലീഡർഷിപ്പ്
2. STEM (സയൻസ്, ടെക്നോളജി, എൻജിനീയറിംഗ്, മാത്തമാറ്റിക്സ്) വിദ്യാഭ്യാസം
3. റിസർച്ച് ആൻഡ് സ്ട്രറ്റീജിക് ടെക്നോളജി
4. ഇൻഫ്രാസ്ട്രക്ചർ ആർക്കിടെക്ചർ
5. ഡിജിറ്റൽ ആർക്കിടെക്ചർ
6. നോളജ് മാനേജ്മെന്റ്
7. ഡിപ്ലോമസി
8. വേൾഡ് കറൻസി ഗോൾഡ് സ്റ്റാൻഡേഡ്
9. ഇലക്ട്രോ-ഡോളർ
10. ഫൈനാൻഷ്യൽ ക്യാപ്പിറ്റൽ
11. സെക്യൂരിറ്റി
12. ട്രാൻസ്ഫോർമാറ്റീവ് ഡിജിറ്റൽ ഗ്രാൻഡ് സ്ട്രാറ്റജീസ് ആൻഡ് റെഗുലേഷൻസ്

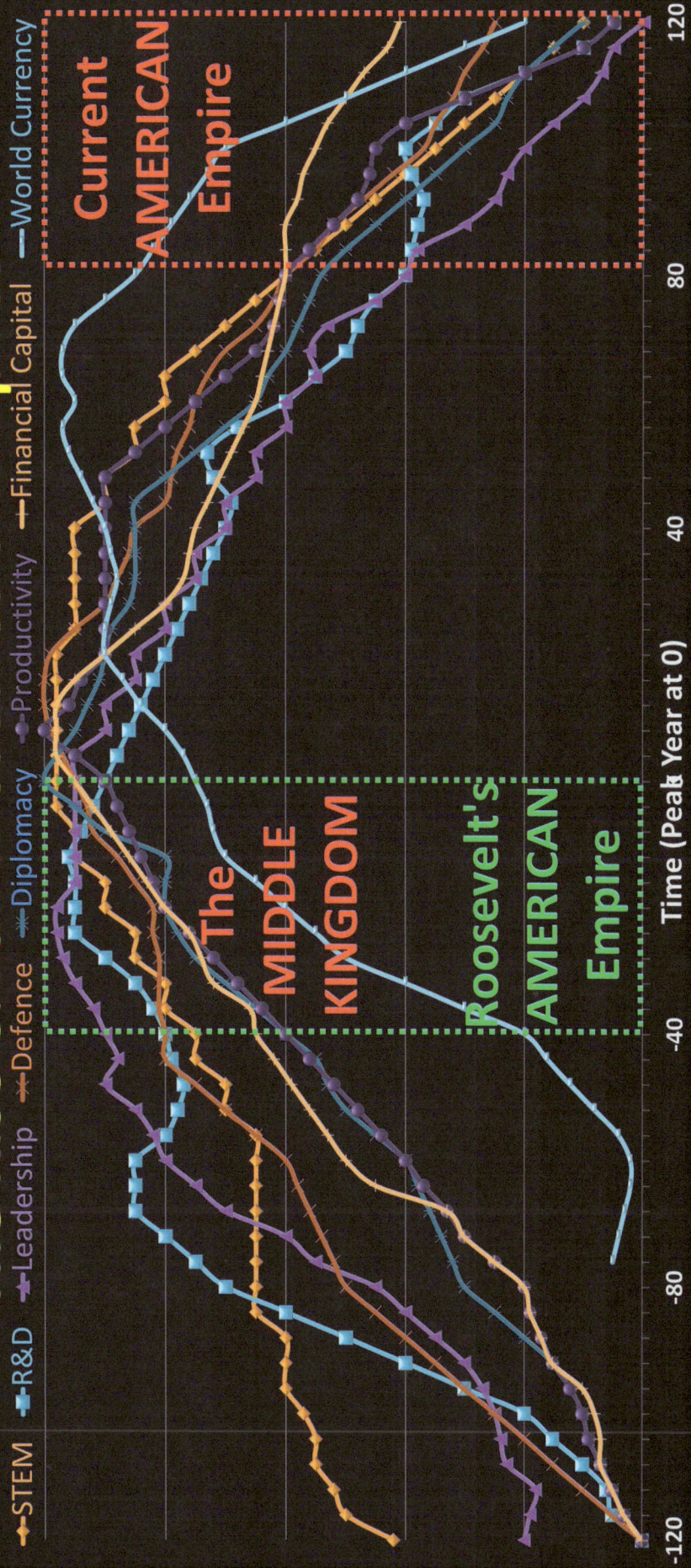

The Gods Must be Crazy!
The Rise & Fall Measures of Empires
STEM
R&D
Leadership
Defence
Diplomacy
Productivity
Financial Capital
World Currency
Current AMERICAN Empire
The MIDDLE KINGDOM
Roosevelt's AMERICAN Empire
-120
-80
-40
40
80
120
Time (Peak Year at 0)

തിയോഡോർ റൂസ്‌വെൽറ്റ് (1901 മുതൽ 1909 വരെ അമേരിക്കയുടെ പ്രസിഡണ്ടായിരുന്ന റിപ്പബ്ലിക്കൻ):

രാഷ്ട്രീയപരമോ അല്ലാത്തതോ ആയ എല്ലാ കാര്യങ്ങളിലും അദ്ദേഹത്തിന്റെ മനോഭാവം "കർമ്മനിരതരാകൂ, കാര്യങ്ങൾ ചെയ്യുതീർക്കൂ" എന്നായിരുന്നു.

(അമേരിക്കയുടെ ചരിത്രത്തിലെ ഏറ്റവും പ്രായംകുറഞ്ഞ പ്രസിഡണ്ടായിരുന്നു തിയോഡോർ റൂസ്‌വെൽറ്റ്. പ്രോഗ്രസീവ് പ്രസ്ഥാനത്തിന്റെ ഉപജ്ഞാതാവ്. തിയോഡോർ തന്റെ സ്ക്വയർ ഡീൽ അഥവാ സത്യസന്ധമായ ദേശീയ നയങ്ങൾക്കു വേണ്ടി പോരാടി, ഓരോ പൗരനും ശരാശരി വിഹിതം ഉറപ്പുവരുത്തിക്കൊണ്ട് മോശമായ ട്രസ്റ്റുകൾ, റയിൽവേ എന്നിവയെ അഴിച്ചുപണിത് മരുന്നിന്റെയും ഭക്ഷണത്തിന്റെയും പരിശുദ്ധത ഉറപ്പുവരുത്തി. പ്രകൃതി സംരക്ഷണത്തിന് പ്രഥമ പരിഗണന നൽകിക്കൊണ്ട് വിവിധ നേഷണൽ പാർക്കുകളും, ഫോറസ്റ്റുകളും സ്ഥാപിച്ച് രാജ്യത്തിന്റെ പ്രകൃതിവിഭവങ്ങളെ സംരക്ഷിച്ചു.

വിദേശനയത്തിന്റെ കാര്യത്തിൽ, സെൻട്രൽ അമേരിക്കയിൽ ശ്രദ്ധപതിപ്പിച്ച റൂസ്‌വെൽറ്റ് പനാമാ കനാലിന്റെ നിർമ്മാണ പ്രവർത്തനങ്ങൾക്ക് തുടക്കംകുറിച്ചു. അമേരിക്കൻ നാവിക സേനയെ വിപുലീകരിച്ച് ഗ്രേറ്റ് വൈറ്റ് ഫ്ലീറ്റ് എന്ന പുതിയ കപ്പൽപ്പടയെ അമേരിക്കയുടെ നാവികശക്തി വിളിച്ചോതും വിധം ലോകപര്യടനത്തിനയച്ചു. റഷ്യ-ജപ്പാൻ യുദ്ധം അവസാനിപ്പിക്കുവാൻ തിയോഡോർ നടത്തിയ കാര്യക്ഷമമായ ശ്രമങ്ങളെ പരിഗണിച്ച് 1906ൽ സമാധാനത്തിനുള്ള നോബൽ സമ്മാനം നൽകപ്പെട്ടു.

ഫ്രാങ്ക്ലിൻ ഡി. റൂസ്‌വെൽറ്റ് (1933 മുതൽ 1945ൽ തന്റെ മരണം വരെ നാലു തവണ പ്രസിഡണ്ട് സ്ഥാനത്തേക്ക് തിരഞ്ഞെടുക്കപ്പെട്ട ഡെമോക്രാറ്റ്):

ഡിഫൻസ് പ്രൊഡക്ഷൻ ആക്ട്[57] ഉണ്ടായിരുന്നിട്ടുപോലും നമുക്ക് ഇന്നും കൊറാണാ വ്യാപനം തടയുന്നതിനുള്ള ഫേസ്മാസ്ക് പോലുള്ള അത്യാവശ്യ സാധനങ്ങൾ ലഭിക്കുന്നതിൽ ബുദ്ധിമുട്ടുകളുണ്ട്. രാജ്യത്തിന്റെ ആദ്യവർഷത്തെ ത്വരിതഗതിയിലാക്കിയത് FDR (റൂസ്‌വെൽറ്റ്) ആയിരുനനു. ഉൽപ്പാദനം അങ്ങേയറ്റം ത്വരിതപ്പെടുത്തിയ ആ ഷെഡ്യൂളിലൂടെ നമുക്ക് ലഭിച്ചത് 45,000 വിമാനങ്ങളും, 45,000 പാറ്റൺ ടാങ്കുകളും, 20,000 വിമാനവേധ തോക്കുകളും, 8 മില്ല്യൺ ടൺ കേവുഭാരമുള്ള പുതിയ കപ്പലുകളും ലഭിച്ചു.

(മാറ്റങ്ങൾ വരുത്തിയ ചിത്രം, കടപ്പാട്: ലിയോൺ പെർസ്കീ പോർട്രെയിറ്റ്സ്, 1944, FDR പ്രസിഡൺഷ്യൽ & മ്യൂസിയം)

അംഗവൈകല്യത്തിനു കാരണമായ പോളിയോ ബാധിച്ചത് 39വയസ്സിലാണ്, എന്നിട്ടും അദ്ദേഹം അമ്പതാമത്തെ വയസ്സിൽ അമേരിക്കയുടെ പ്രസിഡണ്ടായി. അചഞ്ചലനായ കമാണ്ടർ ഇൻ ചീഫ് എന്ന നിലയിൽ അദ്ദേഹം ഈ രാജ്യത്തെ രണ്ട് വൻ വിപത്തുകളിലൂടെ സുരക്ഷിതമായി നയിച്ചു (മഹാസാമ്പത്തികമാന്ദ്യവും രണ്ടാം ലോകമഹായുദ്ധവും). മറ്റേതൊരു അമേരിക്കൻ പ്രസിഡണ്ടിനെക്കാളും കൂടുതൽ കാലം കമാണ്ടർ ഇൻ ചീഫ് ആയിരുന്നത് FDR ആണ്. സർക്കാരിനെക്കുറിച്ചും പ്രസിഡണ്ട് പദവിയെക്കുറിച്ചും നാം മനസ്സിലാക്കിവച്ചിരിക്കുന്നത് അദ്ദേഹത്തിന്റെ പൈതൃകത്തിലൂടെയാണ്.

ഫ്രാങ്ക്ലിൻ ഡി. റൂസ്‌വെൽറ്റിന്റെ നയങ്ങളും വ്യക്തിത്വവുമാണ് ആധുനിക പ്രസിഡൻസിയുടെ സുവർണ്ണ നിലവാരം നിശ്ചയിച്ചത്. വെറുപ്പിനെയും പ്രശംസയെയും അവഗണിച്ചുകൊണ്ട്, സിവിൽ വാറിനു ശേഷം രാജ്യം കണ്ട പ്രക്ഷുബ്ധമായ കാലഘട്ടത്തിൽ FDR ന്റെ ധീരമായ നേതൃത്വമാണ് രാജ്യത്തിന് ലഭിച്ചത്. നാല് തവണ പ്രസിഡണ്ട് തിരഞ്ഞെടുപ്പിൽ വിജയിത്ത് റെക്കോഡ് സൃഷ്ടിച്ച FDR ഇരുപതാം നൂറ്റാണ്ടിന്റെ ആദ്യപാദത്തിലെ ആഗോള സംഭവവികാസങ്ങളിൽ പ്രധാനപങ്കുവഹിച്ച വ്യക്തിയായിരുന്നു.

മഹാസാമ്പത്തികമാന്ദ്യത്തിന്റെ പരീക്ഷണങ്ങൾ പൊറുതിമുട്ടിക്കുന്ന കാലത്ത് റൂസ്‌വെൽറ്റിന്റെ സർക്കാർ അമേരിക്കയുടെ ചരിത്രത്തിലെ ഏറ്റവും മോശമായ സാമ്പത്തിക പ്രതിസന്ധിയെ നേരിടാൻ പുതിയ ആഭ്യന്തര പദ്ധതികൾ അവതരിപ്പിച്ചു. അദ്ദേഹം സൃഷ്ടിച്ച സർക്കാരിന്റെ സുരക്ഷാവലയം തന്നെയാണദ്ദേഹത്തിന്റെ മികച്ച പൈതൃകവും ഇന്നും തുടരുന്ന തർക്കങ്ങളുടെ സ്രോതസ്സും. ജോർജ്ജ് വാഷിംഗ്ടണും, അബ്രഹാം ലിങ്കണും ശേഷം അമേരിക്ക കണ്ട മികച്ച പ്രസിഡണ്ടെന്നാണ് പണ്ഡിതന്മാർ അദ്ദേഹത്തെ വിലയിരുത്തുന്നത്.

എലീനർ റൂസ്‌വെൽറ്റ്

ലോകത്തിന്റെ പ്രഥമവനിത എന്നാണിവർ അറിയപ്പെട്ടിരുന്നത്. മുപ്പതു വർഷത്തിലധികം എലീനർ റൂസ്‌വെൽറ്റ് ആയിരുന്നു അമേരിക്കയുടെ പ്രഥമവനിത. ദശലക്ഷക്കണക്കിന് ആരാധകരുള്ള അവരെക്കുറിച്ചുള്ള FBI ഫയലാകട്ടെ അടുക്കിവച്ചിരിക്കുന്ന ഫോൺ ഡയറക്ടറികളെക്കാൾ വലിയതായിരുന്നു, അവർ പൗരാവകാശത്തെക്കുറിച്ച് ഭയമില്ലാതെ സംസാരിച്ചു, അതോടെ കു ക്ലക്സ് ക്ലാൻ (KKK)[58] അവരുടെ തലയ്ക്ക് പാരിതോഷികം പ്രഖ്യാപിച്ചു.

പത്രമാധ്യമങ്ങൾ അഗ്ലി ബിസിബോഡി എന്ന കുത്തുവാക്കുപയോഗിച്ച എലീനർ ഫ്രാങ്ക്ലിൻ ഡി. റൂസ്‌വെൽറ്റ് അധികാരത്തിലേറാൻ തുണയായതിനു പുറമെ അദ്ദേഹത്തിനു ലഭിച്ച മികച്ച രാഷ്ട്രീയ സമ്പത്തുകളിലൊരാളായി മാറുകയും ചെയ്തു. സാമൂഹ്യനീതിക്കു വേണ്ടി അഹോരാത്രം പാടുപെട്ട എലീനർ ഐക്യരാഷ്ട്രസഭയുടെ മനുഷ്യാവകാശങ്ങളെക്കുറിച്ചുള്ള പ്രഖ്യാപനത്തിലും പ്രധാന പങ്കുവഹിച്ചു.

1929ൽ തുടങ്ങി ഏകദേശം ഒരു ദശകത്തോളം നീണ്ടുനിന്ന മഹാസാമ്പത്തികമാന്ദ്യത്തിന്റെ സമയത്താണ് FDR ന്റെ വൈറ്റ്ഹൗസ് പ്രവേശനം. സാമ്പത്തികമാന്ദ്യത്തെ നേരിടാനായി പ്രസിഡണ്ടും കോൺഗ്രസ്സും ഉടനെ തന്നെ ന്യൂ ഡീൽ എന്നറിയപ്പെടുന്ന ഏതാനും തുടർച്ചയായ വീണ്ടെടുക്കൽ സംരംഭങ്ങൾക്ക് തുടക്കംകുറിച്ചു. പ്രഥമവനിതയെന്ന നിലയിൽ എലീനർ അമേരിക്കയിലെമ്പാടും യാത്ര ചെയ്ത് തന്റെ ഭർത്താവിന്റെ കണ്ണുകളെന്നപോലെ സ്ഥിതിഗതികൾ അദ്ദേഹത്തെ അറിയിച്ചുകൊണ്ടിരുന്നു. മനുഷ്യാവകാശവുമായി ബന്ധപ്പെട്ട നേട്ടങ്ങൾക്കുള്ള കൃതജ്ഞത പ്രകടിപ്പിക്കാനായി പിന്നീട് പ്രസിഡണ്ട് ഹാരി എസ്. ട്രൂമാൻ അവരെ ലോകത്തിന്റെ പ്രഥമവനിത എന്നു വിശേഷിപ്പിക്കുകയുണ്ടായി.

നാം റൂസ്‌വെൽറ്റിന്റെ കാലത്തെ നമ്മുടെ അടിത്തറയായ ക്യാപ്പിറ്റലിസ്റ്റിക് സിദ്ധാന്തങ്ങളിലേക്ക് മടങ്ങേണ്ടിയിരിക്കുന്നു:

ലോകചരിത്രത്തിൽ ഇപ്പോൾ, മിക്കവാറും എല്ലാ രാജ്യങ്ങളും ജീവിതശൈലിയിൽ മാറ്റങ്ങൾ വരുത്തിക്കൊണ്ടിരിക്കുകയാണ്. പലപ്പോഴും തിരഞ്ഞെടുക്കാവുന്ന പുതിയ വഴി സൗജന്യമായിരിക്കില്ല. ജീവിതശൈലികളിൽ ഒന്നാമത്തേത് ബഹുഭൂരിപക്ഷത്തിന്റെ ഇച്ഛകൾക്ക് പ്രാധാന്യം നൽകിക്കൊണ്ട് സ്വതന്ത്രസ്ഥാപനങ്ങളും, പ്രതിനിധാനം ചെയ്യുന്ന ഭരണകൂടവും, സ്വതന്ത്രമായ തിരഞ്ഞെടുപ്പുകളും, വ്യക്തിസ്വാതന്ത്ര്യം ഉറപ്പുവരുത്തി, അഭിപ്രായസ്വാതന്ത്ര്യവും മതനിരപേക്ഷതയും അനുവദിക്കുന്നതും രാഷ്ട്രീയ അടിച്ചമർത്തലുകൾക്ക് ഇടം നൽകാത്തതുമാണ്. രണ്ടാമത്തേത് ന്യൂനപക്ഷം വരുന്നവരുടെ ഇച്ഛകളെ ബഹുഭൂരിപക്ഷത്തെ അടിച്ചേൽപ്പിക്കുന്ന രീതിയാണ്. ഭീതി വിതയ്ക്കുന്ന അടിച്ചമർത്തലും, പത്രസ്വാതന്ത്ര്യം ഇല്ലാതെ, നിശ്ചിതമായ തിരഞ്ഞെടുപ്പുകളും വ്യക്തിസ്വാതന്ത്ര്യത്തെ ഹനിക്കുന്ന രീതികളുമാണ്. അമേരിക്ക ജനങ്ങളുടെ സ്വതന്ത്രമായ ജീവിതത്തെ പിന്തുണച്ച് ബാഹ്യപ്രേരണകൾക്ക് വിധേയമായി കീഴ്പ്പെടുത്താനുള്ള സായുധരായ ന്യൂനപക്ഷങ്ങളുടെ ശ്രമങ്ങളെ ചെറുത്തുതോൽപ്പിക്കാനുള്ള ശ്രമത്തെ പിന്തുണക്കണമെന്ന് ഞാൻ വിശ്വസിക്കുന്നു.........

ഏകാധിപത്യ ഭരണകൂടങ്ങളുടെ വിത്തുകളെ പരിപോഷിപ്പിക്കുന്നത് ദുരിതങ്ങളും ഇല്ലായ്മകളുമാണ്. ദാരിദ്ര്യത്തിന്റെയും കഷ്ടപ്പാടുകളുടേയും പാപപങ്കിലമായ മണ്ണിൽ അവർ വിത്തു വിതയ്ക്കുന്നു. നല്ലൊരു നാളെ എന്ന ജനങ്ങളുടെ പ്രത്യാശ മരിക്കുന്നതോടെ അവർ പൂർണ്ണവളർച്ച പ്രാപിക്കുന്നു. ആ പ്രത്യാശ നാം നിലനിർത്തണം. ലോകത്തെ സ്വതന്ത്ര ജനത അവരുടെ സ്വാതന്ത്ര്യം നിലനിർത്താനുള്ള പിന്തുണ ലഭിക്കാനായി നമ്മെ ഉറ്റുനോക്കുന്നു. നേതൃത്വത്തിൽ നാം അടിപതറിയാൽ നാം ഫലത്തിൽ ലോകസമാധാനത്തെ അപകടപ്പെടുത്തി നമ്മുടെ രാജ്യത്തിന്റെ തന്നെ ക്ഷേമത്തെ അപകടപ്പെടുത്തിയേക്കാം.

ട്രൂമാൻ തത്ത്വം (1947)

(മാറ്റങ്ങൾ വരുത്തിയ ചിത്രം, കടപ്പാട്: ലിയോൺ
പെർസ്കി പോർട്രെയിറ്റ്സ്, 1944, FDR
പ്രസിഡൻഷ്യൽ & മ്യൂസിയം)

(മാറ്റങ്ങൾ വരുത്തിയ ചിത്രം, കടപ്പാട്: FDR
പ്രസിഡൺഷ്യൽ & മ്യൂസിയം))

(ചിത്രം കടപ്പാട്: US ആർമിയും PD-USGov-മിലിട്ടറി-ആർമി) യാൾട്ട ഉച്ചകോടി 1945: സ്റ്റാലിൻ, റൂസ്‌വെൽറ്റ്, ചർച്ചിൽ)

റൂസ്‌വെൽറ്റിന്റെ സഭ തിരികെ കൊണ്ടുവരാനുള്ള നിർദ്ദേശം

അവസരവാദപരമായ ബന്ധങ്ങൾ നിലനിൽക്കുന്നത് അപൂർവമാണ്. ആദരണീയരായ വ്യക്തികളുടെ പരിചയം, അത് വിദൂരത്തിലായിരുന്നാൽ പോലും, മന്ദോഷ്ണമായ കാലാവസ്ഥയിൽ ഇല തളിർക്കുകയുമില്ല, തണുപ്പുകാലത്ത് ഇലകൊഴിക്കുകയുമില്ല. നാല് കാലാവസ്ഥകളിലും നിറം മങ്ങിക്കൊണ്ടേയിരിക്കും, പ്രയാസമില്ലാത്ത കാലത്തിലൂടെയും ആപത്തായ കാലത്തിലൂടെയും കടന്നു പോകുന്തോറും അത് കൂടുതൽ സുസ്ഥിരമാകും."

സൺ ത്സൂവിന്റെ യുദ്ധകല (476–221 BC)

പാശ്ചാത്യ വ്യവസായസംരംഭങ്ങളെ മെച്ചപ്പെടുത്തുന്നതെക്കുറിച്ച് നമ്മൾ നേരത്തെ എടുത്തു പറഞ്ഞ കാര്യങ്ങളിലാണ് എന്റെ നിർദ്ദേശം ശ്രദ്ധപതിപ്പിക്കുന്നത്:

1. ലീഡർഷിപ്പ്
2. STEM (സയൻസ്, ടെക്നോളജി, എൻജിനീയറിംഗ്, മാത്തമാറ്റിക്സ്) വിദ്യാഭ്യാസം
3. റിസർച്ച് ആൻഡ് സ്ട്രറ്റീജിക് ടെക്നോളജി
4. ഇൻഫ്രാസ്ട്രക്ചർ ആർക്കിടെക്ചർ
5. ഡിജിറ്റൽ ആർക്കിടെക്ചർ
6. നോളജ് മാനേജ്മെന്റ്
7. ഡിപ്ലോമസി
8. വേൾഡ് കറൻസി ഗോൾഡ് സ്റ്റാൻഡേഡ്
9. ഇലക്ട്രോ-ഡോളർ
10. ഫൈനാൻഷ്യൽ ക്യാപ്പിറ്റൽ
11. സെക്യൂരിറ്റി
12. ഡിജിറ്റൽ സ്ട്രാറ്റജീസ് ആൻഡ് ട്രാൻസ്ഫോർമാറ്റീവ് റോഡ്മാപ്പ്

റൂസ്വെൽറ്റിന്റെ ക്യാപ്പിറ്റലിസ്റ്റ് കാലഘട്ടവും, ഇന്നത്തെ അമേരിക്കയും, ചൈന കൈവരിച്ച നേട്ടങ്ങളുമായി താരതമ്യം ചെയ്യുന്ന ചിത്രമാണ് താഴെക്കൊടുത്തിരിക്കുന്നത്. ഇക്കാര്യങ്ങൾ മറ്റു ഭാഗങ്ങളിൽ വിശദീകരിക്കുന്നുണ്ട് (ദയവായി താങ്കളുടെ അഭിപ്രായങ്ങൾ അറിയിക്കുക, അതിലൂടെ എനിക്ക് ഈ ചിത്രങ്ങൾ ആവശ്യാനുസരണം മാറ്റം വരുത്തുന്നതിനെക്കുറിച്ച് ചിന്തിക്കാനാകും).

സർക്കാരിന്റെ പിന്തുണയോടെ ചൈനീസ് സംരംഭങ്ങൾ $10 ട്രില്ല്യൺ വരുന്ന കടക്കെണികളിലൂടെയും, ബെൽറ്റ് ആൻഡ് സിൽക്ക് റോഡിന്റെ പുതിയ പതിപ്പിലൂടെയും, മറ്റു ഹൈ-ടെക് ഇൻഫ്രാസ്ട്രക്ചർ പ്രൊജക്ടുകളിലൂടെയും 150ലധികം ലോകരാജ്യങ്ങളെ സാമ്പത്തികമായി കോളനിവൽക്കരിച്ചു വരികയാണ്..

ഇന്നു നാം പിന്തുടരുന്ന പത്തൊമ്പതാം നൂറ്റാണ്ടിലെ ക്യാപ്പിറ്റലിസ്റ്റിക് സംവിധാനത്തിന് ചെളിക്കുഴിയിലെ (വാഷിംഗ്ടൺ ഡി.സി.) അഴിമതിക്കാരായ രാഷ്ട്രീയ കർമ്മസമിതിക്കാരും (PACs) അവരുടെ ഉപജാപകരും, ഗോർഡൻ ഗെക്കോയുടെ പ്രൈവറ്റ് ഇക്വിറ്റിയും, ചൈനയുടെ പണംകൊണ്ട് കളിക്കുന്ന കോർപ്പറേറ്റ് സഞ്ചാരികളുമാണ്, നേതൃത്വം നൽകുന്നത്. ട്വിറ്റർ കേന്ദ്രിതമായ വാൾസ്ട്രീറ്റിന്റെ തീരുമാനങ്ങളെടുക്കുന്ന പ്രക്രിയയുടെ അൽഗോരിതം തന്നെ അപമാനമാണ്.

നമ്മുടെ വ്യവസായസംരംഭ വിദഗ്ധർ ജനസംഖ്യയുടെ 96% വരുന്ന മനുഷ്യരുടെ യാഥാർത്ഥ്യങ്ങളിൽ നിന്നും വിഘടിക്കാൻ ഇനി അധികം താമസമില്ല. അവർ ദന്തഗോപുരങ്ങളിലിരുന്ന് അതിരുകടന്ന ഫൈനാൻഷ്യൽ എൻജിനീയറിംഗിലാണ് ശ്രദ്ധപതിപ്പിക്കുന്നത്. കഴിഞ്ഞ ഒരു ദശകത്തിൽ യാതൊരു ഉൽപ്പാദന വളർച്ചയോ വിൽപ്പന വളർച്ചയോ ഉണ്ടായതായി തോന്നുന്നില്ല. എന്നിട്ടും ഡൗ ജോൺസ് കഴിഞ്ഞ പത്തു വർഷത്തിൽ 250% ത്തിലധികം വളർച്ച നേടിയിട്ടുണ്ട്, അത് കൂടുതലും ഫൈനാൻഷ്യൽ എൻജിനീയറിംഗിലൂടെയാണ്. പെട്ടെന്ന് പണക്കാരാകാനുള്ള പദ്ധതികൾ ബാലൻസ് ഷീറ്റ് വല്ലാതെ ധൂർത്തടിച്ചിട്ടുണ്ട്, ഇന്ന് ക്യാപ്പിറ്റലിസത്തിന്റെ അടിത്തറകൾ വിറയ്ക്കാൻ തുടങ്ങിയിരിക്കുന്നു.

ഇരുപത്തിരണ്ടാം നൂറ്റാണ്ടിലേക്ക് ജൈത്രയാത്ര തുടരണമെങ്കിൽ നാം നമ്മുടെ വ്യവസായസംരംഭങ്ങളെ പരിഷ്കരിക്കേണ്ടിയിരിക്കുന്നു അതിന് നമ്മൾ ജർമ്മൻകാരിൽ നിന്നും കിഴക്കൻ രാജ്യങ്ങളിൽ നിന്നും (സിംഗപ്പൂർ, ചൈന, ജപ്പാൻ, ദക്ഷിണകൊറിയ തുടങ്ങിയ) പലതും പഠിക്കണം. വ്യവസായസംരംഭങ്ങളുടെ നിലനിൽപ്പ് അത് സ്പോൺസർ ചെയ്യുന്ന തലതൊട്ടപ്പൻമാരുടെ ഉയർച്ചയും താഴ്ച്ചയുമായി ഇഴപിരിഞ്ഞിരിക്കും, ഇരുപത്തിരണ്ടാം നൂറ്റാണ്ടിനു പാകത്തിലുള്ള കണ്ടുപിടിത്തങ്ങളിൽ, ചൈനീസ് കമ്മ്യൂണിസ്റ്റ് പാർട്ടിയുടെ മാറ്റങ്ങളെ ഉൾക്കൊള്ളാൻ കഴിയുന്ന എൻജിനീയർമാർ പാശ്ചാത്യ ക്യാപ്പിറ്റലിസ്റ്റിക് എൻജിനീയറിംഗ് വിദഗ്ധരായ പ്രതിയോഗികളെ നിഷ്കരുണം തുടച്ചുനീക്കാനായി തന്ത്രപൂർവം ട്രില്ല്യൺ കണക്കിന് ഡോളറാണ് ചെലവിടുന്നത്. സർക്കാരിന്റെ പിന്തുണയുള്ള തട്ടിപ്പൻ സംരംഭങ്ങൾ മെച്ചപ്പെട്ട ഉൽപ്പന്നങ്ങളുടേയും സേവനങ്ങളുടേയും കാര്യത്തിൽ പാശ്ചാത്യ ഗോർഡൻ ഗെക്കോ ലൈസൻസ് മാസ്റ്റർമാരുടെയും മറ്റും വിദേശ പങ്കാളികളുടേയും പൈതൃകത്തിൽ നിന്നും മോചിതരായിക്കഴിഞ്ഞു.

ചുരുക്കിപ്പറഞ്ഞാൽ, നാം നമ്മുടെ വ്യവസായസംരംഭങ്ങൾക്കു വേണ്ടിയുള്ള നിക്ഷേപങ്ങൾ ഇരട്ടിയാക്കിയാലേ പുതിയ കമ്മ്യൂണിസ്റ്റ് സ്വേച്ഛാധിപത്യ ഗുരുക്കന്മാരിൽ നിന്നും മോചനം നേടാൻ കഴിയൂ.:

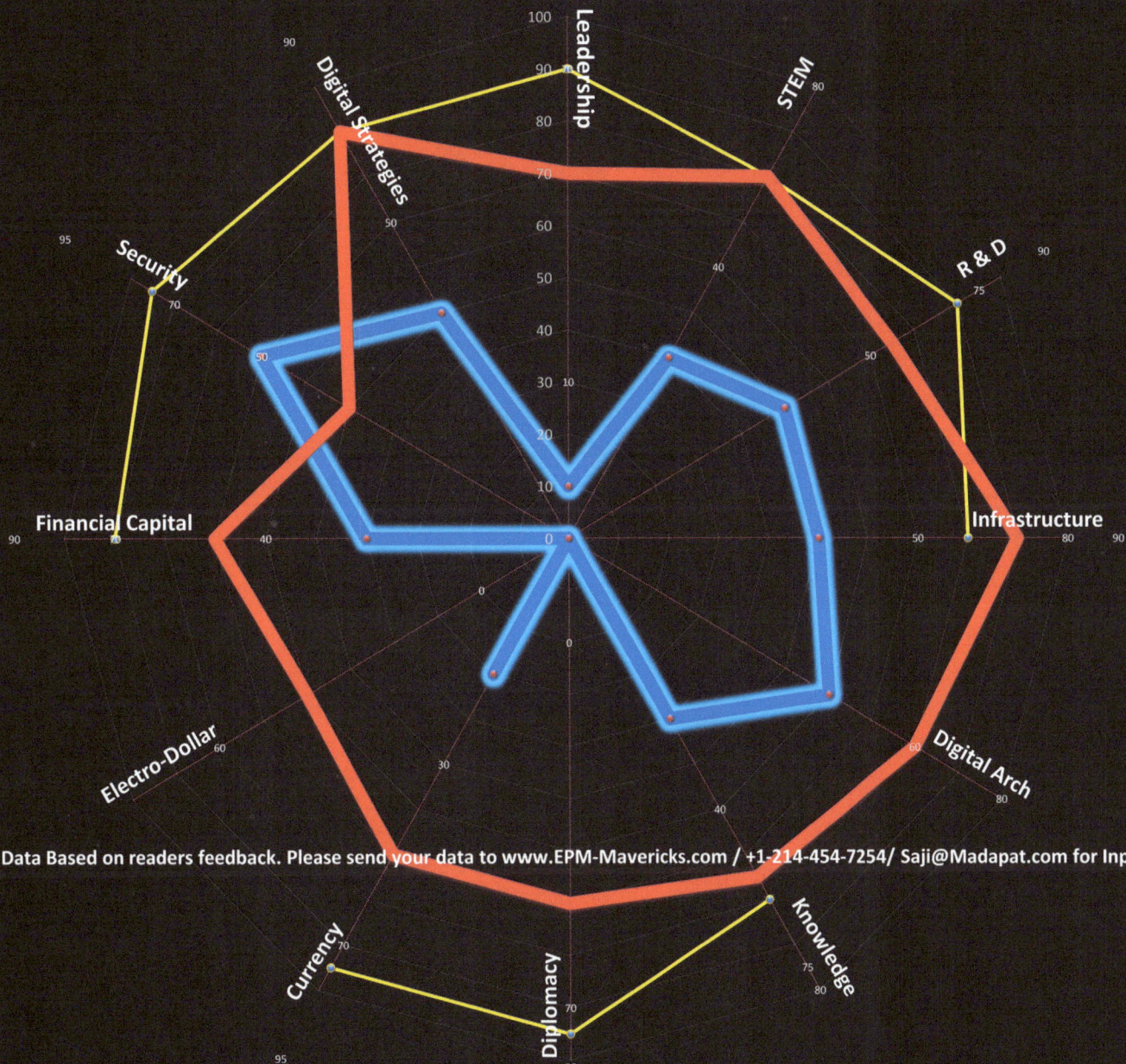

The Gods Must be Crazy!
US vs China Competitiveness Dashboard
(Representative Example scores)
Roosevelt's USA
Current USA
CHINA
Leadership
STEM
R & D
Infrastructure
Digital Arch
Knowledge
Diplomacy
Currency
Electro-Dollar
Financial Capital
Security
Digital Strategies
Data Based on readers feedback. Please send your data to www.EPM-Mavericks.com / +1-214-454-7254/ Saji@Madapat.com for Input

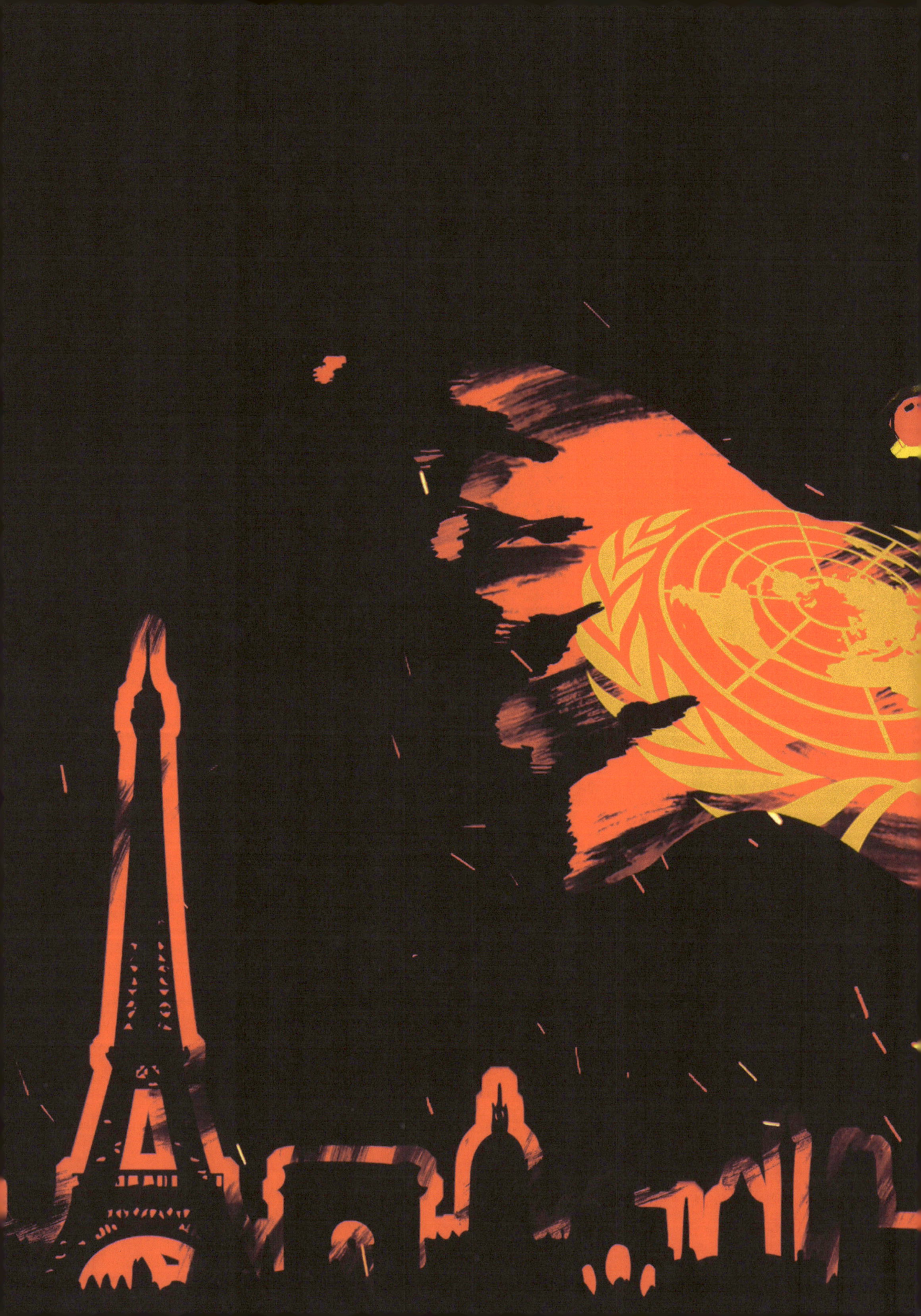

Ay Yi Yai Yi! We are in the middle of The New World Order!

1. ലീഡർഷിപ്പ്

കഴിവുറ്റ നേതാവ് ശത്രുസൈന്യത്തെ യുദ്ധം ചെയ്യാതെ കീഴടക്കും;
വളഞ്ഞുപിടിച്ച് ഉപരോധിക്കാതെ തന്നെ അവരുടെ നഗരങ്ങൾ പിടിച്ചെടുക്കും;
യുദ്ധക്കളത്തിൽ അഭ്യാസങ്ങൾ കൂടാതെത്തന്നെ അവരുടെ സാമ്രാജ്യത്തെയും.
സൺ ത്സൂവിൻറെ യുദ്ധകല (476–221 BC)

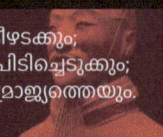

ഹാർവാർഡ് കെന്നഡി സ്കൂൾ പറയുന്നത്, ചൈനീസ് കമ്മ്യൂണിസ്റ്റ് പാർട്ടി (CCP) സ്ഥാപിച്ച് നൂറാം വാർഷികം ആഘോഷിക്കാനൊരുങ്ങുമ്പോഴും, പാർട്ടി എന്നത്തെപ്പോലെയും ശക്തമായി തുടരുന്നു. ഭരണകൂട നയത്തിനായുള്ള ജനപിന്തുണയിൽ കൂടുതൽ ആഴത്തിലുള്ള ഉൽപ്പതിഷ്ണുത സ്ഥാപിക്കപ്പെടുന്നു. ചൈനീസ് കമ്മ്യൂണിസ്റ്റ് പാർട്ടിയെക്കുറിച്ചുള്ള ഈ ഗവേഷണപരമ്പര പ്രസിദ്ധീകരിച്ചിരിക്കുന്നത് ഹാർവാർഡ് യൂണിവേഴ്സിറ്റി ജോൺ എഫ് കെന്നഡി സ്കൂൾ ഓഫ് ഗവർമെണ്ടിന്റെ വിഭാഗമായ ആഷ് സെൻറർ ഫോർ ഡെമോക്രാറ്റിക് ഗവർണൻസ് ആൻഡ് ഇന്നവേഷൻ ആണ്.

ചൈനക്കാരുടെ കാഴ്ചപ്പാടിൽ ചൈനീസ് കമ്മ്യൂണിസ്റ്റ് പാർട്ടിയുടെ സാധുത നഷ്ടപ്പെടുന്നുവെന്ന ആശയത്തിന് വളരെക്കുറച്ച് തെളിവുകളേ ഉള്ളൂ. വാസ്തവത്തിൽ, വൈവിധ്യമാർന്ന കണക്കെടുപ്പു രീതികൾ അവലംബിച്ച നമ്മുടെ സർവേ കാണിക്കുന്നത് 2016 ആയപ്പോൾ ചൈനീസ് ഭരണകൂടം കഴിഞ്ഞ രണ്ടു ദശാബ്ദകാലത്ത് ഉള്ളതിലേക്കും വച്ച് ഏറ്റവും ജനകീയമായെന്നാണ്. ചൈനീസ് ജനതയുടെ അഭിപ്രായം സർക്കാർ നൽകുന്ന ആരോഗ്യപരിപാലന, ക്ഷേമ പദ്ധതികളും മറ്റു പൊതുസേവനങ്ങളുമെല്ലാം 2003ൽ ഈ സർവേ തുടങ്ങുമ്പോൾ ഉണ്ടായിരുന്നതിനേക്കാൾ ന്യായമായ രീതിയിൽ മെച്ചപ്പെട്ടതാണെന്നാണ്.

....

ചൈനയിലെ വിവിധ ജനവിഭാഗങ്ങള്ക്കിടയില് അസംതൃപ്തി വര്ദ്ധിച്ചുവരുന്നതിന്റെ യാതൊരു ലക്ഷണവും ഉണ്ടായിരുന്നില്ല, ആ രാഷ്ട്രത്തിന്റെ രാഷ്ട്രീയപൈതൃകം വലിയൊരു പ്രതിസന്ധി നേരിടുകയാണെന്ന ആശയം സംശയാസ്പദം മാത്രമാണ്.

ഹാർവാർഡ് യൂണിവേഴ്സിറ്റി (ജൂലൈ 2020)

വെറും 17% അമേരിക്കക്കാർ മാത്രമാണിന്ന് വാഷിംഗ്ടൺ ഡി.സി.യിലെ ഭരണകൂടം എല്ലായ്പോഴും (3%) ശരിയായ കാര്യങ്ങളാണ് ചെയ്യുന്നതെന്ന് വിശ്വസിക്കാമെന്ന് പറയുന്നത്

Pew Research Center
(Public Trust in Government: 1958-2019)

അതേസമയം അമേരിക്കയില്‍:

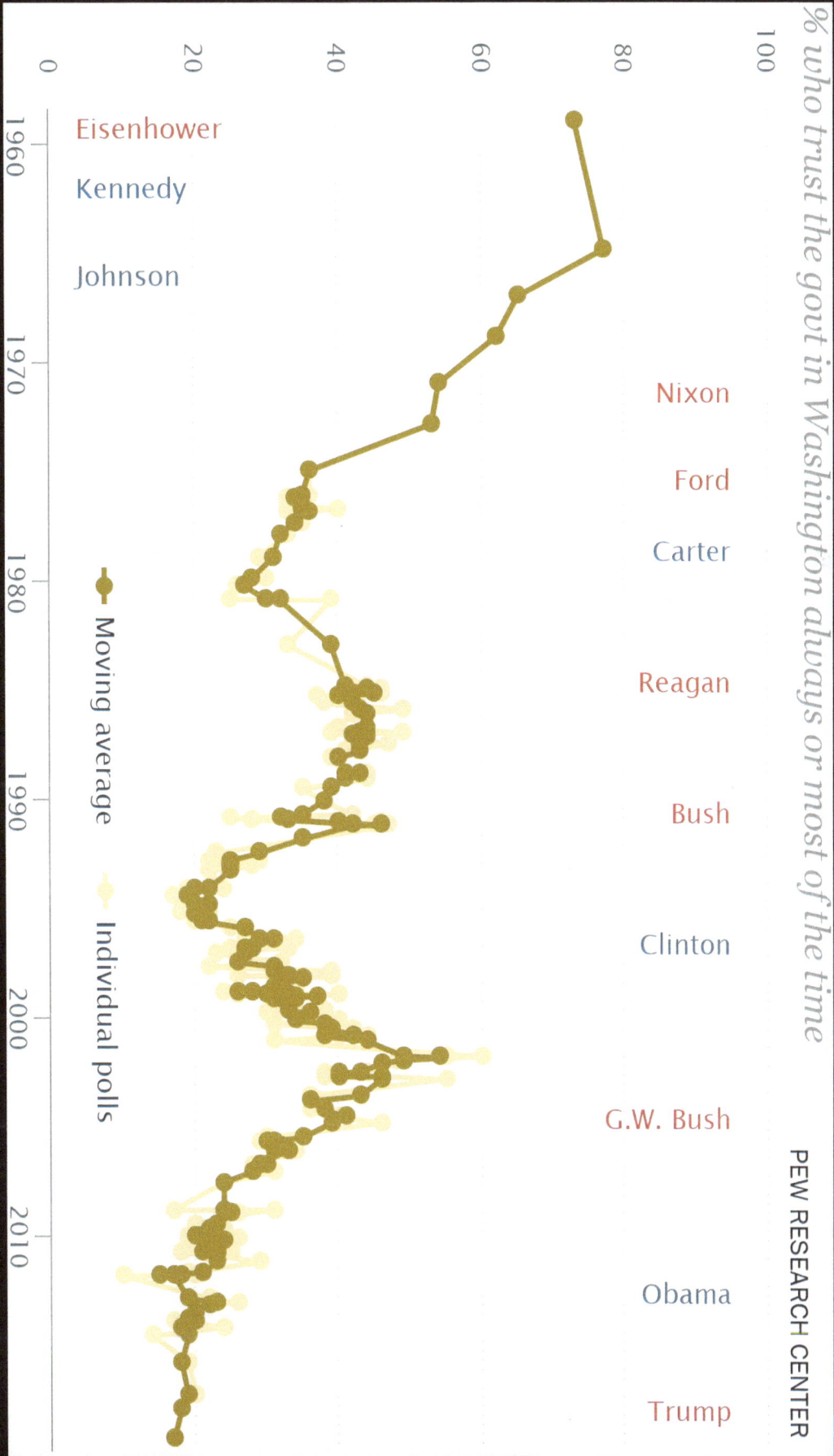

% who trust the govt in Washington always or most of the time

PEW RESEARCH CENTER

ദ ഗോഡ്സ് മസ്റ്റ് ബി ക്രേസി അമേരിക്കൻ പുലിമുരുകൻ!

(ചിത്രം കടപ്പാട്: ഗവണ്മെന്റ് ഓഫ് യുണൈറ്റഡ് കിങ്ഡ്ഡം) യാൾട്ട കോൺഫറൻസിൽ ലിവാഡിയാ പാലസിൽ വച്ച് പ്രസിഡണ്ട് റൂസ്‌വെൽറ്റിനോടൊപ്പം വിൻസ്റ്റൺ ചർച്ചിൽ ജോസഫ് സ്റ്റാലിനെ അഭിവാദ്യം ചെയ്യുന്നു.

ചരിത്രം പ്രതികാരദാഹത്തോടെ ആവർത്തിക്കാൻ വെമ്പുന്ന സമയത്ത്, നമ്മുടെ സാമ്രാജ്യത്തെയും വ്യവസായ സംരംഭങ്ങളെയും നിർവഹിക്കുന്നതിന് നമുക്ക് റൂസ്‌വെൽറ്റ്സ് പോലുള്ള പൂർവസ്ഥിതി പ്രാപിക്കാൻ കെല്പുള്ള നേതൃത്വമാണ് വേണ്ടത്. FDRനെപ്പോലുള്ള നേതാക്കൾ ഉണ്ടാകേണ്ട സമയമായിരിക്കുന്നു. കോവിഡ് വ്യാപനത്തെ കുറിച്ചുള്ള വികാരക്ഷോഭത്തെ ധൈര്യത്തിനും കർക്കശ നിലപാടിനും പ്രതീക്ഷകൾക്കും വേണ്ടിയുള്ള ആഹ്വാനമാക്കി മാറ്റാൻ കഴിയുന്ന നേതാക്കൾ വേണം. അമേരിക്കയിലെ ഏറ്റവും അസാധാരണനായ നേതാവായിരുന്നു FDR. ക്യാപ്പിറ്റലിസത്തിന്റെയും ആധുനിക വ്യവസായസംരംഭങ്ങളുടേയും അടിത്തറപാകി നമ്മെ ലോകചരിത്രത്തിന്റെ വേദിയിൽ മുൻനിരയിലെത്തിച്ചത് അദ്ദേഹമായിരുന്നു. ഭാവിയിലേക്കുള്ള വീണ്ടെടുപ്പിന്റെ പാത വെട്ടിത്തുറന്ന് നമ്മെ കുന്നിൻമുകളിൽ വെട്ടിത്തിളങ്ങുന്ന നഗരത്തിലേക്ക് തിരിച്ചെത്തിക്കാൻ പാകത്തിൽ ദീർഘവീക്ഷണം പുലർത്തുന്ന റൂസ്‌വെൽറ്റ്സിനെപ്പോലുള്ള നേതാക്കന്മാരെ ലഭിക്കാൻ നാം പ്രാർത്ഥിക്കണം.

ഇന്ന് കാലാവസ്ഥാ വ്യതിയാനമെന്ന പ്രതിസന്ധിയിലൂടെ നാം കടന്നുപോകുമ്പോൾ, നമുക്ക് വേണ്ടത് തിയൊഡോർ റൂസ്‌വെൽറ്റിനെപ്പോലുള്ള (TR) പ്രവാചകന്മാരെയാണ്, പ്രകൃതി നമുക്ക് വരദാനമായി നൽകിയ വിഭവങ്ങളെ എങ്ങനെ സംരക്ഷിക്കണം എന്ന് അദ്ദേഹം തിരിച്ചറിഞ്ഞിരുന്നു. 150 നാഷണൽ ഫോറസ്റ്റുകളും, അഞ്ച് നാഷണൽ പാർക്കുകളും, 51 ഫെഡറൽ പക്ഷിസങ്കേതങ്ങളും, നാല് നാഷണൽ ഗെയിം പ്രിസർവുകളും, 18 ദേശീയസ്മാരകങ്ങളുമാണ് 230 മില്ല്യൺ ഏക്കറിലധികം വരുന്ന പൊതുസ്ഥലത്ത് തിയൊഡോർ നമുക്കായി സ്ഥാപിച്ചത്.

ഇന്ന് ബ്ലാക്ക് ലൈവ്സ് മാറ്റർ കാലഘട്ടത്തിലെ ബഹളങ്ങളിലൂടെ കടന്നുപോകുമ്പോൾ നാം ലോകത്തിന്റെ പ്രഥമ വനിതയിൽ (എലീനർ റൂസ്‌വെൽറ്റ്) നിന്നും പാഠം പഠിക്കണം, മാനുഷിക പരിശ്രമങ്ങളുടേയും സാമൂഹ്യനീതിയുടേയും അടിസ്ഥാനത്തിൽ രാജ്യത്തെ പുനർനിർവചിച്ചത് അവർ ആയിരുന്നു.

ഫ്രാങ്ക്ലിൻ ഡി. റൂസ്‌വെൽറ്റ് പോളിയോ ബാധിച്ച് അരക്കെട്ടിനു താഴെ സ്വാധീനമില്ലാതെ അവശനായെങ്കിലും അദ്ദേഹം ധീരമായി സ്ഥിരോത്സാഹത്തോടെയും ശുഭാപ്തിവിശ്വാസത്തോടെയും ആ അസുഖത്തെ ചെറുത്തുനിന്നു. മഹാസാമ്പത്തികമാന്ദ്യവും ബാങ്കിംഗ് പ്രതിസന്ധിയും കനത്ത പ്രഹരമേൽപ്പിക്കുന്ന സമയത്തും അദ്ദേഹം രാജ്യത്തെ മികച്ച രീതിയിൽ നയിച്ച നായകനാണ്. മഹാസാമ്പത്തികമാന്ദ്യത്തിന്റെ കാലത്ത് ലക്ഷക്കണക്കിന് സ്വാർത്ഥ താൽപര്യക്കാരായ സ്വാധീനശക്തികളോട് തുടർ ചർച്ചകൾ നടത്തി നൂറായിരം സങ്കീർണ്ണമായ തീരുമാനങ്ങളെടുത്താണ് സാമ്പത്തിക വീണ്ടെടുപ്പ് സാധ്യമായത്. ജനങ്ങൾക്ക് രാജ്യത്തിന്റെ സംവിധാനങ്ങളിലുള്ള വിശ്വാസം നഷ്ടപ്പെടുന്ന സമയത്ത്, ആ സംവിധാനങ്ങളെക്കുറിച്ചുള്ള ആത്മവിശ്വാസം പുനസ്ഥാപിച്ചുകൊണ്ടാണ് FDR സാമ്പത്തിക പ്രതിസന്ധി പരിഹരിച്ചത്.

നമ്മുടെ നേതാക്കൾ ഈ ഉത്തമവിശ്വാസമുള്ള നയതന്ത്രജ്ഞന്മാരിൽ നിന്നും പഠിക്കണം, ചരിത്രത്തിലെ ഏറ്റവും സങ്കീർണ്ണമായ സമയത്ത് അവരാണ് ഓഹരിയുടമകൾക്കിടയിൽ സൗഹൃദം ഊട്ടിയുറപ്പിച്ചത്. FDRന്റെ സ്ഥിരോത്സാഹത്തിനും നേതൃത്വത്തിനും നന്ദി, മഹാസാമ്പത്തികമാന്ദ്യവും രണ്ടാം ലോകമഹായുദ്ധവും കൊടുമ്പിരിക്കൊണ്ട സമയത്ത് അദ്ദേഹത്തിന് കോൺഗ്രസ്സിൽ നിന്നും അതുല്യമായ സഹകരണവും പിന്തുണയുമാണ് ലഭിച്ചത്. വിൻസ്റ്റൺ ചർച്ചിൽ ഉൾപ്പെടെയുള്ള മറ്റു ലോക നേതാക്കളുമൊത്ത് പ്രവർത്തിച്ച് അദ്ദേഹം ഐക്യരാഷ്ട്ര സഭയും അതുപോലുള്ള ആഗോള കൂട്ടായ്മകളും സാധ്യമാക്കി, അതെത്തുടർന്ന് എഴുപത്തിയഞ്ചു വർഷത്തോളം ലോകത്ത് സമാധാനവും സമൃദ്ധിയും സാധ്യമായി. കമ്മ്യൂണിസ്റ്റ് ചിന്താഗതിക്കാരനായ ജോസഫ് സ്റ്റാലിനോടൊപ്പവും അദ്ദേഹം ആക്സിസ് ഓഫ് ഈവിൾ എന്നറിയപ്പെട്ട ശത്രുനിരയെ പരാജയപ്പെടുത്തുന്നതിനായി അദ്ദേഹം സഹകരിച്ചു പ്രവർത്തിച്ചിട്ടുണ്ട്. അനുരഞ്ജനം, നയതന്ത്രം പോലുള്ള കലകൾ അദ്ദേഹം ഹൃദിസ്ഥമാക്കി, ഇന്ന് ആഗോള രാഷ്ട്രീയത്തിലും വാഷിംഗ്ടണിലും ഇല്ലാതിരിക്കുന്നതും അതെല്ലാമാണ്. അദ്ദേഹമാണ് സാധാരണക്കാരായ ജനങ്ങളെ ലോകവുമായി ബന്ധിപ്പിച്ചത്.

അടിസ്ഥാനപരമായ പരീക്ഷണങ്ങളും ക്ലേശങ്ങളും നമ്മുടെ സാമ്രാജ്യത്തെ ഭീഷണിപ്പെടുത്തുമ്പോൾ, നമ്മുടെ വ്യവസായസംരംഭങ്ങളുടെ ഘടനയെത്തന്നെ ഭീഷണിപ്പെടുത്തുമ്പോൾ, നമുക്ക് വേണ്ടത് റൂസ്‌വെൽറ്റ്സ് പോലുള്ള നേതാക്കന്മാരെയാണ്, അവർക്ക് ഇതെല്ലാം പുനർനിർമ്മിച്ച് മാർഗ്ഗനിർദ്ദേശം തന്ന് കുന്നിൻമുകളിലെ വെട്ടിത്തിളങ്ങുന്ന നഗരത്തിലേക്ക് വഴികാണിക്കാൻ കഴിയും.

1. വ്യൂഹതന്ത്രവും, ഭാവിയിലേക്കുള്ള വഴികാട്ടിയും ഉൾപ്പെടുന്ന ദർശനത്തോടെ നമുക്ക് പ്രചോദനം പകരാൻ
2. ഭാവി എത്രതന്നെ അനിശ്ചിതമായിരുന്നാലും നമുക്ക് പ്രതീക്ഷയ്ക്ക് വകനൽകാൻ
3. ദൃഢനിശ്ചയത്തോടെയുടെ പ്രവൃത്തികളിലൂടെ പ്രശ്നങ്ങൾ പരിഹരിക്കാൻ
4. കർമ്മപദ്ധതി തയാറാക്കുന്നതിനായി ഓഹരിയുടമകളോട് സഹകരിക്കാൻ, വേണ്ടി വന്നാൽ ശത്രുക്കളോട് പോലും വിലപേശുന്നതിന്
5. രാഷ്ട്രീയപരമായി ശരിയല്ലെങ്കിൽപ്പോലും ഭൂരിപക്ഷത്തിന് ഗുണകരമായ തീരുമാനങ്ങൾ നടപ്പിലാക്കാൻ

തുറുപ്പുചീട്ടുകൾ എങ്ങനെ കാര്യക്ഷമമായി അവർ ഉപയോഗിച്ചിരുന്നു എന്നറിയാൻ നാം മധ്യകാല സാമ്രാജ്യത്തെക്കുറിച്ച് പഠിക്കാൻ സമയമായി. നമ്മുടെ സാമ്രാജ്യത്തിനും വ്യവസായ സംരംഭങ്ങൾക്കും കുലീനരായ ബുദ്ധിമാന്മാരായ നേതാക്കൾ വേണം, അവർ റൂസ്‌വെൽറ്റ്സിനെപ്പോലെ ആത്മവിശ്വാസവും, നിശ്ചയദാർഢ്യവും, അഖണ്ഡതയും, നയതന്ത്രഗ്രാഹ്യവും ഉള്ളവരായിരിക്കണം.

2. STEM (സയൻസ്, ടെക്നോളജി, എൻജിനീയറിംഗ്, മാത്തമാറ്റിക്സ്) വിദ്യാഭ്യാസം

> ഉപദ്രവവും, അപകടവും, നാശവും, ദുരന്തവും സംഭവിക്കുന്നതിനു മുൻപ് തന്നെ അവയെല്ലാം തിരിച്ചറിയുന്നതാണ് ആഴത്തിലുള്ള അറിവ്. ശരീരംപോലുമറിയാതെയുള്ള കായിക പരിശീലനവും, മനോവ്യാപാരങ്ങളറിയാതെ തന്നെ മാനസികമായ പരിശീലനവും, ലോകത്താൽ പ്രശ്നബാധിതനാകാതെ ലോകത്ത് പ്രവർത്തിക്കുന്നതും, ദൗത്യങ്ങളാൽ തടസ്സമുണ്ടാകാതെ ദൗത്യങ്ങൾ നിർവഹിക്കുന്നതുമാണ് ശക്തമായ പ്രവർത്തനം.
>
> സൺ ത്സൂവിന്റെ യുദ്ധകല (476–221 BC)

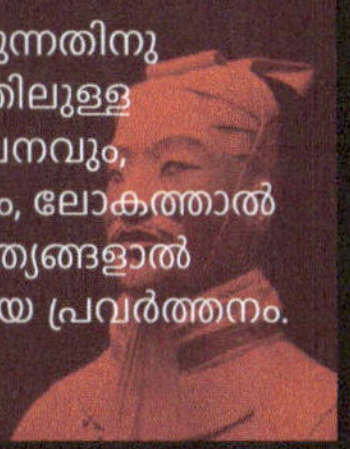

വിദ്യാഭ്യാസ നിലവാരമായിരുന്നു സാമ്രാജ്യത്തിന്റെ നട്ടെല്ലെന്ന് ചരിത്രം പറയുന്നു. ശക്തമായ വിദ്യാഭ്യാസമാണ് വളർച്ചയുടെ നട്ടെല്ല്. 2015 ലെ PISA ടെസ്റ്റ് സ്കോർ അനുസരിച്ച് അമേരിക്ക ഇപ്പോൾ തന്നെ ലോകത്തിലെ വികസിത രാജ്യങ്ങളിലേക്കും വച്ച് പതിനഞ്ചാമത്തെ താഴ്ന്ന പെർസൻറൈലിലാണുള്ളത്.

നിർഭാഗ്യവശാൽ, കോവിഡാനന്തര ലോകത്ത് ബഡ്ജറ്റ് വെട്ടിച്ചുരുക്കുമ്പോൾ ആദ്യം വെട്ടുകൊള്ളുന്ന ഞാന്നുകിടക്കുന്ന പഴങ്ങളാണ് പൊതുവിദ്യാഭ്യാസവും സ്കൂളുകൾക്കുള്ള ഫണ്ടും. STEM വിദ്യാഭ്യാസം അങ്ങേയറ്റം ചെലവേറിയ രീതിയാണെന്നതിനാൽ സ്വാഭാവികമായും ബഡ്ജറ്റ് വെട്ടിച്ചുരുക്കലിനിരയാകാറുണ്ട്. അതിനും മുകളിലായി, ഇന്നത്തെ സാമ്പത്തിക സാഹചര്യം തൊഴിലില്ലായ്മ നിരക്ക് ഉയർത്തിയിട്ടുണ്ട്, ഇതിന്റെ ഫലമായി വീടുകളിൽ അസ്ഥിരതയുണ്ടാകുന്നു, ആത്യന്തികമായി അവസരങ്ങൾ കുറയുകയും, അക്കാഡമിക് ഫലങ്ങൾ മോശമാവുകയും, വരുമാനം കുറയുകയും ചെയ്യും. ഈ വിപരീത ഘടകങ്ങളുടെ ഫലമായി ലോകത്തെമ്പാടും സാമൂഹ്യസാമ്പത്തിക രാഷ്ട്രീയ അസ്ഥിരതകൾ ഉടലെടുക്കും.

ഇന്നത്തെ രാഷ്ട്രീയ സാഹചര്യത്തിൽ വിദ്യാഭ്യാസത്തിന് അവസാനത്തെ പരിഗണനയാണുള്ളത്. നയങ്ങൾ മാറ്റുന്നതിനു പുറമേ, നാം ക്രിയാത്മകമായ പരിഹാരങ്ങൾ കണ്ടെത്തണം, ഇത്തരം വെല്ലുവിളികൾ നേരിടാനായി മനുഷ്യസ്നേഹവും, ഭരണകൂടവും, ബിസിനസുമെല്ലാം തമ്മിൽ സഹകരിക്കണം. പൊതുമേഖലാ സ്ഥാപനങ്ങളും സ്വകാര്യമേഖലാ സ്ഥാപനങ്ങളും തമ്മിൽ ജെർമ്മൻ ടെക്നിക്കൽ വൊക്കേഷണൽ എഡ്യുക്കേഷൻ ആൻഡ് ട്രെയിനിംഗ് പോലെ സഹവർത്തിത്വം ഉണ്ടാകണം (TVET).

സിംഗപ്പൂർ, ജർമ്മനി, ചൈന, ജപ്പാൻ, ദക്ഷിണകൊറിയ, ഇന്ത്യ എന്നീ രാജ്യങ്ങളിലേതു പോലെ പൊതുവിദ്യാഭ്യാസത്തിൽ സർക്കാർ സജീവ നേതൃത്വം വഹിക്കണം, പ്രകടനത്തിന്റെ അടിസ്ഥാനത്തിൽ മികച്ച അധ്യാപകരെ സർക്കാർ തിരിച്ചറിഞ്ഞ് റിവാർഡ് നൽകണം. ഇന്ന് ചൈനയിലോ അല്ലെങ്കിൽ ഇന്ത്യയിലോ ഉള്ളതിനേക്കാൾ തീരെ കുറവ് അണ്ടർഗ്രാജ്വേറ്റ് എൻജിനീയർമാരെയാണ് അമേരിക്കയിലെ വിദ്യാഭ്യാസ സ്ഥാപനങ്ങൾ പുറത്തിറക്കുന്നത്.

ഓർഗാനൈസേഷൻ ഫോർ എക്കണോമിക് കോഓപ്പറേഷൻ ആൻഡ് ഡെവലപ്മെൻറിന്റെ (OECD) 2018ലെ റിപ്പോർട്ട് അനുസരിച്ച് മറ്റേതൊരു രാജ്യത്തെയും അപേക്ഷിച്ച് കോളേജുകൾക്ക് വേണ്ടി ചെലവഴിക്കുന്നത് അമേരിക്കയാണ്. ഓരോ വിദ്യാർത്ഥിക്കും വേണ്ടിയുള്ള ചെലവുകൾ അത്യധികമാണ്, പക്ഷെ ഇങ്ങനെ അധികം ചെലവു ചെയ്യുന്നതും പഠിച്ച് പുറത്തിറങ്ങുന്ന വിദ്യാർത്ഥിയുടെ നിലവാരവും തമ്മിൽ ബന്ധമില്ലതാനും.[59]

The Gods Must be Crazy!
Thousands
China
United States
EU top 6
Source: Edicational statistics of OECD, NBS (China)
Year

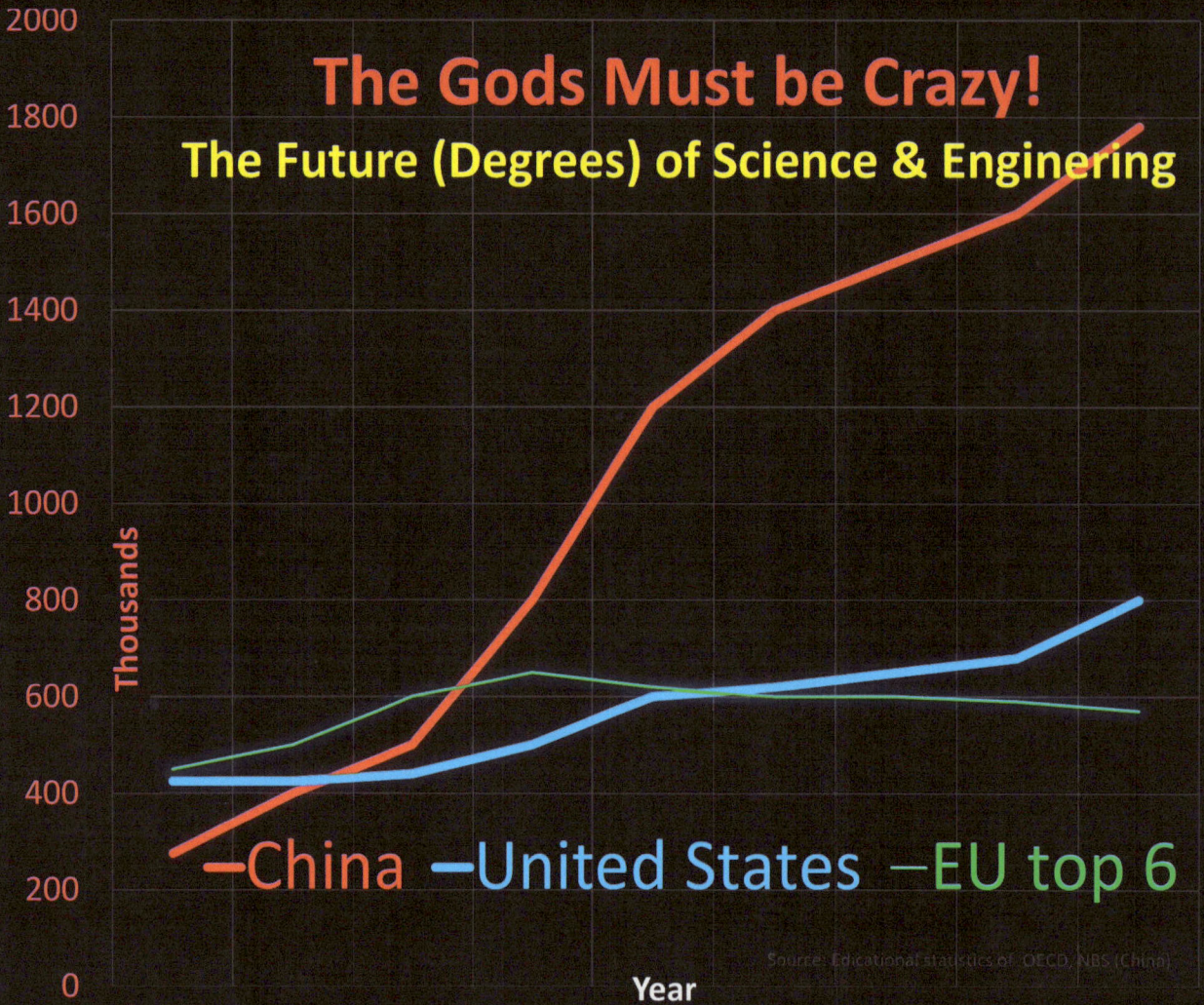

★★★★★★★★★★★★★★★★★★★★★★★★★★★★★★★★★★★★★★

അധോഗതിയെ പഴിക്കാം - വിദ്യാർത്ഥികൾക്ക് വേണ്ടിയുള്ള കമനീയമായ താമസസൗകര്യങ്ങൾ, ചെലവേറിയ ഭക്ഷണം, കായിക മത്സരങ്ങളോടുള്ള ഭ്രമം. നാം വിദ്യാഭ്യാസരീതികൾ പരിഷ്കരിച്ച് ബിൽ ഗേറ്റ്സിനെപ്പോലുള്ള മനുഷ്യസ്നേഹികളുമായി പങ്കാളിത്തം ഉറപ്പുവരുത്തണം, ഇരുപത്തിരണ്ടാം നൂറ്റാണ്ടിലേക്കുള്ള കർമ്മനിരതരായ ജീവനക്കാർക്ക് പരിശീലനം നൽകി തയാറാക്കുന്ന കാര്യം ബിൽ ഗേറ്റ്സിനെയും ബ്ലൂംബെർഗിനെയും ഏൽപ്പിക്കുക, ഉദാഹരണത്തിന് ഐ.ടി. രംഗം.:

* ഐ.ടി/ബിസിനസ് സംവിധാനങ്ങൾ ഇങ്ങനെ പരിണമിക്കണം ട്രാൻസാക്ഷണൽ–> ഓപ്പറേഷണൽ–> പ്രെഡിക്റ്റീവ് അനലിറ്റിക്സ് AI BOTകൾ (റോബോട്ടിക് ഓട്ടോമേഷൻ ക്ലൗഡ്)
* ഐ.ടിക്കു പുറമെ, സാമ്പ്രദായിക അക്കൗണ്ടിംഗും മിക്ക ബിസിനസ് പ്രവൃത്തികളും (പ്രത്യേകിച്ചും ആവർത്തിച്ചു വരുന്നവ) താമസിയാതെ ക്ലൗഡ് ബേസ്ഡ് AI BOT കളുടെ നിയന്ത്രണത്തിലാകും.

അദ്ധ്വാനിക്കുന്നവരുടെ സമൂഹം ആർട്ടിഫിഷ്യൽ ഇൻറലിജൻസിൽ പരിചിതരാകണം, റോബോട്ടിക് ഓട്ടോമേഷനും AIയുമാണ് ഇനിയങ്ങോട്ട് ഉത്പാദനക്ഷമതയും സാമ്പത്തിക വളർച്ചയും നിശ്ചയിക്കാൻ പോകുന്ന ചെകുത്താന്മാർ. ലോകത്തെമ്പാടുമുള്ള ലക്ഷക്കണക്കിന് ജീവനക്കാർ പുതിയ തൊഴിലുകൾ കണ്ടെത്തേണ്ടതായോ അല്ലെങ്കിൽ നൈപുണ്യങ്ങൾ വികസിപ്പിക്കുകയോ വേണം. 400 മുതൽ 800 മില്ല്യൺ വരെ വ്യക്തികൾ ഓട്ടോമേഷൻ കാരണം സ്ഥാനചലനത്തിനിരയാകുമെന്ന് മക്കിൻസി കണക്കാക്കുന്നു, അവർ 2030 നകം പുതിയ ജോലികൾ കണ്ടെത്തേണ്ടി വരും. സ്ഥാനചലനത്തിനിരയാകുന്നവരിൽ തന്നെ 75 മുതൽ 375 മില്ല്യൺ വരെയുള്ളവർ ജോലിയിൽ പദവി മാറേണ്ടതായി വരും അല്ലെങ്കിൽ പുതിയ നൈപുണ്യങ്ങൾ പഠിക്കേണ്ടി വരും.

3. റിസർച്ച് ആൻഡ് സ്ട്രറ്റീജിക് ടെക്നോളജി

> താങ്കൾക്ക് ശത്രുവിനെക്കുറിച്ചും താങ്കളെക്കുറിച്ചും നല്ലവണ്ണം അറിയാമെങ്കിൽ പിന്നെ നൂറുകണക്കിന് യുദ്ധങ്ങളുടെ ഫലങ്ങളെക്കുറിച്ച് ഭയപ്പെടേണ്ടതില്ല. താങ്കൾക്ക് താങ്കളെക്കുറിച്ചല്ലാതെ ശത്രുവിനെക്കുറിച്ച് അറിയില്ലെങ്കിൽ, താങ്കൾ കൈവരിക്കുന്ന ഓരോ വിജയത്തിനുമൊപ്പം ഒരു പരാജയവും ഏറ്റുവാങ്ങേണ്ടതായി വരും. താങ്കൾക്ക് ശത്രുവിനെക്കുറിച്ചും താങ്കളെക്കുറിച്ചു തന്നെയും അറിയില്ലെങ്കിൽ പങ്കെടുക്കുന്ന എല്ലാ യുദ്ധത്തിലും പരാജയമായിരിക്കും ഫലം.
>
> സൺ ത്സൂവിന്റെ യുദ്ധകല (476–221 BC)

അമേരിക്കയുടെ ഏറ്റവും വിലയേറിയ കമ്പനിക്ക് അതിന്റെ പ്രൗഢി നഷ്ടപ്പെട്ടുവെന്നോ? സ്റ്റോക്ക് ബൈ-ബാക്കുകളും, പണ്ടത്തെ ഐഫോണുകളുടെ വിൽപ്പനയിലൂടെ കറന്നെടുക്കുന്നതും, കിഴക്കു നിന്നുള്ള പ്രതിയോഗികളെ അപേക്ഷിച്ച് സാങ്കേതികമായി പലതലമുറകൾക്ക് പിന്നിലേക്കു പോയതുമായ ആപ്പിൾ കഴിഞ്ഞ ഒരു ദശകത്തിൽ പുതിയതായി എന്തു നവീന സാങ്കേതികതയാണ് അവതരിപ്പിച്ചിട്ടുള്ളത്? സ്റ്റീവ് ജോബ്സ് മരിച്ചതോടെ ആപ്പിളും മരിച്ചുവെന്നു തോന്നുന്നു.

സിലിക്കൺ വാലിയിലുള്ള നമ്മുടെ യൂനിക്കോണുകൾ എല്ലാം കിഴക്കോട്ടുള്ള ഉദ്യമങ്ങളിലാണ്. സിലിക്കൺ വാലിയുടെ കാലവും കഴിഞ്ഞെന്നു തോന്നുന്നു.

വെഞ്ചർ ക്യാപ്പിറ്റൽ ടെക്ക് സ്റ്റാർട്ട്-അപ് സമ്പദ്വ്യവസ്ഥ അപകടത്തിലേക്കാണ് നയിക്കുന്നത്, വിലയേറിയ ഓഹരികളോടു കൂടിയ പൊൻസി അഥവാ തട്ടിപ്പൻ പദ്ധതികളും, പോരാത്തതിന് ഭ്രമാത്മകമായി ഊതിവീർപ്പിച്ച ബലൂണുകളും.

Chamath Palihapitiya
(ബില്ല്യണയർ ഇൻവെസ്റ്ററും ഫേസ്ബുക്കിന്റെ മുൻ വൈസ് പ്രസിഡണ്ടും)"

ചൈനക്കാർ സാങ്കേതികമായി മുന്നിലാണെന്ന് മാത്രമല്ല ഇലക്ട്രോണിക്സ്, മെഷീനറി, ഓട്ടോമൊബൈൽസ്, ഹൈസ്പീഡ് റയിൽവേസ്, ഏവിയേഷൻ പോലുള്ള സാധാരണ മേഖലകളിലും നല്ല പ്രകടനമാണ് കാഴ്ചചെക്കുന്നത്. എന്നിരുന്നാലും, 5G, റിന്യൂവബിൾ എനർജി, അഡ്വാൻസ്ഡ് ന്യൂക്ലിയർ എനർജി, നെക്സ്റ്റ് ജനറേഷൻ ടെലികമ്മ്യൂണിക്കേഷൻ ടെക്നോളജി, ബിഗ് ഡാറ്റാ, സൂപ്പർ കമ്പ്യൂട്ടറുകൾ, ആർട്ടിഫിഷ്യൻ ഇൻറലിജൻസ്, റോബോട്ടിക്സ്, സ്പേസ് ടെക്നോലജി, ഇലക്ട്രോണിക് കോമേഴ്സ് എന്നീ വളർന്നു വരുന്ന മേഖലകളിലും നവീന സാങ്കേതിക വിദ്യകളുമായി മുന്നേറുന്നുണ്ട്.

2018ൽ, ആഗോളതലത്തിലുള്ള പാറ്റന്റ് അപേക്ഷകളിൽ മിക്കവാറും 50% ചൈനക്കാർ സമർപ്പിച്ചതാണ്, അതും ഹൈ ടെക്നോളജിയിൽ 1.54 മില്ല്യൺ എന്ന റെക്കോഡ് സഹിതം. അമേരിക്കയുമായി താരതമ്യം ചെയ്താൽ, ആകെ സമർപ്പിച്ച അപേക്ഷകൾ 6 ലക്ഷം മാത്രമാണ്. ചൈനയുടെ ആർട്ടിഫിഷ്യൽ ഇൻറലിജൻസ് പാറ്റന്റ് ഫയലിംഗ് നിലകൾ 2014ൽ തന്നെ അമേരിക്കയെ മറികടന്നിരുന്നു, അന്നു മുതൽ ആ വളർച്ചാ നിരക്ക് കുറയാതെ നിലനിർത്തുന്നുമുണ്ട്.

ദീർഘകാലാടിസ്ഥാനത്തിൽ വീണ്ടെടുക്കുന്ന തരത്തിൽ മൂല്യത്തിനു പ്രാധാന്യം നൽകി ചിന്തിക്കുന്ന എൻജിനീയർമാരാണ് ചൈനയിലെ മിക്ക നേതാക്കളും, ഹ്രസ്വകാല ഫൈനാൻഷ്യൽ എൻജിനീയറിംഗ് കുറുക്കുവഴികൾ അവർ തിരഞ്ഞെടുക്കാറില്ല. ഇരുപത്തിരണ്ടാം നൂറ്റാണ്ടിനെ ലക്ഷ്യം വച്ചുള്ള ദീർഘകാലാടിസ്ഥാനത്തിലുള്ള പദ്ധതികളിലാണവർ ശ്രദ്ധ പതിപ്പിക്കുന്നത്, അതിൽ ആർട്ടിഫിഷ്യൽ ഇൻറലിജൻസും, ക്ലൗഡ് കമ്പ്യൂട്ടിംഗും, ബിഗ് ഡാറ്റാ അനലിറ്റിക്സും, ബ്ലോക്ക് ചെയിനും, ഇൻഫർമേഷൻ കമ്മ്യൂണിക്കേഷൻസ് ടെക്നോളജിയും (ICT) ഉൾപ്പെടും.

ചൈനീസ് ഡിജിറ്റൽ സിൽക്ക് റോഡ് വികാസം പ്രാപിക്കുന്നതോടെ അവരുടെ വ്യാജ സംരംഭങ്ങളും ആഗോളതലത്തിൽ ഡാറ്റയുടെ ഉപയോഗത്തെക്കുറിച്ചുള്ള വിലയേറിയ ഉൾക്കാഴ്ചകളോടെയാണുള്ളത്. പാശ്ചാത്യ ലോകത്ത് FAANGs (ഫേസ്ബുക്ക്, ആപ്പിൾ, ആമസോൺ, നെറ്റ്ഫ്ളിക്സ്, ഗൂഗിൾ) എങ്ങനെ റിയൽ ടൈം ഡാറ്റയെ ഉപഭോക്താക്കളുടെ സ്വഭാവം വിലയിരുത്തുവാൻ ഉപയോഗിക്കുന്നുവോ ഏകദേശം അതേ രീതിയാണവരുടേതും. ചൈനീസ് ഭരണകൂടവുമായി അടുത്തബന്ധം പുലർത്തുന്നതിനാൽ, അവർക്ക് എല്ലാ മധ്യകാല സാമ്രാജ്യ വിഭവങ്ങളും ലഭ്യമാണ്, പാശ്ചാത്യലോകത്തെ സ്ഥിതി ഇതല്ല. ചൈനീസ് സർക്കാരിന്റെ മറപറ്റി പ്രവർത്തിക്കുന്ന ഈ സംരംഭങ്ങൾക്ക് സുപ്രധാന സാങ്കേതിക മേഖലകളിൽ ഏറെ മുൻഗണനകളും സൗകര്യങ്ങളും ലഭ്യമാണ്, ഇത് IoTയിലും (ഇൻറർനെറ്റ് ഓഫ് തിങ്ങ്സ്), ആർട്ടിഫിഷ്യൽ ഇൻറലിജൻസിലും, സ്വാശ്രയവാഹനങ്ങൾക്കും മാത്രമല്ല DSR പ്ലാറ്റ്ഫോമിലൂടെ ലോകത്തിന്റെ മൂന്നിൽ രണ്ടു ഭാഗത്തും അവർക്ക് പ്രയോഗിക്കാൻ കഴിയുന്നുണ്ട്.

നിർഭാഗ്യവശാൽ, പാശ്ചാത്യ ലോകത്ത് ഇന്നുള്ള വ്യവസായസംരംഭങ്ങളുടെ ഘടന WWW (വേൾഡ് വൈഡ് വെബ്) യുഗത്തേക്കാൾ പഴക്കമുള്ളതും, അതിനു ചുക്കാൻ പിടിക്കുന്നത് ലിപ്സ്റ്റിക് തേച്ച പന്നികളെപ്പോലുള്ള ഫിനാൻഷ്യൽ എൻജിനീയറിംഗ് വിദ്വാന്മാരും ആണ്. അവരുടെ ഡിസൈനുകൾ ഡിജിറ്റൽ യുഗത്തിനു ചേരുന്നതല്ല. റൂസ്വെൽറ്റ്സിന്റെ കാലത്ത് സംഭവിച്ചതോ, പൊതു-സ്വകാര്യ മേഖലകളുടെ കൂട്ടായ പ്രവർത്തനത്തിലൂടെ, സർവകലാശാലകൾ സുപ്രധാന വ്യവസായമേഖലകളിൽ മുതൽമുടക്കി പരിപാലിച്ചു വന്നിരുന്നു, അതാണിപ്പോൾ ചൈനയിലും, ജപ്പാനിലും, ദക്ഷിണകൊറിയയിലും, ജർമ്മനിയിലും കാണുന്നത്.

4. ഇൻഫ്രാസ്ട്രക്ചർ ആർക്കിടെക്ചർ

യുദ്ധം ജയിക്കുന്ന ജനറൽ യുദ്ധം ചെയ്തുതുടങ്ങുന്നതിനു മുൻപ് പല കണക്കുകൂട്ടലുകളും നടത്തും. യുദ്ധത്തിൽ തോൽക്കുന്ന ജനറൽ വളരെക്കുറച്ച് കണക്കുകൂട്ടലുകളേ നടത്തിയിട്ടുണ്ടാകൂ.

സൺ ത്സൂവിന്റെ യുദ്ധകല (476–221 BC)

The Gods Must be Crazy!
The Future of Artificial Intelligence
(AI Patent Applications)
United States
China
Published patent application
Years of first publication

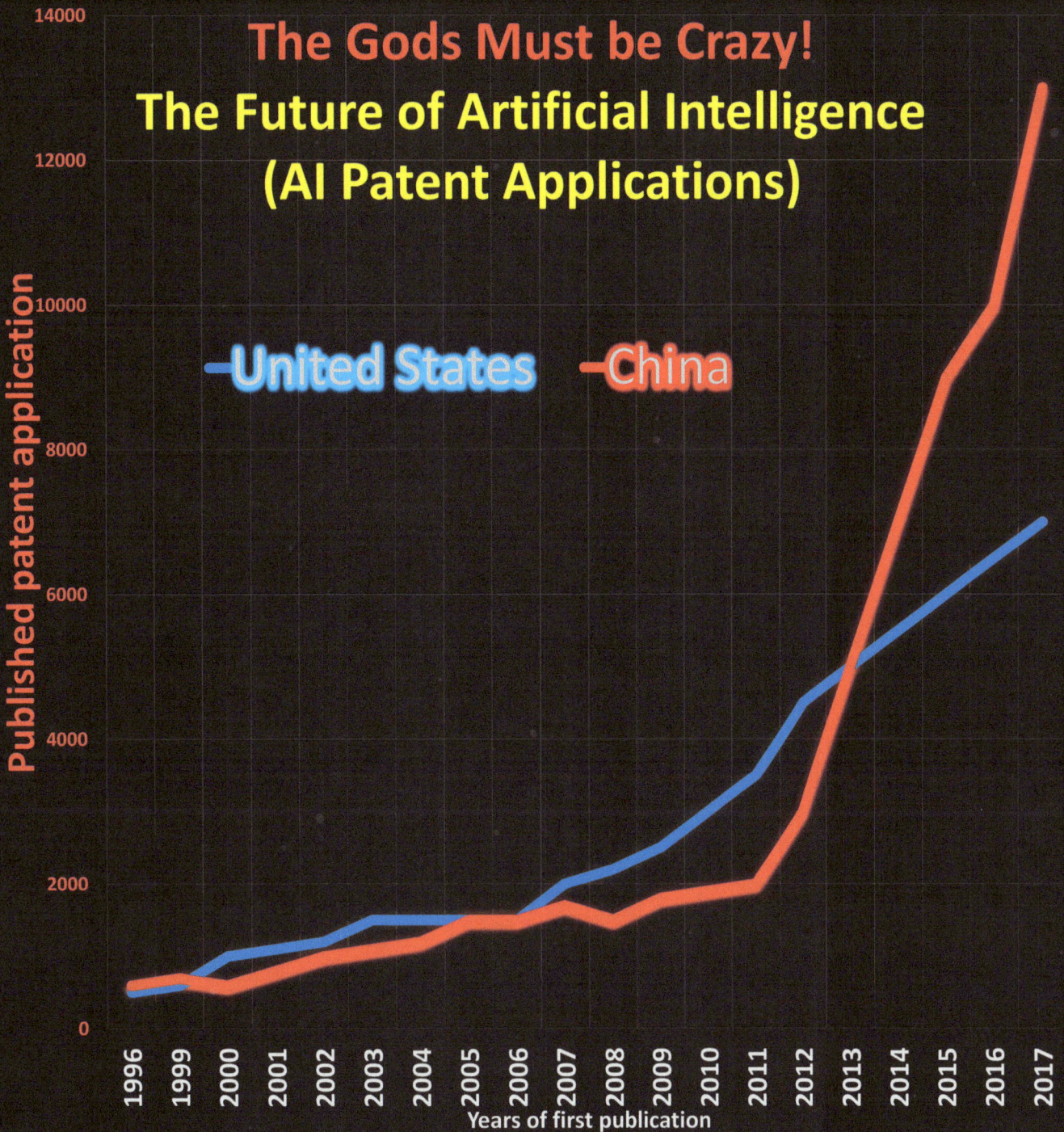

★ ★

നിലനിൽപ്പിനു വേണ്ടി നാം, സമാനമായ സാഹചര്യങ്ങളിൽ ഫ്രാങ്ക്ലിൻ ഡി. റൂസ്വെൽറ്റ് വിഭാവനം ചെയ്ത ന്യൂ ഡീൽ പദ്ധതിയുടെ നവീകരിച്ച പതിപ്പ് തയാറാക്കേണ്ടിയിരിക്കുന്നു. അദ്ദേഹം ചെയ്തുപോലെ, നമ്മൾ നമ്മുടെ ജീർണ്ണിച്ച അടിസ്ഥാന സൗകര്യങ്ങൾക്കു വേണ്ടി ഗണ്യമായി മുതൽമുടക്കണം.

ചൈന സാമ്പത്തിക കോളനിവൽക്കരണത്തിനു മുതിരുമ്പോൾ, നമ്മൾ നമ്മുടേതായ ആഗോള മാർഷൽ പ്ലാനിന്റെ പുരോഗമനപരമായ പതിപ്പ് നിർബന്ധമായും പരിശോധിച്ച് ചൈനയുടെ ബെൽറ്റ് ആൻഡ് റോഡ് ടെക്നോളജിക്കൽ ഇൻഫ്രാസ്ട്രക്ചറിനെ നേരിടണം.

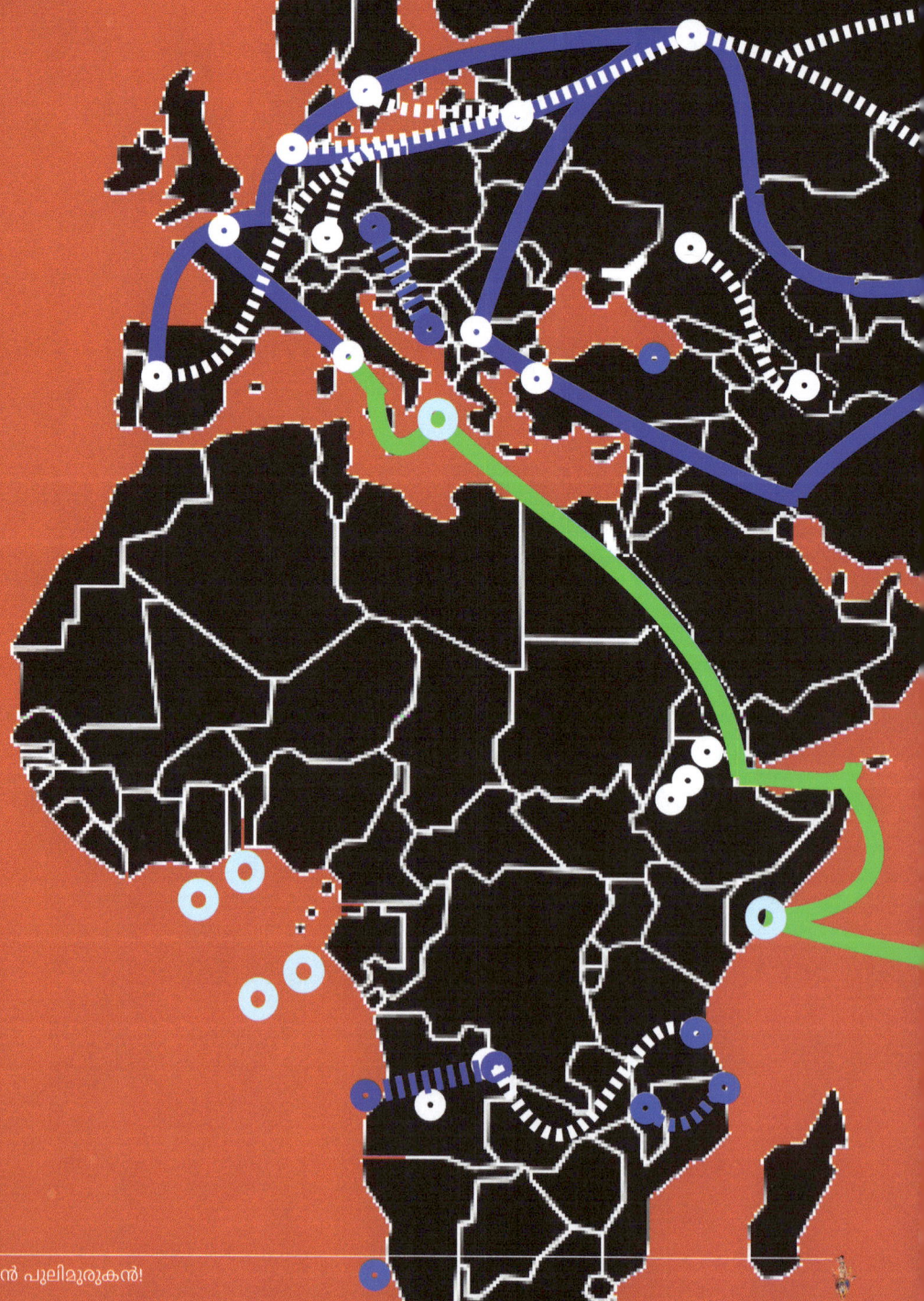

Railroadlines Under Construction

Railroadlines Existing

ദ ഗോഡ്സ് മസ്റ്റ് ബി ക്രേസി അമേരിക്കൻ പുലിമുരുകൻ!

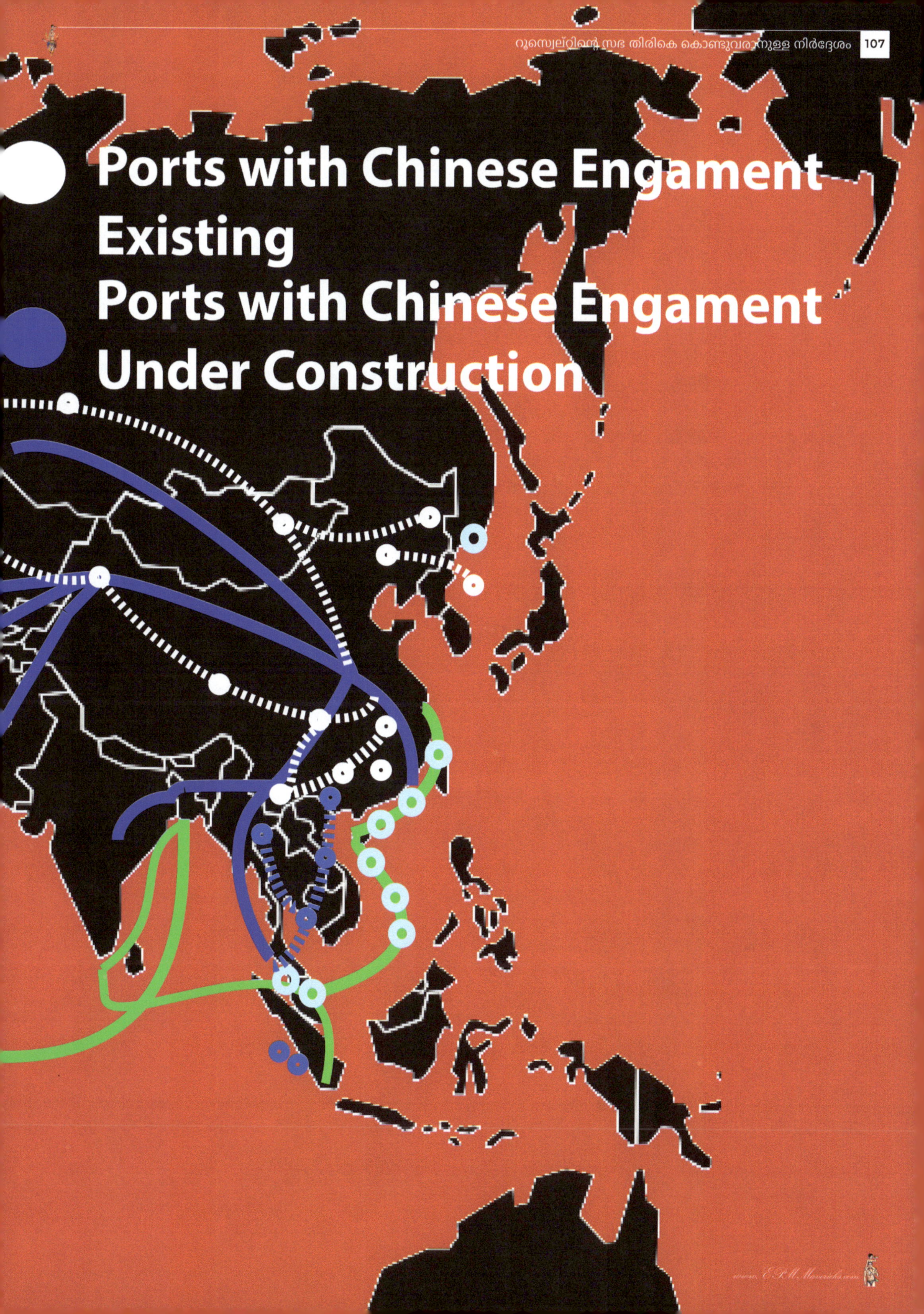

Ports with Chinese Engament
Existing

Ports with Chinese Engament
Under Construction

- ★ സംരംഭകത്വത്തെ നാം പൊതു-സ്വകാര്യ മേഖലാ പങ്കാളിത്ത ത്തിലൂടെയും സർവകലാശാലകളിലൂടെയും പുനരുജ്ജീവിപ്പിക്കണം.
- ★ തന്ത്രപ്രധാനമായ സംരംഭങ്ങളെ രക്ഷപ്പെടുത്താനായി അവയിൽ സർക്കാർ ഓഹരി ഉടമസ്ഥാവകാശം എടുക്കണം.
- ★ നിർണ്ണായകമായ വ്യവസായ മേഖലകളിൽ, പ്രത്യേകിച്ചും സിലിക്കൺ വാലിയിൽ, സർക്കാർ സ്വകാര്യ സ്ഥാപനങ്ങളെയും, വെഞ്ചർ ക്യാപ്പിറ്റലിസ്റ്റുകളെയും നിരീക്ഷിക്കണം. നമ്മുടെ ബൗദ്ധിക സ്വത്തവകാശം മോഷ്ടിക്കാനായി ചൈനയിൽ നിന്നും ഗണ്യമായ തോതിൽ ധനനിക്ഷേപം വരുന്നുണ്ട്, ഇത് നമ്മുടെ ദേശീയ സുരക്ഷയെ അപകടപ്പെടുത്താൻ പോന്നതാണ്.
- ★ കാലഹരണപ്പെട്ട ഇമിഗ്രേഷൻ സംവിധാനങ്ങൾ ഒഴിവാക്കി പകരം മെറിറ്റിൽ ശ്രദ്ധ കേന്ദ്രീകരിക്കണം. നമ്മുടെ മിക്ക നവീന ഹൈ-ടെക്ക് ലീഡർമാരും ഇമിഗ്രേഷന്റെ അതിപ്രസരത്തിൽ നിന്നുണ്ടായവരാണ്.
- ★ റൂസ്‌വെൽറ്റ് ചെയ്തതു പോലെ, നമ്മൾ ആധുനികതയ്ക്ക് തടസ്സം സൃഷ്ടിക്കുന്ന കുത്തകകളെയും, പരാജയപ്പെടാൻ സാധ്യതയില്ലാത്ത വിധം വലിയ കോർപ്പറേഷനുകളെയും വിഘടിപ്പിക്കണം.

നാം പ്രവർത്തിക്കുന്ന ലോകത്ത് ആകെയുള്ള ബിസിനസുകളിൽ 99% വരുന്നത് ചെറുകിട, ഇടത്തരം വ്യവസായ സംരംഭങ്ങളാണ് (SME). മൂല്യാധിഷ്ഠിത സംഭാവനകളിലും തൊഴിലവസരങ്ങൾ സൃഷ്ടിക്കുന്നതിലും പ്രധാനപങ്കു വഹിക്കുന്നതും അത്തരം സ്ഥാപനങ്ങളാണ്.

— യൂറോപ്യൻ ബാങ്ക് ഫോർ റീകൺസ്ട്രക്ഷൻ ആൻഡ് ഡെവലപ്മെന്റ് (EBRD)

5. ഡിജിറ്റൽ ആർക്കിടെക്ചർ

ആദ്യം വിജയം ഉറപ്പുവരുത്തിക്കൊണ്ടുള്ള പദ്ധതി തയാറാക്കുക, പിന്നീട് സൈനികരെ യുദ്ധത്തിൽ നയിക്കുക; താങ്കൾ തന്ത്രപൂർവം തുടങ്ങുന്നതിനു പകരം മൃഗീയശക്തിയിൽ മാത്രം വിശ്വസിക്കുന്നുവെങ്കിൽ, വിജയം ഉറപ്പുവരുത്താനാവില്ല.

സൺ ത്സൂവിന്റെ യുദ്ധകല (476–221 BC)

വ്യാവസായിക ഡിജിറ്റൽവൽക്കരണവും ഡിജിറ്റൽ വ്യവസായവൽക്കരണവും തരുന്ന ഓരോ അവസരവും നാം പിടിച്ചെടുക്കണം, 5G നെറ്റ്‌വർക്കുകൾ, ഡാറ്റാ സെൻററുകൾ പോലുള്ള അടിസ്ഥാനസൗകര്യങ്ങളുടെ നിർമ്മാണം ത്വരിതപ്പെടുത്തിക്കൊണ്ട്, ഡിജിറ്റൽ സമ്പദ്‌വ്യവസ്ഥ, ആരോഗ്യകരമായ ജീവിതം, പുതിയ മെറ്റീരിയലുകൾ തുടങ്ങിയ പുതിയതായി രൂപംകൊണ്ടുവരുന്ന വ്യവസായങ്ങളിലും ഭാവിയിലേക്കുള്ള വ്യവസായങ്ങളിലും ആവശ്യമായ രൂപരേഖകൾ തയാറാക്കണം.

— ഷി ജിൻപിങ്ങ്, ജനറൽ സെക്രട്ടറി, കമ്മ്യൂണിസ്റ്റ് പാർട്ടി ഓഫ് ചൈന

ചൈന ഇതിനകം തന്നെ നിലവിലുള്ള ബെൽറ്റ് ആൻഡ് റോഡ് സംരംഭത്തിലെ സഖ്യ രാജ്യങ്ങളുമായി ഡിജിറ്റൽ സിൽക്ക് റോഡുമായി ബന്ധപ്പെട്ട കരാറുകൾ ഒപ്പുവച്ചു കഴിഞ്ഞു. ബീജിങ്ങിന് ലോകത്തെമ്പാടും മത്സരം കൂടാതെത്തന്നെ സ്വാധീനം വർദ്ധിപ്പിക്കാനുള്ള ട്രോജൻ കുതിരയാണ് DSR. Huawei, Tencent, Alibaba പോലുള്ള ചൈനീസ് സാങ്കേതിക സ്ഥാപനങ്ങൾക്ക് ആഗോളതലത്തിൽ പാശ്ചാത്യ പ്രതിയോഗികളെ തകർത്തെറിഞ്ഞ് പ്രവർത്തനമേഖല വിപുലീകരിക്കാനുള്ള ഡിജിറ്റൽ പിൻവാതിൽ സംവിധാനവും കൂടെയാണത്.

നമ്മൾ ഇപ്പോഴും 2G/3G/4G യുദ്ധങ്ങളിൽ കുരുങ്ങിക്കിടക്കുമ്പോൾ, ചൈന 5G വികസന പ്രവർത്തനങ്ങളിലേക്ക് തവളച്ചാട്ടം ചാടി 6Gയെക്കുറിച്ചാണിപ്പോൾ ചിന്തിക്കുന്നത്. ഒരു വർഷം മുൻപ്, ചൈന മൊബൈൽ, ചൈന യൂനികോൺ, ചൈന ടെലികോം തുടങ്ങിയ സ്ഥാപനങ്ങൾക്ക് ചൈന ലൈസൻസ് നൽകിയിട്ടുണ്ട്. 2019ൽ സർക്കാർ ഉടമസ്ഥതയിലുള്ള വ്യവസായസ്ഥാപനങ്ങൾ രാജ്യത്തെ വിവിധ നഗരങ്ങളിൽ 5G നെറ്റ്‌വർക്കുകളിലേക്ക് മാറിക്കഴിഞ്ഞു. 2020ൽ, പ്രവചനങ്ങളനുസരിച്ച് അവർ 5G സജ്ജീകരണങ്ങൾ 1100% വർദ്ധിപ്പിക്കും. 2019ൽ അമ്പതിനായിരത്തോളം ബേസ് സ്റ്റേഷനുകളിൽ തുടങ്ങി, ഏകദേശം 300 നഗരങ്ങളിലേക്കു കൂടെ വിപുലീകരിച്ച് 550,000 ബേസ് സ്റ്റേഷനുകൾ നിർമ്മിക്കാനിരിക്കുകയാണ്.[60]

Carrier	5G subs total (millions)	New 5G subs in 2021 (millions)	5G base stations	New 5G base stations 2021	Total subscribers (millions)
China Mobile	251	86	501,000	111,000	946
China Unicom	121	42.2	460,000	80,000	310
China Telecom	131	44.5	460,000	80,000	362
Totals	503	172.7	1,421,000*	271,000	1,618

Source: https://www.theregister.com/2021/08/20/china_5g_progress/

ഏഷ്യയിൽ ഉപയോഗത്തിലുള്ള കരണ്ട് കമ്പികളുടെ ഏകദേശം ~30% നിർമ്മിക്കുന്നതോ, നിർമ്മിക്കാനാവശ്യമായ പിന്തുണ നൽകുന്നതോ ചൈനയാണ് അത് താമസിയാതെ 50% ആയി വർദ്ധിപ്പിക്കാൻ പദ്ധതിയിടുന്നു. പാശ്ചാത്യ പ്രതിയോഗികളുടെ നെറ്റ്‌വർക്കുകളെ അപേക്ഷിച്ച് ചൈനയുടെ Huawei 5G അതിനവീന സാങ്കേതികവിദ്യ ഉപയോഗിച്ച് ലോകത്തിന്റെ മറ്റു ഭാഗങ്ങളിൽ തീരെ വിലക്കുറവിൽ സജ്ജീകരിക്കും. അമേരിക്കയുടെ GPS സാറ്റലൈറ്റുകളേക്കാൾ കൂടുതലാണ് ചൈനയുടെ സാറ്റലൈറ്റ് നാവിഗേഷൻ സിസ്റ്റം ഉപയോഗിക്കുന്ന സാറ്റലൈറ്റുകൾ. ബെൽറ്റ് ആൻഡ് റോഡ് ഇനിഷ്യേറ്റീവ് (BRI) സംരംഭത്തിൽ പങ്കാളികളായ മുപ്പതോളം രാജ്യങ്ങൾ BeiDou നാവിഗേഷൻ നെറ്റ്‌വർക്ക് പദ്ധതിയിൽ കരാർ ഒപ്പിട്ടിട്ടുണ്ട്.

സാമ്പത്തിക കോളനിവൽക്കരണത്തിനുമപ്പുറം, ചൈന ഡിജിറ്റൽ കോളനിവൽക്കരണമാണ് നടത്താൻ ശ്രമിക്കുന്നത്, ചൈനയുടെ ബെൽറ്റ് ആൻഡ് റോഡ് ടെക്നോളജിക്കൽ ഇൻഫ്രാസ്ട്രക്ചറിനെ എതിരിടാൻ നാം നമ്മുടെ ഗ്ലോബൽ ഡിജിറ്റൽ മാർഷൽ പ്ലാനിന്റെ പുരോഗമനപരമായ പതിപ്പ് പരിശോധിക്കേണ്ടതാണ്..

പാശ്ചാത്യ വ്യവസായ സ്ഥാപനങ്ങൾക്ക് ചൈനയിലെ സർക്കാർ പിന്തുണയോടെ പ്രവർത്തിക്കുന്ന Alibaba, Huawei, Tencent, ZTE പോലുള്ള അചഞ്ചലമായ വ്യാജ സംരംഭങ്ങളുടെ ഒപ്പമെത്താൻ ഏറെ പാടുപെടേണ്ടി വരും. സബ്സിഡികളുടെ പിൻബലത്താൽ അവർ മികച്ച ഉൽപ്പന്നങ്ങളാണ് തുച്ഛമായ വിലയ്ക്ക് നൽകിക്കൊണ്ടിരിക്കുന്നത്.

5. നോളജ് മാനേജ്മെന്റ്

താങ്കളുടെ പട്ടാളക്കാരെ സ്വന്തം കുട്ടികളെപ്പോലെ കരുതുക, അവർ അഗാധമായ താഴ്‌വരകളിലേക്ക് താങ്കളെ പിന്തുടരും; അവരെ സ്വന്തം മക്കളെപ്പോലെ കാണുക, അവർ ജീവിതാവസാനം വരെ താങ്കളോടൊപ്പമുണ്ടാകും. എന്നിരുന്നാലും, താങ്കൾ ദയാലുവായിട്ടുപോലും താങ്കളുടെ വിശ്വാസ്യത ബോധ്യപ്പെടുത്താനായില്ലെങ്കിൽ; ഹൃദയാലുവായിരുന്നിട്ടും താങ്കളുടെ ആജ്ഞകൾ നടപ്പിലാക്കാൻ കഴിഞ്ഞില്ലെങ്കിൽ; അശക്തനായി, അതിൽപ്പരം ക്രമക്കേടുകൾ അടിച്ചമർത്താൻ കഴിയാതിരുന്നാൽ, താങ്കളുടെ പട്ടാളക്കാർ ചീത്തയായിപ്പോയ മക്കളെപ്പോലെയാകും; പ്രായോഗികമായ ഒരു കാര്യത്തിനും അവർ ഉതകുകയില്ല.»

സൺ ത്സൂവിന്റെ യുദ്ധകല (476–221 BC)

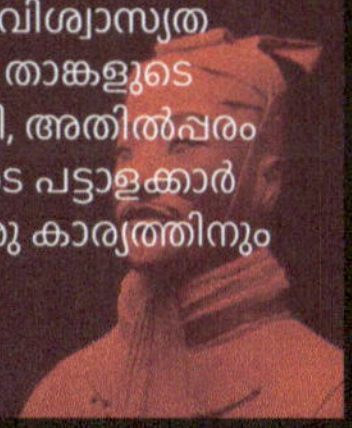

ഇന്ന് നമുക്കാവശ്യം ഹൈ-ടെക്ക് വീണ്ടെടുപ്പ് എൻജിനീയറിംഗാണ് - ഫൈനാൻഷ്യൽ എൻജിനീയറിംഗ് അല്ല അത് നമ്മുടെ പക്കലുള്ളതും കൂടെ ധൂർത്തടിക്കാനേ സഹായിക്കൂ. ഒരു വ്യവസായ സ്ഥാപനത്തിന്റെ ഉത്പാദനക്ഷമത അതിന്റെ വിജ്ഞാന വിഭവങ്ങളാണ്, ജീവനക്കാരാണ് വിജയത്തിലേക്ക് നയിക്കുന്ന പ്രധാന ഘടകം. വിജ്ഞാന നിർവഹണം ടീം വർക്കിന്റെയും പഠനങ്ങളുടെയും കണ്ടുപിടിത്തങ്ങളുടെയും സംസ്കാരത്തിന്റെ നിയന്ത്രണത്തിനു കീഴിലായിരിക്കും. സംഘാംഗങ്ങളുടെ ശാക്തീകരണമാണ് വിജ്ഞാന സംരംഭത്തിലേക്ക് നയി

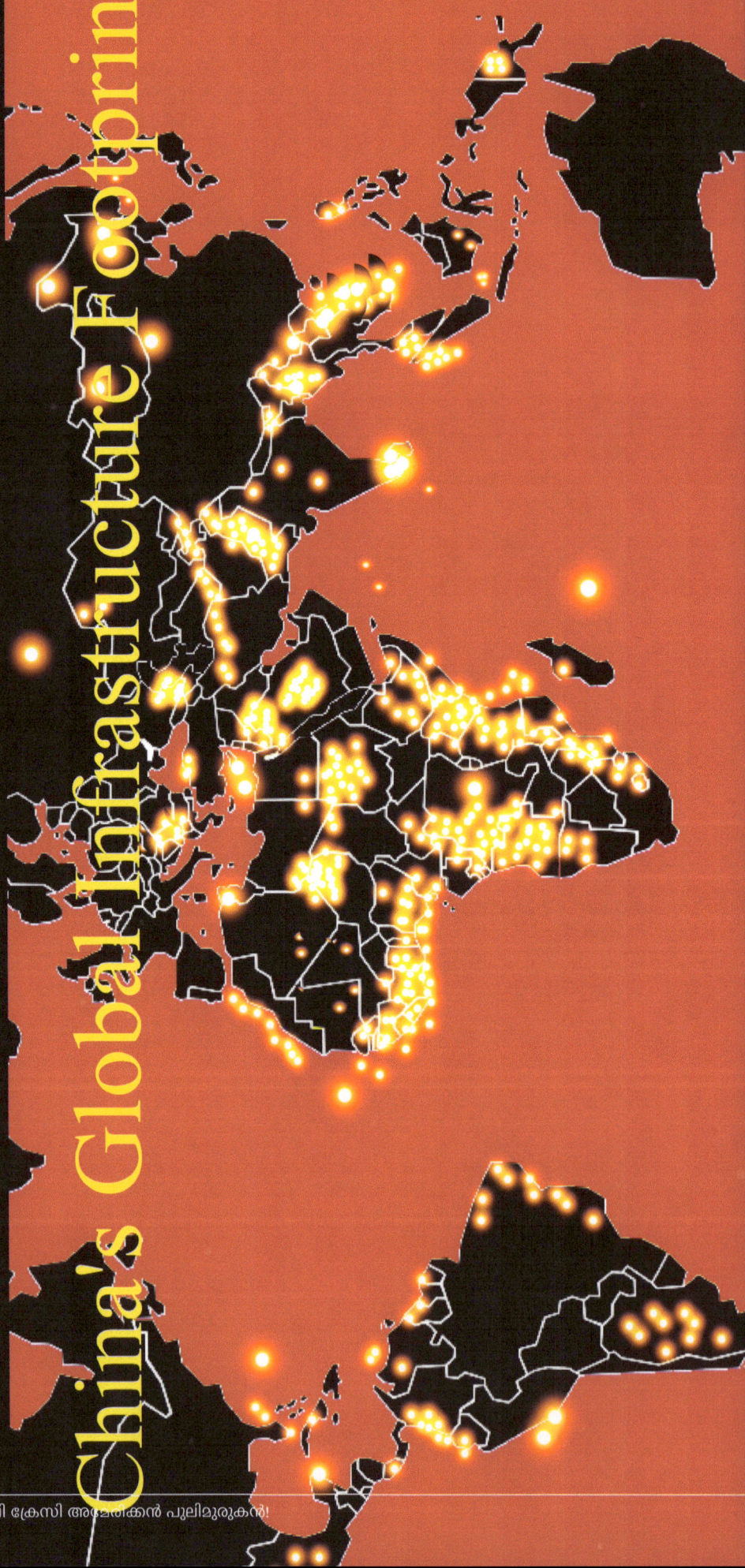

China's Global Infrastructure Footprint

ക്കുന്നത്, അതത്രേ ഭാവിയിലെ സംഘടനയുടെ അടിത്തറ. ദുഖകരമെന്നു പറയട്ടെ, ഇന്നത്തെ സാഹചര്യങ്ങളിൽ വിജ്ഞാന വിഭവങ്ങളാണ് ആദ്യമേ ദുരന്തത്തിനിരയാകുന്നത്. ബാധ്യതയായി മാറുന്ന ചെലവുകളുടെ കേന്ദ്രങ്ങളെയെന്ന പോലെയാണ് അതിനും പരിഗണന ലഭിക്കുന്നത്, അതിന്റെ ഫലമായാണ് ഇന്നത്തെ തൊഴിലില്ലായ്മാനിരക്ക് ഏകദേശം നാൽപ്പത് മില്ല്യൺ ആയിരിക്കുന്നത്.

വിജ്ഞാന വിഭവങ്ങളാണ് സംരംഭങ്ങളുടെ നട്ടെല്ല് - ബാധ്യതകളല്ല.

> പ്രാവീണ്യമുള്ള തൊഴിലുടമ ബുദ്ധിശാലിയേയും, ധീരനേയും, അത്യാഗ്രഹിയേയും, മരമണ്ടനേയും ജോലിയിൽ ചേർക്കും. ബുദ്ധിശാലി തന്റെ യോഗ്യത തെളിയിക്കുന്നതിൽ സന്തോഷിക്കും, ധീരന് തന്റെ ധീരത പ്രവൃത്തിയിൽ കാണിക്കാനായിരിക്കും താൽപ്പര്യം, അത്യാഗ്രഹിയാകട്ടെ കിട്ടുന്ന അവസരമെല്ലാം മുതലെടുക്കും, മരമണ്ടനോ മരണഭയം ഉണ്ടാകില്ല.
>
> സൺ ത്സൂവിന്റെ യുദ്ധകല (476–221 BC)

മക്കിൻസി മോഡലിംഗ് അനുസരിച്ച് 2030നകം ലോകത്തെ വികസിതരാജ്യങ്ങളിലെ ജീവനക്കാരിൽ മുപ്പത് മുതൽ നാൽപ്പത് ശതമാനം പേർ പുതിയ ജോലികളിലേക്ക് പോകേണ്ടി വരും അല്ലെങ്കിൽ അവരുടെ നൈപുണ്യങ്ങൾ ഗണ്യമായി മെച്ചപ്പെടുത്തേണ്ടി വരും. 60% ജോലികളുടെ കാര്യത്തിലും അതിവിപുലമായ മാറ്റങ്ങളാണ് നമ്മെ കാത്തിരിക്കുന്നത്, അതിൽത്തന്നെ 30% വരുന്ന ആവർത്തനസ്വഭാവമുള്ള ജോലികൾ ഓട്ടോമേഷനിലൂടെ നഷ്ടപ്പെടും.

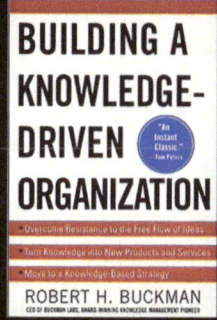

★ ★

Evolution of Knowledge Enterprise
"90% of the knowledge in the organization is in the heads of the people. Management spends75 % of their time on the knowledge that is written down." - Bob Buckman
Operational Excellence
Strategic Excellence (EPM)
Team Empowerment (People)
Knowledge Enterprise
BUILDING A KNOWLEDGE-DRIVEN ORGANIZATION

"An Instant Classic." Tom Peters

Overcome Resistance to the Free Flow of Ideas
Turn Knowledge into New Products and Services
Move to a Knowledge-Based Strategy

ROBERT H. BUCKMAN
CEO OF BUCKMAN LABS, AWARD-WINNING KNOWLEDGE MANAGEMENT PIONEER

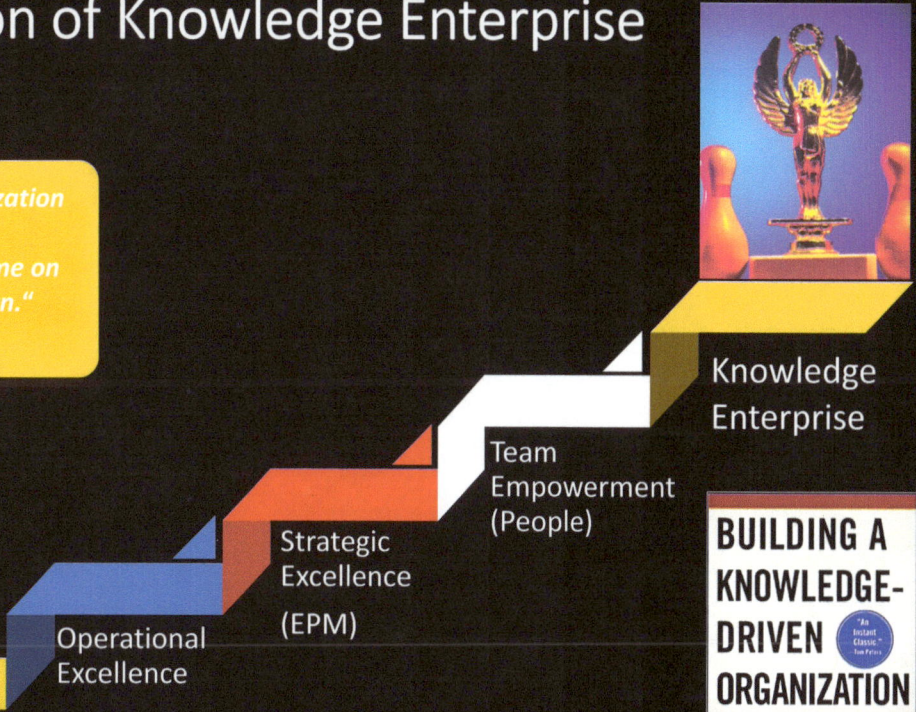

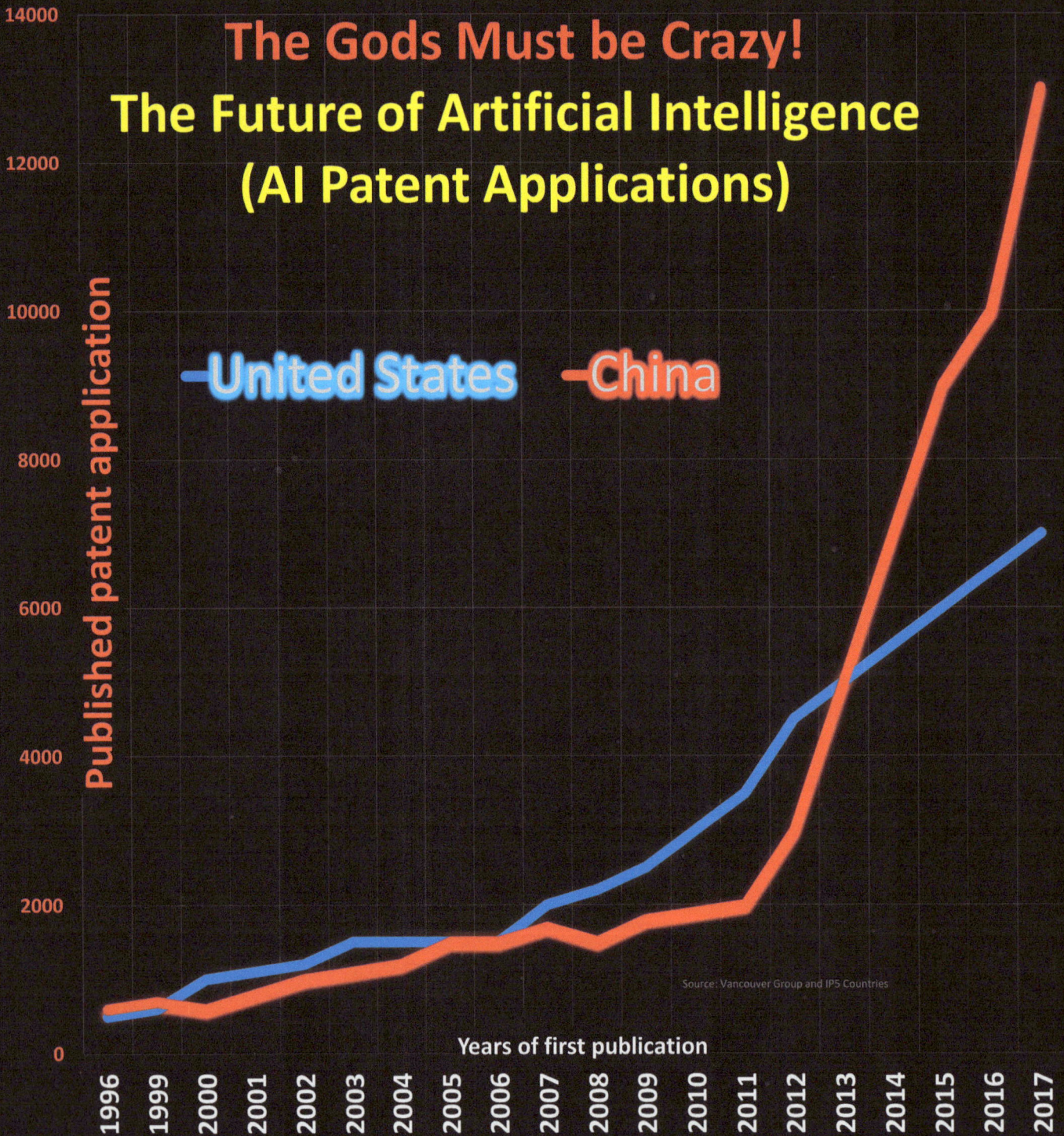

The Gods Must be Crazy!
The Future of Artificial Intelligence
(AI Patent Applications)

Published patent application

United States   China

Years of first publication

Source: Vancouver Group and IP5 Countries

ഭാഗ്യവശാൽ അവർ മറ്റൊരു കാര്യംകൂടെ സൂചിപ്പിക്കുന്നുണ്ട്, പ്രാഗത്ഭ്യമുള്ള ജീവനക്കാരെ കിട്ടുന്നതിലുള്ള ക്ഷാമം ഇനിയും കൂടുതലാകുമെന്നതാണ്. കോവിഡ് വ്യാപനം അല്ലെങ്കിൽത്തന്നെ മിക്ക മേഖലകളേയും ഡിജിറ്റൈസേഷനിലേക്കും ഓട്ടോമേഷനിലേക്കും നീക്കിത്തുടങ്ങിയിട്ടുണ്ട്.

7. ഡിപ്ലോമസി

> താങ്കളുടെ കൂട്ടുകാരെ ചേർത്തുനിർത്തുക, ശത്രുക്കളെ കൂടുതൽ ചേർത്തുനിർത്തുക.
>
> സൺ ത്സൂവിന്റെ യുദ്ധകല (476–221 BC)

ഇന്ന് നമുക്ക് വേണ്ടത് മതിലുകളെ തകർത്തെറിയാനാനുള്ള നയതന്ത്രമാണ്, അവ നിർമ്മിക്കാനുള്ളതല്ല. പിൻവാങ്ങലിലൂടെ ചൈനയ്ക്ക് നേതൃത്വം വഹിക്കാൻ അവസരമൊരുക്കുന്നതിനു പകരം, മുന്നോട്ട് കുതിച്ച് നേതൃത്വം തിരിച്ചുപിടിക്കാനായി WTO, ലോകബാങ്ക്, IMF, UN, WHO പോലെ രണ്ടാംലോകമഹായുദ്ധം തീർന്ന ഉടനെ റൂസ്വെൽറ്റ് സ്ഥാപിച്ച വാണിജ്യ പങ്കാളിത്തങ്ങൾ പുതുക്കണം. ട്രാൻസ് പസിഫിക് പാർട്ണർഷിപ്പിന്റെ (TPP) നേതൃത്വവും ഭദ്രമാക്കി ചൈനയെ നേരിടുന്നതിനുള്ള നടപടികൾ കൈക്കൊള്ളണം. ട്രാൻസ് പസിഫിക് കരാർ ഓസ്ട്രേലിയ, ബ്രൂണേ, കാനഡ, ചിലി, ജപ്പാൻ, മലേഷ്യ, മെക്സിക്കോ, ന്യൂസിലാൻഡ്, പെറു, സിംഗപ്പൂർ, വിയറ്റ്നാം എന്നീ രാജ്യങ്ങളും 2016ൽ അമേരിക്കയുമായി ഒപ്പുവച്ച വാണിജ്യ കരാറായിരുന്നു. നിർഭാഗ്യവശാൽ, ഇപ്പോഴത്തെ ഭരണകൂടം 2017ൽ ആ കരാറിൽ നിന്നും പിന്മാറുകയും ചൈന അത് മുതലെടുക്കുകയും ചെയ്തു.

റൂസ്വെൽറ്റ് ഭരണകാലത്ത് ആഗോളതലത്തിൽ ഏറ്റവുമധികം ബഹുമാനം നേടിയ രാജ്യമായിരുന്നു അമേരിക്ക, ഏറ്റവുമധികം അന്താരാഷ്ട്ര നിക്ഷേപ നിലകളോടു കൂടിയ ബന്ധം (ജിഡിപി ശതമാനത്തിന്റെ അടിസ്ഥാനത്തിൽ). 1980കൾ വരെയും അമേരിക്കയാണ് കൂടുതൽ വിദേശ സ്വത്തുക്കളുടെ ഉടമ, അത് വിദേശികളുടെ സ്വന്തം സ്വത്തിന്റെ അളവിലും കൂടുതലായിരുന്നു. 1990കൾ മുതൽ അമേരിക്കയുടെ ചെലവേറിയ ജീവിതശൈലി കാരണം വിലപിടിപ്പുള്ള സ്വത്തുക്കൾ പലതും വിദേശികൾക്ക് വിൽക്കാൻ തുടങ്ങി.

2016ൽ ചൈന മിക്ക രാജ്യങ്ങളുടേയും (124) ഏറ്റവും വലിയ വാണിജ്യ പങ്കാളിയായിരുന്നു. അത് അമേരിക്കയുടെ വാണിജ്യ പങ്കാളികളുടെ എണ്ണത്തിന്റെ (56) ഇരട്ടിയിലധികമായിരുന്നു. ഉത്കണ്ഠയുണ്ടാക്കും വിധം അമേരിക്കയുടെ അംബാസഡർഷിപ്പ് സമ്പന്നരായ ദാതാക്കൾക്ക് വിൽക്കാൻ തുടങ്ങി. സാധാരണഗതിയിൽ പ്രസിഡണ്ട് തിരഞ്ഞെടുപ്പുകളുടെ പ്രചരണത്തിനു വേണ്ടുന്ന ചെലവ് ബില്ല്യൺ കണക്കിന് ഡോളറായി മാറി, പണവും പ്രതാപവും ഉള്ളവർക്ക് ഏതാണ്ട് എല്ലാം തന്നെ വിൽപ്പനച്ചരക്കായി മാറി. സ്റ്റേറ്റ് ഡിപ്പാർട്മെൻറിനെ അപേക്ഷിച്ച് ഡിഫൻസ് ബഡ്ജറ്റിന് ഏകദേശം 5000% കൂടുതലാണ് ചെലവഴിച്ചിരുന്നത്. റോബർട്ട് ഗേറ്റ്സിന്റെ (മുൻ ഡിഫൻസ് സെക്രട്ടറി) വാക്കുകൾ ഉദ്ധരിക്കുകയാണെങ്കിൽ അമേരിക്കയുടെ മൊത്തം വിദേശകാര്യ സേവനങ്ങളുടെ ചേലവിലും കൂടുതലാണ് പ്രതിരോധ വകുപ്പിൻറേത്.

> അവസരവാദപരമായ ബന്ധങ്ങൾ നിലനിൽക്കുന്നത് അപൂർവമാണ്. ആദരണീയരായ വ്യക്തികളുടെ പരിചയം, അത് വിദൂരത്തിലായിരുന്നാൽ പോലും, മന്ദോഷ്ണമായ കാലാവസ്ഥയിൽ ഇല തളിർക്കുകയുമില്ല, തണുപ്പുകാലത്ത് ഇലകൊഴിക്കുകയുമില്ല. അത് നാല് കാലാവസ്ഥകളിലും നിറം മങ്ങിക്കൊണ്ടേയിരിക്കും, പ്രയാസമില്ലാത്ത കാലത്തിലൂടെയും ആപത്തായ കാലത്തിലൂടെയും കടന്നു പോകുന്തോറും അത് കൂടുതൽ സുസ്ഥിരമാകും.
>
> സൺ ത്സൂവിന്റെ യുദ്ധകല (476–221 BC)

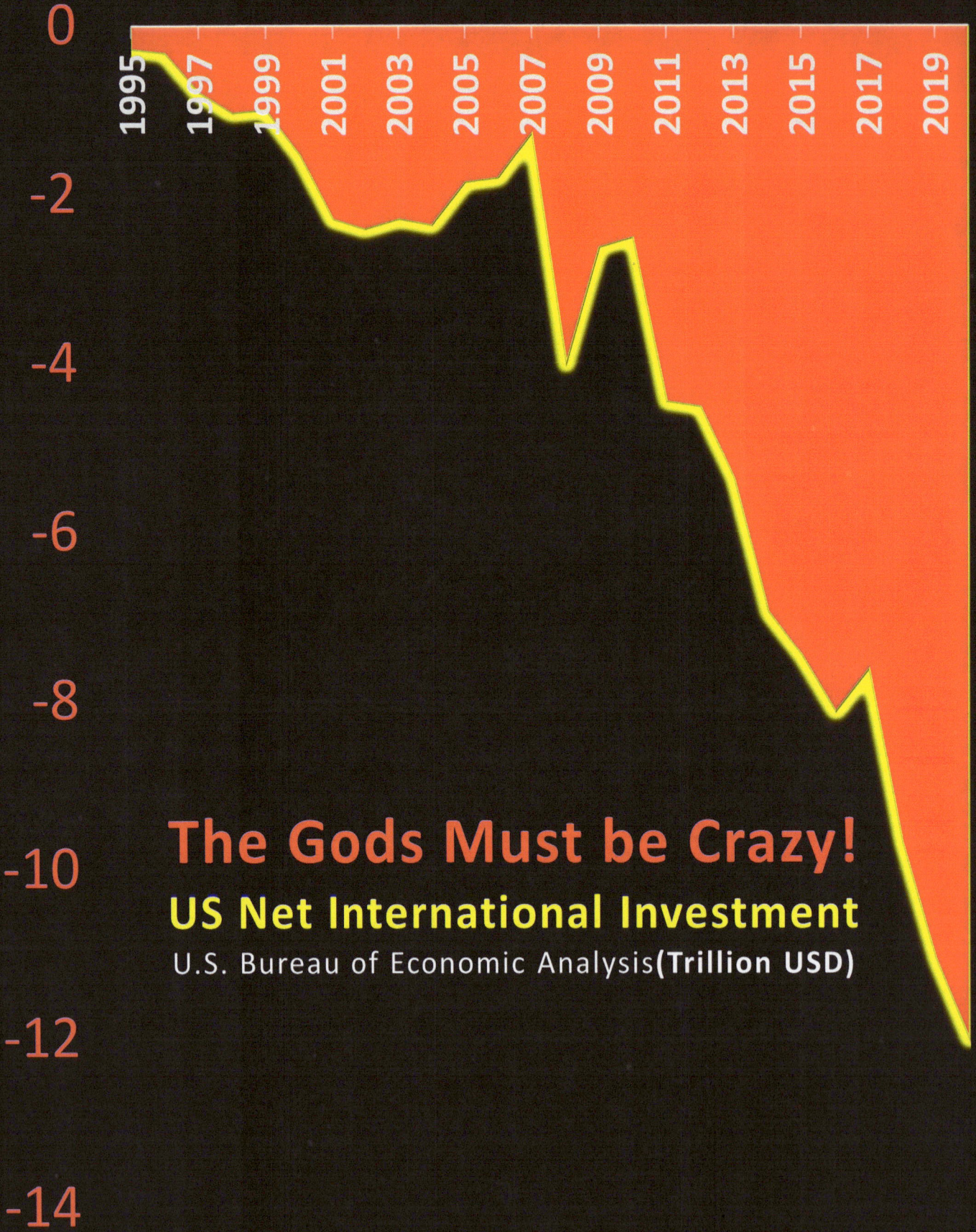

0
-2
-4
-6
-8
-10
-12
-14
1995
1997
1999
2001
2003
2005
2007
2009
2011
2013
2015
2017
2019
The Gods Must be Crazy!
US Net International Investment
U.S. Bureau of Economic Analysis(Trillion USD)

അമേരിക്ക വളരെ ശക്തമായിരുന്നതിനു കാരണം മറ്റു ലോകരാജ്യങ്ങൾ അമേരിക്കയെ വാണിജ്യ ബന്ധങ്ങൾ സംരക്ഷിക്കുന്ന ശക്തിയായി വിശ്വാസമർപ്പിച്ചിരുന്നതുകൊണ്ടാണ്. അതുകൊണ്ടാണവർ നമുക്ക് റിസർവ് കറൻസി അച്ചടിക്കാനുള്ള പ്രത്യേകാധികാരം നൽകിയിരുന്നത്. നമ്മൾ ആ വാണിജ്യബന്ധങ്ങൾ ധൂർത്തടിക്കുന്നുവെങ്കിൽ, ആ പ്രത്യേകാധികാരം താമസിയാതെ മധ്യകാല സാമ്രാജ്യം കൈയടക്കും.

അമേരിക്ക 1970കൾ വരെയും നല്ല ബന്ധങ്ങൾ നിലനിർത്തിക്കൊണ്ട് ഇറക്കുമതിയേക്കാൾ കൂടുതലായി ഉൽപ്പന്നങ്ങളും സേവനങ്ങളും കയറ്റുമതി ചെയ്യുകയായിരുന്നു. ഖേദകരമെന്നല്ലാതെ എന്തു പറയാൻ, കഴിഞ്ഞ രണ്ടു ദശകങ്ങളായി നമ്മൾ വാണിജ്യബന്ധ നയതന്ത്രത്തിലെ പ്രൗഢി കളഞ്ഞുകുളിച്ചിരിക്കുന്നു, ഇന്ന് ഈ ഗ്രാഫിൽ കാണുന്നതു പോലെ മറ്റുള്ളവർക്ക് അവരുടെ ഉൽപ്പന്നങ്ങൾ കൊണ്ടുവന്നു ചെരിയാൻ തരത്തിലുള്ള പറമ്പായി മാറി, പ്രത്യേകിച്ചും ചൈനയ്ക്ക്.

8. വേൾഡ് കറൻസി ഗോൾഡ് സ്റ്റാൻഡേഡ്

> വിജയസാധ്യതയുള്ള യുദ്ധം സൃഷ്ടിക്കുക എന്നത് ഒരു സ്വർണ്ണ നാണയത്തെ വെള്ളി നാണയവുമായി തുലനം ചെയ്യുന്നതുപോലെയാണ്. തോൽക്കാനുള്ള യുദ്ധം സഷ്ടിക്കുന്നത് വെള്ളി നാണയത്തെ സ്വർണ്ണ നാണയവുമായി തുലനം ചെയ്യുന്നതുപോലെയും.
>
> സൺ ത്സൂവിന്റെ യുദ്ധകല (476–221 BC)

റിസർവ് കറൻസിയാണ് നമ്മുടെ വ്യവസായ സംരംഭങ്ങൾക്ക് കുറഞ്ഞ ചെലവിൽ വായ്പ ലഭിക്കാൻ സഹായിക്കുന്ന സുവർണ്ണാധികാരം. അതുകൂടാതെ ലോകത്തെമ്പാടുമായുള്ള അമേരിക്കൻ ഡോളർ സാമ്പത്തിക ഇടപാടുകൾക്ക് മേൽ സമ്മർദ്ദം ചെലുത്താനും നമുക്ക് കഴിയും, ഉദാഹരണത്തിന് ഇറാൻ, വെനിസ്വേല, ഉത്തരകൊറിയ എന്നിവിടങ്ങളിലെ ഭരണകൂടങ്ങളെ നിയന്ത്രിക്കാനുള്ള സാധ്യത. 1944ൽ അമേരിക്കൻ ഡോളർ ലോകത്തിന്റെ റിസർവ് കറൻസിയായി മാറിയതിന് നാം റൂസ്‌വെൽറ്റിനോട് നന്ദി പറയണം. അക്കാലത്ത് ഏറ്റവും കൂടുതൽ സാമ്പത്തിക, സൈനിക സ്വാധീനമുള്ള രാജ്യമായിരുന്നു അമേരിക്ക. എന്നിരുന്നാലും, റിസർവ് കറൻസിയുടെ ശക്തിക്ക് നാം ഏറെ ഉത്തരവാദിത്തങ്ങൾ ഏൽക്കേണ്ടതുണ്ട്.

എഴുപത്തിയഞ്ച് വർഷങ്ങൾക്ക് മുൻപ് അമേരിക്കയുടെ സമ്പദ്‌വ്യവസ്ഥ ആഗോള ജിഡിപിയുടെ 40% വരുമായിരുന്നു. കഷ്ടം, ഇന്നത് PPPയിൽ 15%ത്തിലും താഴെയാണ്. ചൈനയാകട്ടെ 20%ത്തിനു മുകളിലേക്ക് കുതിച്ചുയരുന്നു. റിസർവ് കറൻസി സംരക്ഷകരെന്ന പദവി നാം ദുരുപയോഗം ചെയ്തതോടെ നമ്മൾ ധൂർത്തടിച്ചത് നമ്മുടെ സൽപ്പേരായിരുന്നു. ഇന്നത്തെ രീതികൾ നാം പുനർവിശകലനം ചെയ്യണം, ഇല്ലെങ്കിൽ നമ്മുടെ സാമ്രാജ്യത്തിന്റെ നാളുകൾ എണ്ണപ്പെട്ടു കഴിഞ്ഞു.

ഭാഗ്യവശാൽ, ആഗോള വാണിജ്യത്തിന്റെ 79.5% ഇപ്പോഴും അമേരിക്കൻ ഡോളറുപയോഗിച്ചാണ് നടക്കുന്നത്,[61] അതിനു റിസർവ് പദവി നൽകിയ റൂസ്‌വെൽറ്റിന് നന്ദി പറയണം. റിസർവ് കറൻസിയെ ഒരു രാഷ്ട്രീയായുധമായി ദുരുപയോഗം ചെയ്ത് കണ്ണുംമൂടി അച്ചടിക്കുന്നതിനു പകരം, Renminbi യുടെ ക്രിപ്റ്റോകറൻസിക്കു മുന്നിൽ അമേരിക്കൻ ഡോളറിന്റെ റിസർവ് കറൻസി പദവി നാം ഉറപ്പുവരുത്തണം. IMF, ലോകബാങ്ക്, നമ്മുടെ ബാങ്കുകൾ എന്നിവയുടെ സംവിധാനങ്ങൾ ഉരുത്തിരിഞ്ഞു വരുന്ന ചൈനീസ് ഫിനാൻഷ്യൽ സെൻററുകളുടെ രീതിയിൽ നവീകരിക്കണം. ഇംഗ്ലീഷ് ആഗോളഭാഷയായി നിലനിൽക്കുന്നതു പോലെ റിസർവ് കറൻസികൾക്കും ദീർഘകാലം നിലനിൽക്കാനുള്ള കഴിവ് അതിന്റെ നിത്യോപയോഗത്തിലൂടെ ലഭിക്കും. അധികം താമസിയാതെ ലോക രാജ്യങ്ങൾ ചൈനീസ് യുവാൻ ഉപയോഗിച്ച് വാണിജ്യം ചെയ്യുമെങ്കിൽ ഡോളറിന്റെ തിളക്കം കുറയും. ഫേസ്ബുക്കും ഡിജിറ്റൽ കോളനിവൽക്കരണത്തിനുള്ള ശ്രമത്തിലാണ്. അവർക്ക് ഇലക്ട്രോ-ഡോളറിനോടാണ് ആസക്തി (ലിബ്ര ക്രിപ്റ്റോകറൻസി).

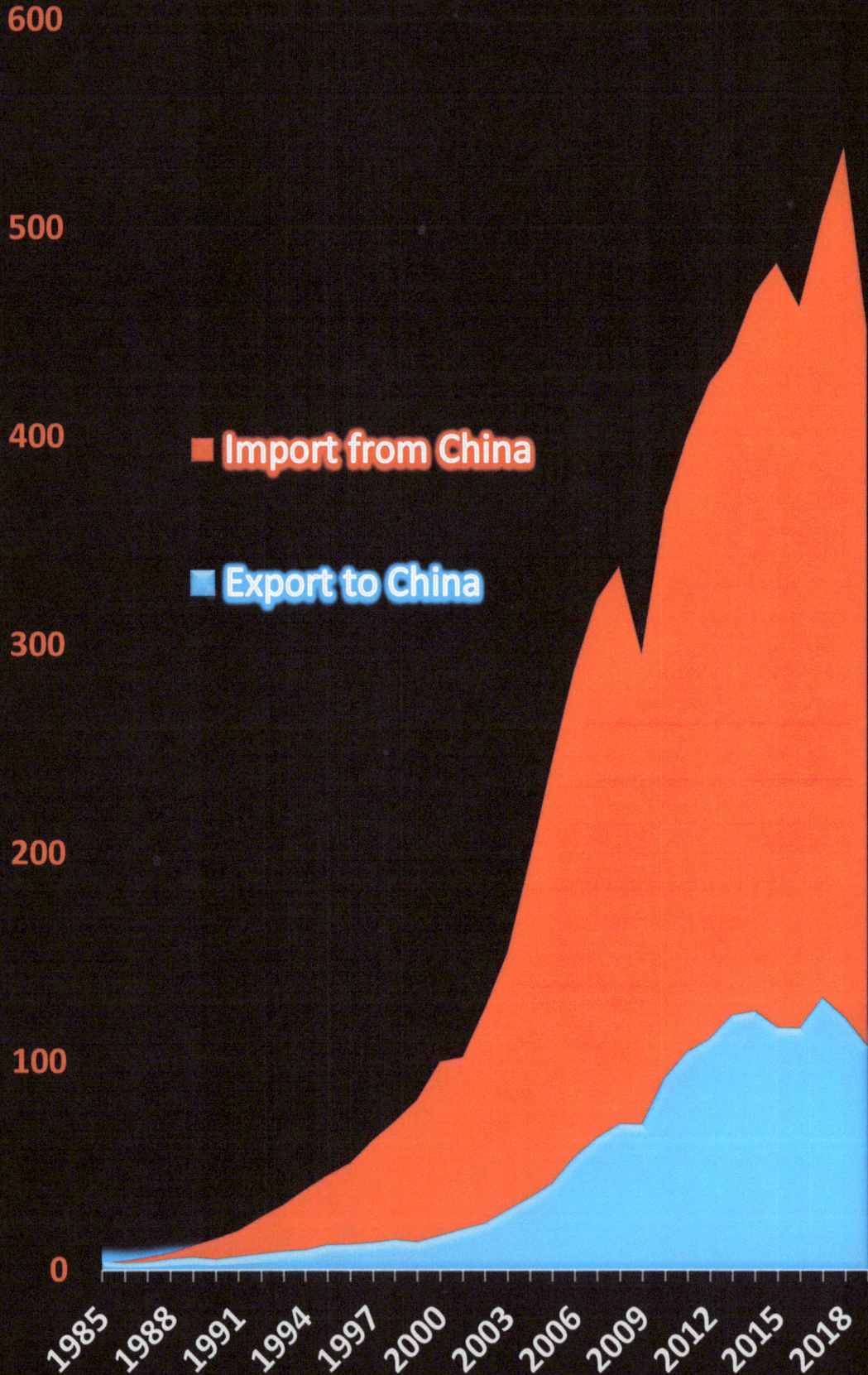

The Gods Must Be Crazy!
US Trade In Goods With China
U.S. Department of Commerce (Billion USD)

Import from China

Export to China

൭. ഇലക്ട്രോ ഡോളർ

അലങ്കോലമായ അവസ്ഥയിലും അവസരങ്ങൾ ഒളിഞ്ഞുകിടപ്പുണ്ട്
സൺ ത്സൂവിന്റെ യുദ്ധകല (476–221 BC)

കഴിഞ്ഞ 75 വർഷത്തിലധികമായി പ്രത്യക്ഷമായും പരോക്ഷമായും അമേരിക്ക തന്നെയാണ് അതിന്റെ സാമ്പത്തികകാര്യങ്ങൾ നിയന്ത്രിച്ചിരുന്നത്. ഇങ്ങനെയൊരു സ്വാധീനം ലഭിക്കാനുള്ള കാരണം നമ്മുടെ റിസർവ് സ്റ്റാറ്റസും സൊസൈറ്റി ഫോർ വേൾഡ്‌വൈഡ് ഇൻറർബാങ്ക് ഫിനാൻഷ്യൽ ടെലികമ്മ്യൂണിക്കേഷൻ (SWIFT) പോലുള്ള സ്ഥാപനങ്ങളുടെ മേൽ നമുക്ക് നിയന്ത്രണം ഉണ്ടായിരുന്നതിനാലുമാണ്.

അമേരിക്കൻ ഇറാനിൽ ഏർപ്പെടുത്തിയ ഉപരോധം ലംഘിക്കുന്നത് ഒഴിവാക്കാനായി, അമേരിക്കൻ ഡോളറില്ലാത്തതും, സ്വിഫ്ടിന്റെ പരിധിയിൽ വരാത്തതുമായ ഇടപാടുകൾ സാധ്യമാക്കാൻ യൂറോപ്യൻ സ്പെഷ്യൽ പർപ്പസ് വെഹിക്കിൾ (SPV) 2019ൽ ട്രേഡ് എക്സ്ചേഞ്ച് (INSTEX) സ്ഥാപിച്ചു. INSTEX പഴയ ബാർട്ടർ സംവിധാനത്തിന്റെ പതിപ്പാണ്, അതുപയോഗിച്ച് യൂറോപ്യൻ യൂണിയനിലുള്ള രാജ്യങ്ങൾക്കും, മറ്റു ലോകരാജ്യങ്ങൾക്കും സ്വിഫ്ടിനെ ഒഴിവാക്കി അമേരിക്കൻ ഡോളർ ഉപയോഗിക്കാതെ അതിർത്തികൾക്കപ്പുറം ഇടപാടുകൾ നടത്തി അമേരിക്കൻ സാമ്പത്തിക സംവിധാനത്തെ മറികടക്കാൻ കഴിയുമായിരുന്നു. അമേരിക്കയുടെ മൂന്ന് ദീർഘകാല സഖ്യരാജ്യങ്ങൾ (ജർമ്മനി, ഫ്രാൻസ്, യു.കെ.) ഈ സംവിധാനമുപയോഗിച്ചാണ് ഇപ്പോൾ ഇറാനുമായി ഇടപെടുന്നത്, ഇത് അപായസൂചനയാണ്. ഇത് അമേരിക്കൻ നയങ്ങൾക്കെതിരായ ഭീഷണി മാത്രമാണെന്നു കണ്ടാൽ മതിയാകില്ല, മറിച്ച് നമ്മുടെ റിസർവ് സംവിധാനത്തിനും മുൻസൂചന നൽകുന്ന ഭീഷണിയാണ്. ചൈനയും ഇറാനും തമ്മിലുള്ള ഇടപാടുകൾക്ക് Renminbi ഉപയോഗിക്കുന്നുവെങ്കിൽ താമസിയാതെ ഇന്ത്യയെപ്പോലുള്ള മറ്റു രാജ്യങ്ങളും ഈ പാത സ്വീകരിച്ചേക്കാം. ചൈനയുടേത് ഒരു അടഞ്ഞ സമൂഹമാണെങ്കിലും അവരുടെ ബിസിനസ് മനോഭാവം തുറന്നുകിടക്കുന്നു, തന്ത്രപരമായ ഓരോ നീക്കത്തിനു മുൻപും അവർ അമേരിക്കൻ സംവിധാനത്തെ പഠിക്കുന്നുണ്ട്. നമ്മുടെ തുറന്ന ക്യാപ്പിറ്റലിസ്റ്റിക് സമൂഹം അങ്ങേയറ്റം ഭ്രാന്തമായ അടഞ്ഞമനോഭാവത്തെ ലക്ഷ്യമാക്കി പൊയ്ക്കൊണ്ടിരിക്കുയാണ്. നമ്മളാകട്ടെ കാര്യക്ഷമമായ ദീർഘവിക്ഷണത്തോടെയുള്ള യാതൊരു നടപടിയും കൈക്കൊള്ളാതെ നിരുത്തരവാദപരമായി മുന്നേറുന്നു. നമ്മളെ സൂപ്പർ പവർ പദവിയിലേക്കുയരാൻ സഹായിച്ച സഖ്യരാജ്യങ്ങളെ അംഗീകരിക്കാൻ സമയമായി.

2008ലെ സാമ്പത്തിക സുനാമിക്കു ശേഷം ചൈനയ്ക്ക് പാശ്ചാത്യ സ്ഥാപനങ്ങളിലുള്ള വിശ്വാസം നഷ്ടപ്പെട്ടതിനാൽ അവർ മറ്റു വഴികൾ ആരായുന്നു. അവർ ക്രോസ് ബോർഡർ ഇൻറർബാങ്ക് പേമെന്റ് സിസ്റ്റം (CIPS) സ്ഥാപിച്ചു. അമേരിക്ക സ്ഥാപിച്ച ഐ.എം.എഫിനും ലോകബാങ്കിനും പകരമായി ചൈന അവരുടെ രാജ്യത്തെ വൻകിട സാമ്പത്തിക സ്ഥാപനങ്ങളായ ഏഷ്യ ഇൻഫ്രാസ്ട്രക്ചർ ഇൻവെസ്റ്റ്മെന്റ് ബാങ്ക് (AIIB), നേരത്തെ BRICS ബാങ്ക് എന്നറിയപ്പെട്ടിരുന്ന ന്യൂ ഡെവലപ്മെന്റ് ബാങ്ക് (NDB) എന്നിവയെ പാകപ്പെടുത്തി വരുന്നു. WeChat, Alipay പോലുള്ള അതിനവീന ഡിജിറ്റൽ പേമെന്റ് സംവിധാനങ്ങളും ചൈന വികസിപ്പിച്ചുകഴിഞ്ഞു, ഇപ്പോൾത്തന്നെ രണ്ട് ബില്യൺ സജീവ ഉപയോക്താക്കൾ ഉണ്ടെന്ന് അവകാശപ്പെടുന്ന ഈ സംവിധാനം ഡിജിറ്റൽ സിൽക്ക് റോഡിലൂടെ ഇനിയും വളരും.

നമ്മൾ കോവിഡ് വ്യാപനവും ആഭ്യന്തര ലഹളകളും തടുക്കാൻ ശ്രമിച്ചുകൊണ്ടിരുന്ന സമയത്ത് ചൈന ബ്ലോക്ക് ചെയിൻ സർവീസ് നെറ്റ്‌വർക്ക് (BSN) തുടങ്ങി. ഈ ഡിജിറ്റൽ യുവാൻ ആണ് ഇന്ന് ലോകത്തിലെ ഏറ്റവും വലിയ ബ്ലോക്ക്ചെയിൻ സംവിധാനം, അങ്ങനെ ഇലക്ട്രോ-ഡോളർ (ഡിജിറ്റൽ കറൻസി) പുറത്തിറക്കിയ ലോകത്തിലെ ആദ്യ പ്രധാന സമ്പദ്‌വ്യവസ്ഥയായി ചൈന. ബ്ലോക്ക് ചെയിൻ സർവീസ് നെറ്റ്‌വർക്ക് (BSN) ഇൻഫ്രാസ്ട്രക്ചറുകളുടെ ഇൻഫ്രാസ്ട്രക്ചർ എന്നാണറിയപ്പെടുന്നത്. ഈ അനുമതിയില്ലാത്ത ബ്ലോക്ക്ചെയിൻ എക്കോസിസ്റ്റം ബിഗ് ഡാറ്റയുടെ വെർട്ടിക്കൽ ഇൻറഗ്രേഷനു വഴിയൊരുക്കുന്നതോടൊപ്പം 5G കമ്മ്യൂണിക്കേഷൻസ്, ഇൻഡസ്ട്രിയൽ IoT, ക്ലൗഡ് കമ്പ്യൂട്ടിംഗ്, ആർട്ടിഫിഷ്യൽ ഇൻറലിജൻസ് എന്നിങ്ങനെ എല്ലാ ആധുനിക സംവിധാനങ്ങൾക്കും സ്ഥാനം നൽകുന്നു.

JPMorgan റിപ്പോർട്ട് അനുസരിച്ച്, ഡിജിറ്റൽ കറൻസി സംവിധാനത്തിന്റെ തടസ്സങ്ങൾ കാരണം ഏറ്റവുമധികം നഷ്ടം അനുഭവിക്കാൻ പോകുന്നത് അമേരിക്കയായിരിക്കും. നിർഭാഗ്യവശാൽ, വാൾ സ്ട്രീറ്റിലെ നമ്മുടെ കാലഹരണപ്പെട്ട ഫിനാൻഷ്യൽ പ്ലാറ്റ്ഫോം തടസ്സങ്ങൾക്ക് വിധേയമാകാൻ പാകത്തിലാണുള്ളത്. നാം സത്വര നടപടികൾ എടുത്തില്ലെങ്കിൽ 75 വർഷങ്ങൾക്ക് മുൻപ് നാം പടുത്തുയർത്തിയ സംവിധാനത്തെ ചൈന ദയനീയമായി പരാജയപ്പെടുത്തും.

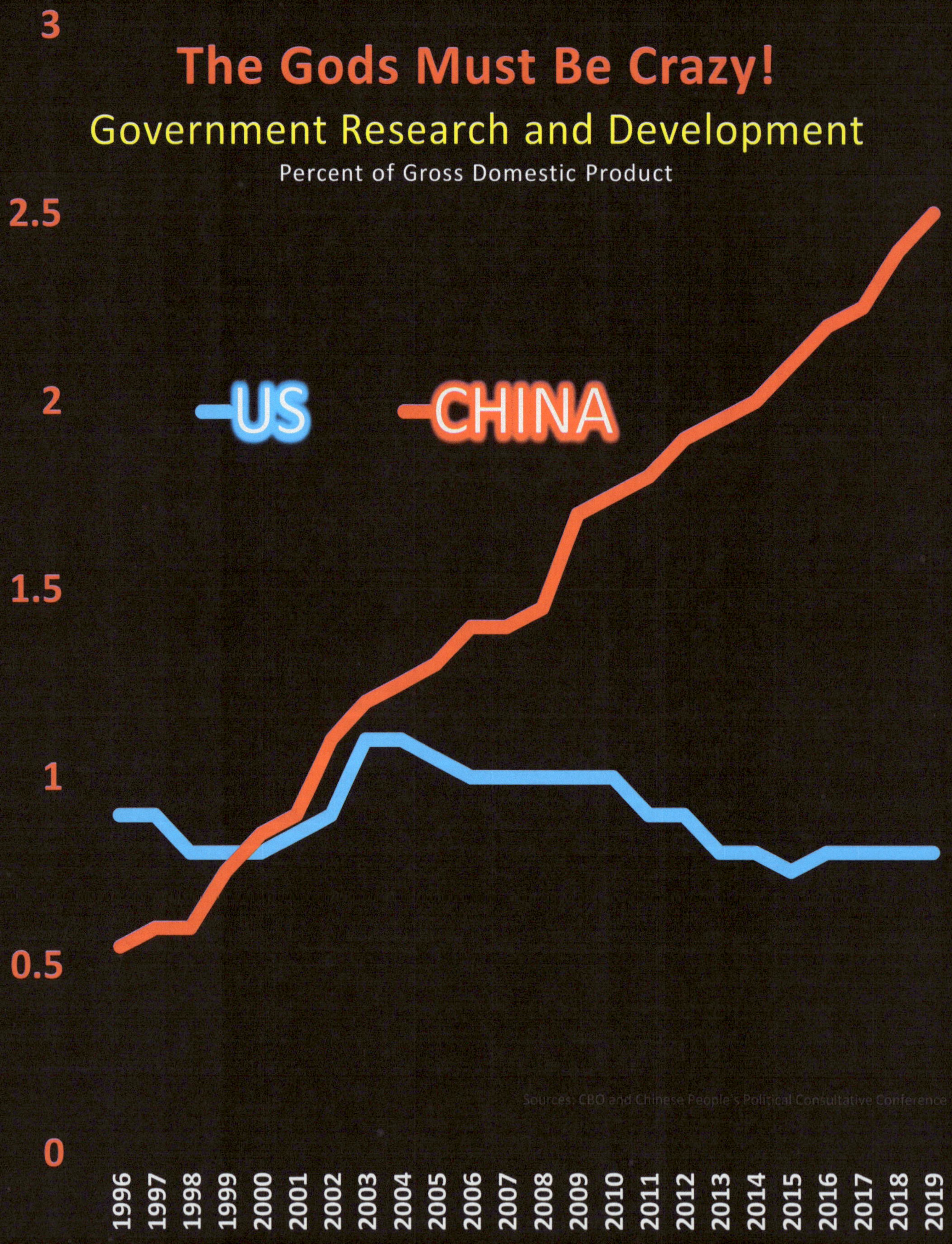

The Gods Must Be Crazy!
Government Research and Development
Percent of Gross Domestic Product
3
2.5
2
1.5
1
0.5
0
US
CHINA
Sources: CBO and Chinese People's Political Consultative Conference
1996
1997
1998
1999
2000
2001
2002
2003
2004
2005
2006
2007
2008
2009
2010
2011
2012
2013
2014
2015
2016
2017
2018
2019

The Gods Must be Crazy!
Global Reserve Currencies since 1400

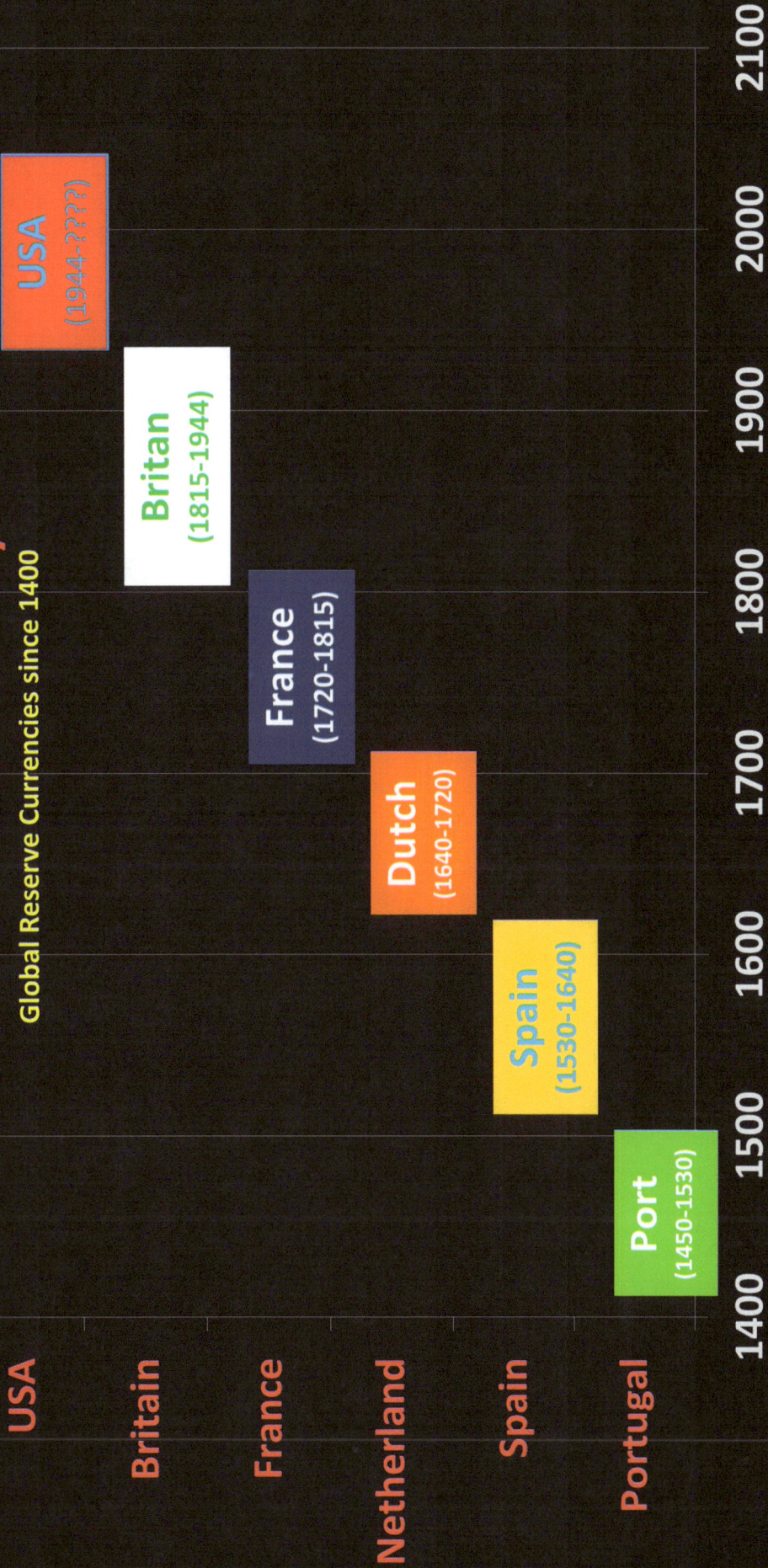

USA
(1944-????)

Britan
(1815-1944)

France
(1720-1815)

Dutch
(1640-1720)

Spain
(1530-1640)

Port
(1450-1530)

1400	1500	1600	1700	1800	1900	2000	2100

USA
Britain
France
Netherland
Spain
Portugal

10. ഫൈനാൻഷ്യൽ ക്യാപ്പിറ്റൽ

> യുദ്ധം ചെയ്യാനാഗ്രഹിക്കുന്നവൻ ആദ്യം അതിന്റെ ചെലവ് കണക്കാക്കണം.
>
> സൺ ത്സൂവിന്റെ യുദ്ധകല (476–221 BC)

ഒരു കാലത്ത് ലോകത്തിലെ സാമ്പത്തിക നാഡീവ്യൂഹത്തിന്റെ കേന്ദ്രമായിരുന്നു ന്യൂയോർക്ക്, സ്വതന്ത്ര ലോകത്തിലെ ഉത്തരവാദിത്തബോധമുള്ള എൻജിനീയർമാരുടെ നഗരം. നിർഭാഗ്യവശാൽ കടുത്ത ഫൈനാൻഷ്യൽ എൻയറിംഗ് കാരണം ന്യൂയോർക്ക് ക്യാപ്പിറ്റലിസത്തിന്റെ കല്ലറയായി മാറുകയാണ്.

അതേ സമയം, ചൈന അതിന്റെ സാമ്പത്തിക കേന്ദ്രമായി ഷാങ്ഹായ് നഗരത്തെ വികസിപ്പിച്ചുവരുന്നു, അത് അമേരിക്കയുടെ സ്വാധീനത്തെ പതിവായി മറിച്ചിടുന്നുമുണ്ട്. അമേരിക്കയിലുള്ള പബ്ലിക് കമ്പനികളുടെ എണ്ണം 90കളുടെ അവസാനപാദത്തിൽ പരമാവധിയായി പിന്നീടങ്ങോട്ട് തുടർച്ചയായി കുറഞ്ഞുവരികയാണ്. 7,000 എണ്ണം ചുരുങ്ങി ഇന്ന് 3,000 വരെയെത്തി.[62] ഇങ്ങനെ എണ്ണം കുറയുന്നത് പ്രൈവറ്റ് ഇക്വിറ്റി, മെർജറുകൾ, അക്വിസിഷനുകൾ ക്യാപ്പിറ്റൽ ഔട്ട്ഫ്ളോ തുടങ്ങിയ നമ്മുടെ ഫൈനാൻഷ്യൽ എൻജിനീയറിംഗിന്റെ ഫലമായാണ്.

ഇതേ കാലഘട്ടത്തിൽ ചൈനയുടെ ഓഹരി വിപണി പൂജ്യത്തിൽ നിന്നും ഏകദേശം 5000 വരെ ഉയർന്നു. അമേരിക്കയിലെ കണക്കുകൾ 50% കുറഞ്ഞപ്പോൾ ചൈനയിലേത് കഴിഞ്ഞ 25 വർഷംകൊണ്ട് 1000% വർദ്ധിക്കുകയാണ് ചെയ്തത്.

> ഞാൻ പാരിതോഷികങ്ങൾ പോലെ കാത്തുസൂക്ഷിക്കുന്ന മൂന്ന് നിധികളുണ്ട്: ഒന്ന് ദയയാണ്, രണ്ടാമത്തേത് ചെലവുചുരുക്കൽ, മൂന്നാമത്തേത് മറ്റുള്ളവരേക്കാൾ മുൻഗാമിയാണെന്ന് സങ്കൽപ്പിക്കാതിരിക്കലാണ്. ദലായുത്വം കൊണ്ട് ധീരനാകാം, ചെലവുചുരുക്കലിലൂടെ എത്തിപ്പിടിക്കാം, മറ്റുള്ളവരേക്കാൾ മുൻഗാമിയാണെന്ന് സങ്കൽപ്പിക്കാതിരിക്കുന്നതിലൂടെ ഫലപ്രദമായി അതിജീവിക്കാം. ഒരാൾ ദയയും ധൈര്യവും, ചെലവു ചുരുക്കലും വൈപുല്യവു ഉപേക്ഷിച്ച്, വിനയമുപേക്ഷിച്ച് കർക്കശക്കാരനാകാൻ തീരുമാനിച്ചാൽ മരണമായിരിക്കും ഫലം. യുദ്ധത്തിൽ ദയകാണിക്കുന്നത് വിജയത്തിലേക്ക് നയിക്കും, പ്രതിരോധത്തിൽ ദയകാണിക്കുന്നത് സുരക്ഷിതത്വത്തിലേക്ക് നയിക്കും.
>
> സൺ ത്സൂവിന്റെ യുദ്ധകല (476–221 BC)

നമ്മുടെ ഇപ്പോഴത്തെ വിട്ടു വീഴ്ചയില്ലാതെ മത്സരിക്കുന്ന ക്യാപ്പിറ്റൽ സിസ്റ്റം രാഷ്ട്രീയ കർമ്മ സമിതികളുടേയും വാഷിംഗ്ടൺ ഡി.സി.യിലെ ലോബിയിസ്റ്റുകളുടേയും കാൽച്ചുവട്ടിലാണ് കിടക്കുന്നത്. മിക്ക പ്രൈവറ്റ് ഇക്വിറ്റി ഫേമുകളും മറ്റു നിക്ഷേപ സ്രോതസ്സുകളും ചൈനയുടെയും അതുപോലുള്ള വിദേശ രാജ്യങ്ങളുടെയും ഫണ്ട് ഉപയോഗിച്ച് പ്രവർത്തിക്കുന്നവയാണ്, അവരുടെ മനസ്സിൽ നമ്മുടെ താൽപര്യങ്ങൾക്ക് സ്ഥാനം ഉണ്ടായേക്കില്ല. കോർപ്പറേറ്റ് സഞ്ചാരികളും ഗോർഡൻ ഗെക്കോ കഴുകന്മാരും പെട്ടെന്ന് പണം സമ്പാദിക്കാനുള്ള വഴികളായിരിക്കും അന്വേഷിക്കുന്നത്. ഇത്തരം മിക്ക വാണിജ്യങ്ങളും യാതൊരടിസ്ഥാനവുമില്ലാത്ത അൽഗോരിതങ്ങളെ ആസ്പദമാക്കി പ്രവർത്തിക്കുന്ന കമ്പ്യൂട്ടറുകൾക്കിടയിലാണ് നടക്കുന്നത്. അവർ വാണിജ്യലോകത്തിന് തന്നെ അപമാനമാണ്. സ്ഥിതിഗതികൾ പൂർവസ്ഥിതിയിലെത്തിച്ച് നിലനിർത്തണമെങ്കിൽ ആദ്യമേ നമ്മുടെ രാഷ്ട്രീയ കർമ്മ സമിതികൾ (Political Action Committees) പിരിച്ചുവിട്ട് നിരോധനം ഏർപ്പെടുത്തണം. രാഷ്ട്രീയക്കാർക്കും വാഷിംഗ്ടണിൽ ലോബിയിസ്റ്റുകൾക്കുമിടയിലെ കറങ്ങുന്ന വാതിലുകലാണ് ഈ സംവിധാനങ്ങൾക്ക് പാര പണിയുന്നതെങ്കിൽ അതും അന്വേഷണ വിധേയമാക്കണം.

★ നമ്മളും ഏഷ്യൻ ഇൻഫ്രാസ്ട്രക്ചർ ഇൻവെസ്റ്റ്മെന്റ് ബാങ്ക് (AIIB) പോലുള്ള ബഹുമുഖ സാമ്പത്തിക സ്ഥാപനങ്ങൾ തുടങ്ങിയാലേ ചൈനയുടെ $10 ട്രില്യൺ വരുന്ന കടക്കെണി നയതന്ത്രത്തെയും, നെക്സ്റ്റ് ജനറേഷൻ ബെൽറ്റ് ആൻഡ് സിൽക്ക് റോഡ്, അതുപോലുള്ള മറ്റ് ഇൻഫ്രാസ്ട്രക്ചർ പ്രൊജക്ടുകളെ നേരിടാൻ കഴിയൂ. ആഭ്യന്തരകാര്യങ്ങളിൽ മാത്രം ശ്രദ്ധ പതിപ്പിക്കാതെ, ചൈനീസ് കമ്പനികളെപ്പോലെ നമ്മളും ദന്തഗോപുരത്തിന്റെ സൗകര്യപ്രദമായ ചുറ്റുവട്ടങ്ങളിൽ നിന്നും വളർന്നു വരുന്ന രാജ്യങ്ങളിലേക്ക് പ്രവർത്തനങ്ങൾ വ്യാപിപ്പിക്കണം, എങ്കിലേ നിലനിൽപ്പു ണ്ടാവുകയുള്ളൂ.

The Gods Must be Crazy!
Catacomb of Capitalism?
US Enterprises Black Hole?

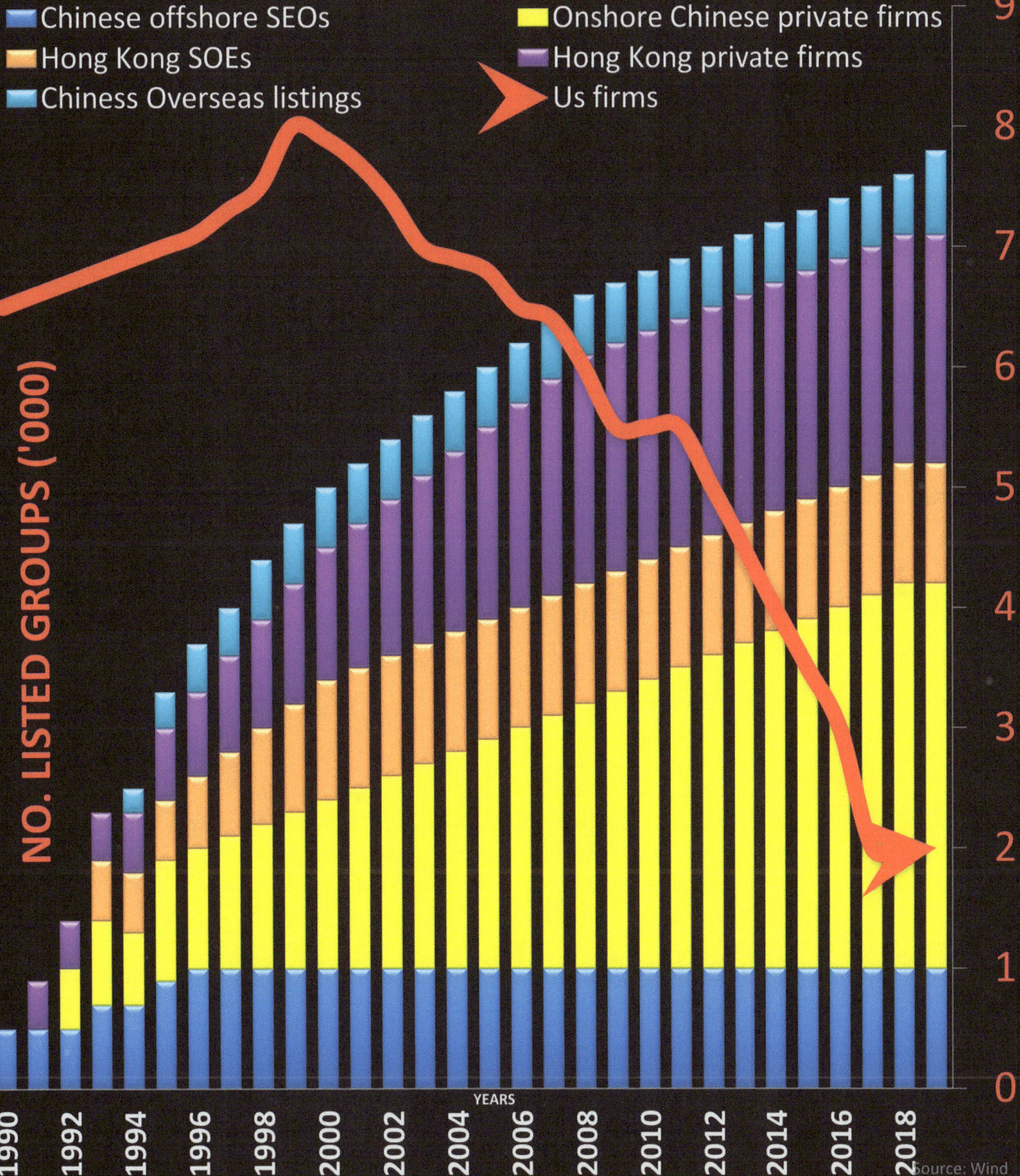

Chinese offshore SEOs
Onshore Chinese private firms
Hong Kong SOEs
Hong Kong private firms
Chiness Overseas listings
Us firms

NO. LISTED GROUPS ('000)

YEARS

Source: Wind

- ★ വാൽസ്ട്രീറ്റിലെ കാൽവർഷത്തെ ഫലങ്ങളുടെയും, ഷെയർ ബൈ-ബാക്കുകളുടേയും, ഗോർഡൻ ഗെക്കോ ഇൻവെസ്റ്റ്മെന്റ് ബാങ്കിംഗിന്റെയും, സ്വകാര്യ ഇക്വിറ്റി ഡീലുകളുടെയും ആഘാതം നാം പഠിക്കണം. അത്തരം മാരകമായ പ്രവൃത്തികളെ സർക്കാർ ശ്രദ്ധാപൂർവം നിരീക്ഷിക്കണം.
- ★ എക്സിക്യൂട്ടീവുമാർക്ക് പെർഫോർമൻസ് അടിസ്ഥാനത്തിൽ ദീർഘകാല ബോണസുകൾ അവതരിപ്പിക്കണം, അതല്ലാതെ ഷെയർ പ്രൈസിൽ നിന്നും ഹ്രസ്വകാല ബോണസുകളല്ല നൽകേണ്ടത്, അത് സ്ഥാപനത്തിന്റെ ബാലൻസ് ഷീറ്റ് ധൂർത്തടിക്കുന്നതിനു സമമാണ്.
- ★ പ്രൈവറ്റ് ഇക്വിറ്റിയും, കുറച്ചുകാലത്തേക്കുള്ള അത്യാഗ്രഹത്തിന്റെ പേരിൽ ഇരയുടെ ബാലൻസ് ഷീറ്റുകളെ ബലികൊടുക്കുന്ന കഴുകൻ സ്വഭാവമുള്ള സോവറിൻ വെൽത്ത് ഫണ്ടുകളും റദ്ദാക്കണം.

11. സെക്യൂരിറ്റി

വിജയത്തിന് അത്യന്താപേക്ഷിതമായ അഞ്ചു കാര്യങ്ങളുണ്ട്:

1 യുദ്ധം എപ്പോൾ ചെയ്യാം എപ്പോൾ ചെയ്യരുത് എന്നറിയുന്നവൻ വിജയിക്കും.
2 താരതമ്യേന ശക്തിയേറിയ സൈന്യത്തോടും ശക്തികുറഞ്ഞ സൈന്യത്തോടും പൊരുതാനറിയുന്നവൻ വിജയിക്കും.
3 എല്ലാ പദവിയിലുള്ളവർക്കും ഒരുപോലെ ഉത്സാഹമുള്ള സൈന്യത്തിലെ അംഗം വിജയിക്കും.
4 സ്വയം തയാറെടുപ്പുകൾ നടത്തി, ശത്രു തയാറല്ലാതിരിക്കുന്ന സമയത്തിനു കാത്തിരിക്കുന്നവൻ വിജയിക്കും.
5 പരമാധികാരികളുടെ ഇടപെടലുകളില്ലാത്ത സൈനിക ശക്തിയുള്ളവൻ വിജയിക്കും.

സൺ ത്സൂവിന്റെ യുദ്ധകല (476–221 BC)

നമ്മളിന്നും പരസ്പരം പോരാടുന്ന ഒരു കൂട്ടം കാട്ടുവാസികളാണ്, ഫാൻസി ഡ്രസ്സും തിളങ്ങുന്ന ഷൂസും ധരിക്കുന്നുണ്ടെന്ന് മാത്രം. 195 രാജ്യങ്ങൾക്കിടയിലുള്ള നിർവഹണം വെല്ലുവിളികൾ നിറഞ്ഞതാണ്, അതിനാൽ UN, WTO പോലുള്ള സംഘടനകൾ യഥാർത്ഥാധികാരമില്ലാത്ത പ്രമാണിയെപ്പോലെയാണുള്ളത്. അധികാരവും ആയുധബലവും തന്നെയാണ് കാര്യം. ബഹിരാകാശത്തേതുൾപ്പെടെ ലോകത്തെമ്പാടുമുള്ള നമ്മുടെ വാണിജ്യ പാതകളെയും, നമ്മുടെ വ്യവസായ സംരംഭങ്ങളെയും വിദേശസ്വാധീനത്തിൽ നിന്നും സംരക്ഷിക്കാൻ നമ്മുടെ സൂപ്പർപവർ പദവിയും സൈനിക-വ്യവസായ മേഖലയും വളരെ നിർണ്ണായകമാണ്. അമേരിക്കൻ സൈന്യത്തിന് 70 രാജ്യങ്ങളിൽ താവളങ്ങളുണ്ട്, അത് നമ്മുടെ സംരംഭങ്ങളുടെ താൽപ്പര്യ സംരക്ഷണത്തിനും അത്യന്താപേക്ഷിതമാണ്.

നാലു നൂറ്റാണ്ടോളം, ഡച്ച്, ബ്രിട്ടീഷ് ഈസ്റ്റ് ഇന്ത്യാ കമ്പനികൾ രണ്ട് ചെറിയ രാജ്യങ്ങളിലിരുന്നുകൊണ്ട് ലോകം ഭരിച്ചത് തോക്കിന്റെ ശക്തികൊണ്ടാണ്.

പാശ്ചാത്യരാജ്യങ്ങൾ ലോകത്തിൽ ആധിപത്യം സ്ഥാപിച്ചത് അവയുടെ ആശയങ്ങളോ, മൂല്യങ്ങളോ, മതമോ മുൻനിർത്തിയായിരുന്നില്ല... പകരം ആസൂത്രിത കലാപങ്ങളിലെ ആധിപത്യംകൊണ്ടായിരുന്നു. പാശ്ചാത്യർ ഇക്കാര്യം പലപ്പോഴും മറക്കുന്നു; പാശ്ചാത്യരല്ലാത്തവർ ഒരിക്കലും അത് മറക്കുന്നില്ല.

Samuel P. Huntington,
The Clash of Civilizations and the Remaking of World Order

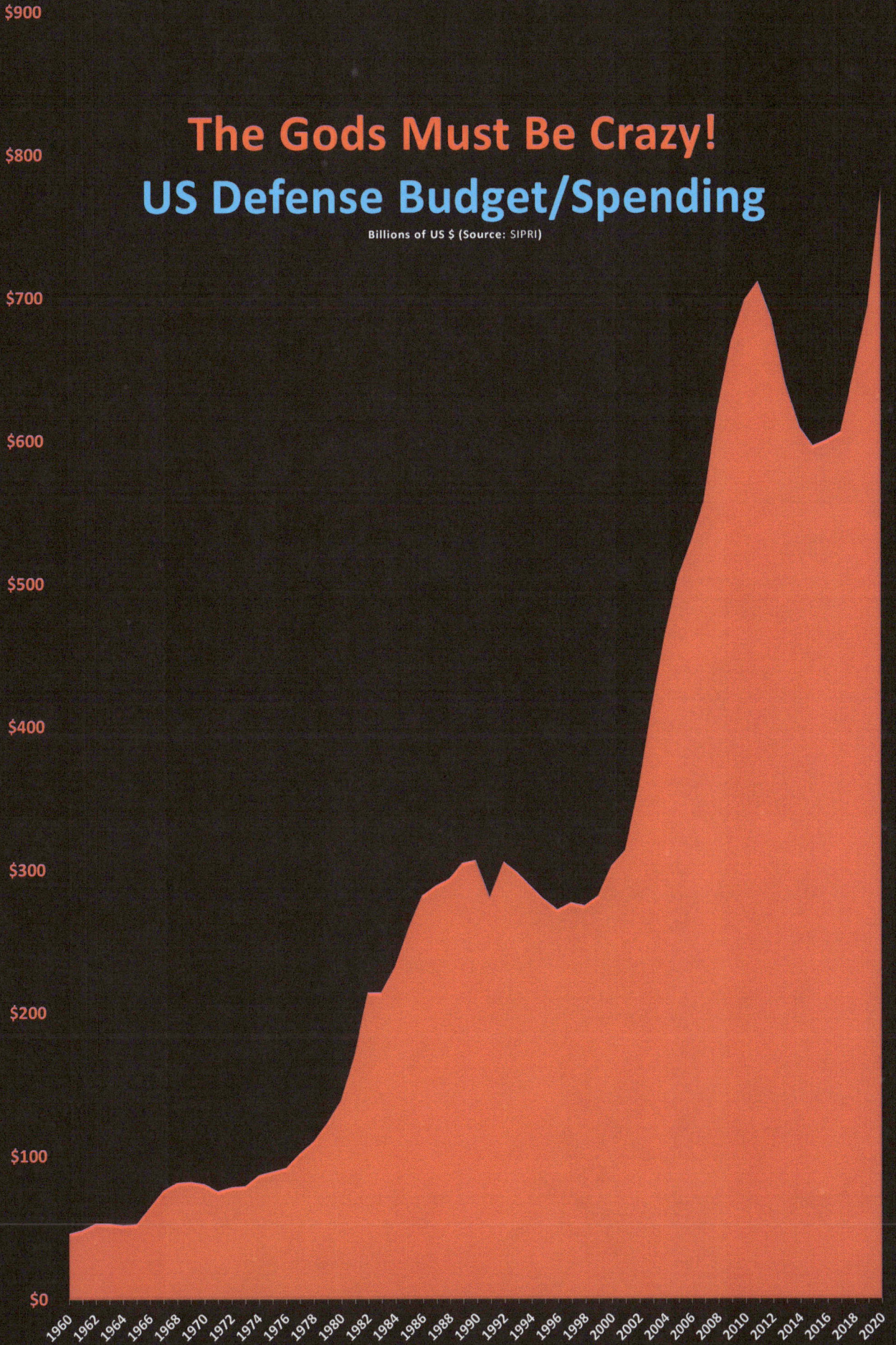

The Gods Must Be Crazy!
US Defense Budget/Spending
Billions of US $ (Source: SIPRI)
$900
$800
$700
$600
$500
$400
$300
$200
$100
$0
1960
1962
1964
1966
1968
1970
1972
1974
1976
1978
1980
1982
1984
1986
1988
1990
1992
1994
1996
1998
2000
2002
2004
2006
2008
2010
2012
2014
2016
2018
2020

ഞാൻ സൈനികകാര്യ വിദഗ്ദ്ധനല്ലെങ്കിലും കഴിഞ്ഞ പല വർഷങ്ങളായി സൈനിക വ്യോമ മേഖലയിൽ ഉപദേഷ്ടാവായി ജോലി ചെയ്തുവരുന്നു. അമേരിക്കൻ ഭരണകൂടം ഓരോ വർഷവും പ്രതിരോധത്തിനായി ചെലവിടുന്നത് ഒരു ട്രില്ല്യൺ ഡോളറാണ്, അടുത്ത പത്ത് രാജ്യങ്ങൾ മൊത്തം ചെലവഴിക്കുന്നതിലും കൂടുതലാണത്. എന്നിട്ടും നമ്മുടെ പ്രതിരോധ സംവിധാനങ്ങൾ പലതും കാലഹരണപ്പെട്ട് ചിലതെല്ലാം പ്രവർത്തനരഹിതമായിക്കഴിഞ്ഞു. ഉദാഹരണത്തിന് ആയിരക്കണക്കിൽ അല്ലെങ്കിലും നൂറുകണക്കിന് വ്യോമസേനാ പൈലറ്റുമാരും പറത്തുന്നത് അവർ ജനിക്കുന്നതിനും മുൻപ് നിർമ്മിച്ച വിമാനങ്ങളാണ്, അവയിൽ പലതും സുരക്ഷിതമായി പറത്താൻ കൊള്ളുന്നവയുമല്ല.

ലോകം കണ്ടതിലേക്കുംവച്ച് ഏറ്റവും ശക്തമായ നാവികസേനയുടെ പ്രധാന ഘടകം, അമേരിക്കൻ ഫ്ളീറ്റിന്റെ റാണി എന്നു വിശേഷിപ്പിക്കാവുന്ന വിമാനവാഹിനിക്കപ്പൽ പോലും അവ സംരക്ഷിക്കേണ്ടുന്ന കപ്പലുകളെപ്പോലെ അപകടത്തിലാണ്.

വലുതും, ചെലവേറിയതും [>$10B], എളുപ്പത്തില് ആക്രമണത്തിനിരയാകാന് പാകത്തിലുളളത്–ഇപ്പോഴത്തെ ഏറ്റുമുട്ടലുകള്ക്ക് അനുയോജ്യമല്ലെന്നതാണ് അത്ഭുതം.

....

അതിനെ നയിക്കാന് 6,700 നാവികര് വേണം, ഓരോ സ്ട്രൈക്ക് ഗ്രൂപ്പിലും അവയുടെ ചെലവ് പ്രതിദിനം $6.5 ബില്ല്യണ് ഡോളര്

— ക്യാപ്ടൻ Henry J. Hendrix, USN (Ph.D.), മാർച്ച് 2013

മറുഭാഗത്ത് ചൈന വിലയേറിയ ഡോളർ ചെലവഴിക്കുന്നത് അമേരിക്കയുടെ ഫാൻസി ടോയ്സിനെ നിസ്സഹായമാക്കാൻ പോന്ന ഹൈപ്പർസോണിക് മിസൈലുകൾക്ക് വേണ്ടിയാണ്. ഏതാനും ലക്ഷം ഡോളർ ചെലവിൽ ചൈന നിർമ്മിക്കുന്ന DF-26 ബാലിസ്റ്റിക് മിസൈലുകൾക്ക് അമേരിക്കയുടെ $10 ബില്ല്യൺ ചെലവുവരുന്ന കടലിലെ താറാവുകളെ മുക്കിക്കളയാൻ കഴിയും.

അമേരിക്ക യുക്തിഹീനമായാണ് പ്രവർത്തിക്കുന്നത്, സോവിയറ്റ് യൂണിയന്റെ പ്രവൃത്തികളുടെ പതിപ്പ്, അവരാകട്ടെ 2 ട്രില്ല്യൺ ഡോളർ മൂല്യമുള്ള വ്യവസായമേഖലയെ ഒരു പറ്റം യഥാസ്ഥിതിക ഗോത്രവർഗ്ഗക്കാരുടേയും സ്വാധീനശക്തിയുള്ളവരുടേയും താൽപ്പര്യം സംരക്ഷിക്കാനായി അന്ത്യവിധിദിനത്തിലെ സിദ്ധാന്തംകൊണ്ട് കാലക്ഷേപം ചെയ്തു.[63] അമേരിക്കയുടെ പ്രതിരോധവകുപ്പിനു വേണ്ടിയുള്ള ചെലവഴിക്കൽ അമേരിക്കൻ പൗരന്മാർക്ക് വേണ്ടി യുക്തിയുക്തമായ വ്യൂഹമനുസരിച്ചുള്ളതല്ല. പകരം, പലതും പ്രതിരോധമേഖലയിലെ കരാറുകാരുടെ ലോബിയിംഗിന്റെ ഫലമായുണ്ടാകുന്നതാണ്. ഈ കരാറുകാർ കോൺഗ്രസ് അംഗങ്ങളെ സ്വാധീനിച്ച് അവരുടെ പ്രദേശത്ത് നിർമ്മാണ യൂണിറ്റുകളും താവളങ്ങളും നിർമ്മിക്കുന്നു. (അത് തൊഴിലിനെയും സ്വാധീനിക്കുന്നു). ഈ വിഷലിപ്തമായ സാമ്പത്തിക പാനപാത്രത്തിൽ നിന്നും നാം അവരോട് കടം വാങ്ങിയ പണം ഉപയോഗിച്ച് ധൂർത്തടിച്ച് ചെലവു ചെയ്യുന്നത് കണ്ട് ചൈനക്കാർ ചിരിക്കുന്നുണ്ടാകണം. അത് അവരുടെ പേരിൽ ചാർത്തിയതല്ലാതെ (നമ്പർ വൺ ശത്രു) ഒരിക്കലും അവർക്കെതിരെ ഉപയോഗിച്ചിട്ടില്ല. ചൈനീസ് വ്യാജ സ്ഥാപനങ്ങളിലെ നിക്ഷേപകരാണ് സ്വകാര്യ ഇക്വിറ്റി ഫേമുകൾ ഉൾപ്പെടെ വിവിധ നിക്ഷേപങ്ങൾക്ക് ഗണ്യമായി സഹായം നൽകുന്നത്, ഡിഫൻസ് കോൺട്രാക്ടർമാർ അവരുടേതാണല്ലോ. വിരോധാഭാസമെന്ന പോലെ നമ്മുടെ ചില സൗഹൃദ സമ്പദ്ശക്തികളും നമ്മുടെ പ്രാഥമിക ഡിഫൻസ് കരാറുകാരുടെ കൂട്ടത്തിൽ പെടുന്നു.[64]

ക്യാപ്പിറ്റലിസ്റ്റുകളെ നാം തൂക്കിലിടുമ്പോൾ അവർ അതിനാവശ്യമായ കയർ നമുക്ക് വിൽക്കും.

— ജോസഫ് സ്റ്റാലിൻ

അനാവശ്യമായ രാഷ്ട്രീയ ഏറ്റുമുട്ടലുകളില്‍ കെട്ടുപിണഞ്ഞ് സാമ്രാജ്യം തകര്‍ന്നടിയുന്നതിന് സോവിയറ്റ് യൂണിയന്‍ സാക്ഷ്യം വഹിച്ചു, നമ്മളും നമ്മുടെ വിലയേറിയ രക്തവും സമ്പത്തും തൂവിക്കൊണ്ടിരിക്കുകയാണ്. വിരോധാഭാസം എന്തെന്നാല്‍, റഷ്യയ്ക്ക് അഫ്ഗാനിസ്ഥാനില്‍ പിണഞ്ഞ അമളി അതേ പടി കോപ്പിയടിക്കുകയാണ് നാം. അഫ്ഘാനികളെ വെല്ലാനാവില്ല; പേര്‍ഷ്യക്കാരും, അലക്‌സാണ്ടര്‍ ചക്രവര്‍ത്തിയും, ചെങ്കിഷ്ഖാനും, ബ്രിട്ടനും, റഷ്യയുമെല്ലാം അക്കാര്യത്തില്‍ പരാജയപ്പെട്ടിട്ടുണ്ട്. ഈയിടെയാണ് മിഡില്‍ ഈസ്റ്റിലെ യുദ്ധത്തില്‍ ക്ഷയിച്ച മരു ഭൂമികളില്‍, ബദുക്കളുടെ ഗോത്രയുദ്ധത്തില്‍ തലയിട്ട് നാം 5 ട്രില്ല്യണ്‍ ഡോളര്‍ പുകച്ചുകളഞ്ഞത്.

ഈ അളവില്‍ക്കവിഞ്ഞ സാഹസവും ഹീറോയിസവും മുതലെടുക്കുന്നത് ചൈനയാണ്. ചൈന തന്ത്രപരമായി ശ്രദ്ധപതിപ്പിച്ച്, നമ്മള്‍ ക്ഷയിച്ചുകൊണ്ടിരുന്ന അതേ കാലത്ത് സമൃദ്ധി നേടി, നമ്മുടെ മണ്ടത്തരമായിരുന്നു അവരുടെ പ്രചോദനം. അമേരിക്ക എണ്ണ കയറ്റുമതി ചെയ്യുന്നതിനാല്‍, മിഡില്‍ ഈസ്റ്റില്‍ വിലയേറിയ രക്തവും സമ്പത്തും നഷ്ടപ്പെടുത്തുന്നതിന് തന്ത്രപരമായി യാതൊരു പ്രാധാന്യവുമില്ല. ചുരുക്കത്തില്‍, നമ്മള്‍ ചൈനയിലേ

★★★

The Gods Must be Crazy!
2020 Defence Spending
US > next 10 countries combined (Source: SIPRI)

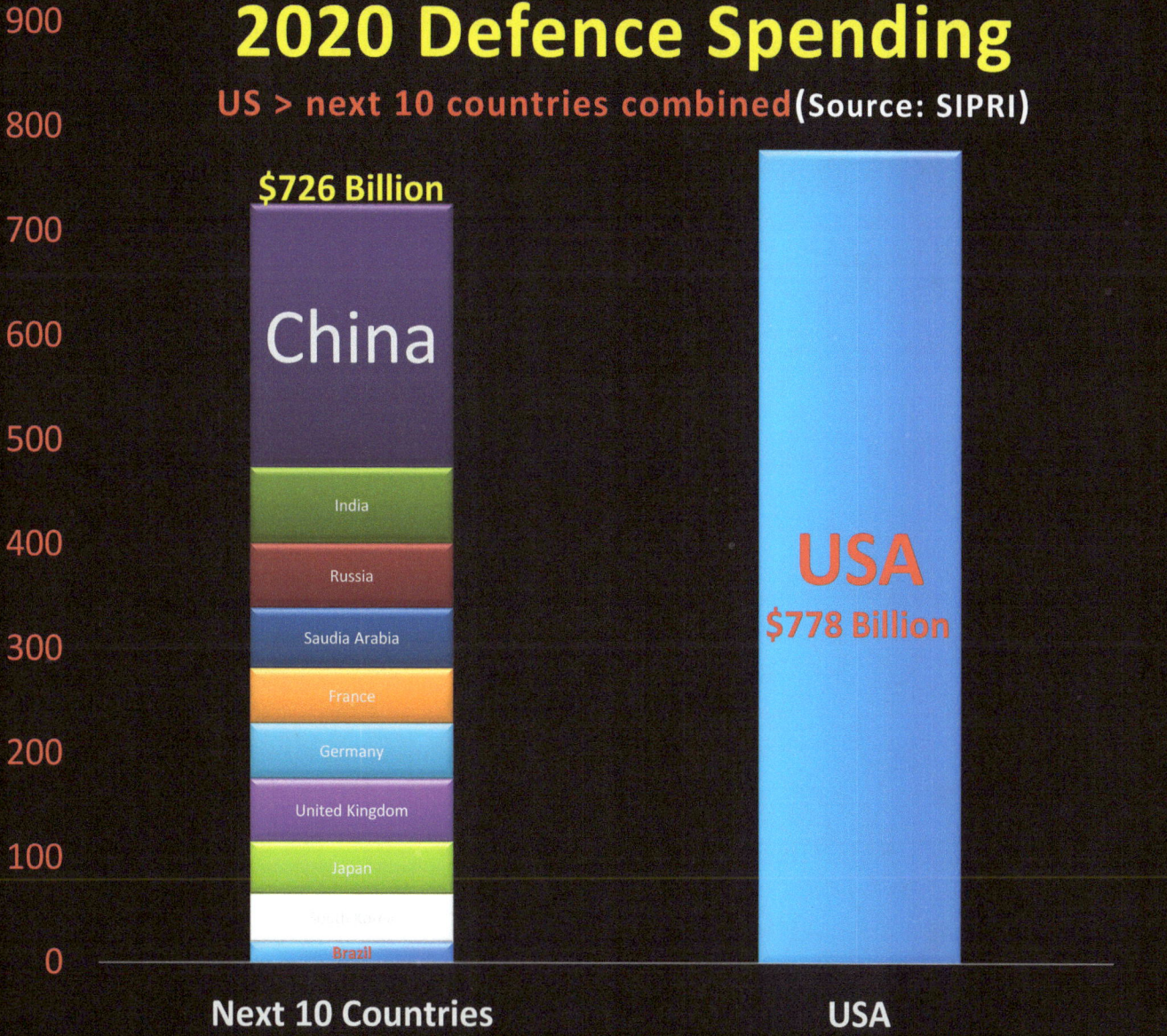

ക്കുള്ള എണ്ണ സപ്ലൈ സുരക്ഷിതമാക്കി ക്കൊടുക്കുകയാണ്, അഫ്ഘാനിസ്ഥാനിലും പാക്കിസ്ഥാനിലും സംഭവിച്ചതു പോലെ, ചൈനയുടെ വാണിജ്യ താൽപര്യങ്ങൾ സംരക്ഷിക്കാൻ സഹായിക്കുകയാണ്.

അതേസമയം, ചൈനയാകട്ടെ റൂസ്‌വെൽറ്റിന്റെ കാലത്ത് അമേരിക്ക യുക്തിപൂർവം പ്രവർത്തിച്ചിരുന്ന (ശീതയുദ്ധം നടക്കുമ്പോൾ പോലും) രീതിയിലാണിപ്പോൾ പ്രവർത്തിക്കുന്നത്. ചൈനയിൽ ലോബിയിസ്റ്റുകളില്ല, അതിനാലവർ അവരുടെ സുരക്ഷാ വാണിജ്യ താൽപര്യങ്ങൾക്കനുസൃതമായി യുക്തിപൂർവം തീരുമാനങ്ങളെടുക്കുന്നു.

നാളത്തെ യുദ്ധങ്ങൾക്ക് യോജിച്ച തരത്തിൽ നമ്മുടെ മിലിട്ടറിയെ നവീകരിക്കണം, ഭൂതകാലത്ത് പയറ്റിയ ചരിത്രാതീതകാലത്തെ യുദ്ധമുറകളല്ല, അതും ഫ്രാങ്ക്ലിൻ റൂസ്‌വെൽറ്റ് പൊതു-സ്വകാര്യം പങ്കാളിത്തത്തോടെ ചെയ്തതു പോലെ. നമുക്ക് FDR പോലുള്ള ദീർഘദർശികൾ ഉണ്ടെങ്കിലേ മൂന്നാം ലോകമഹായുദ്ധത്തിന് തയാറെടുക്കാനാകൂ, അതിനുള്ള കോപ്പുകൂട്ടൽ ഇപ്പോൾ ഉരുത്തിരിഞ്ഞു വരുന്നുമുണ്ട്, 1942 ൽ രണ്ടാം ലോകമഹായുദ്ധ കാലത്ത് FDR ചെയ്ത കാര്യങ്ങൾ ഈ സന്ദർഭത്തിൽ അനുസ്മരണീയമാണ്.

★★★★★★★★★★★★★★★★★★★★★★★★★★★★★★★★★★★★★★

The Gods Must be Crazy!
2020 US Defense Spending
Catacomb of Capitalism: Little R&D?

Source: OMB (Office of Management and Budget)

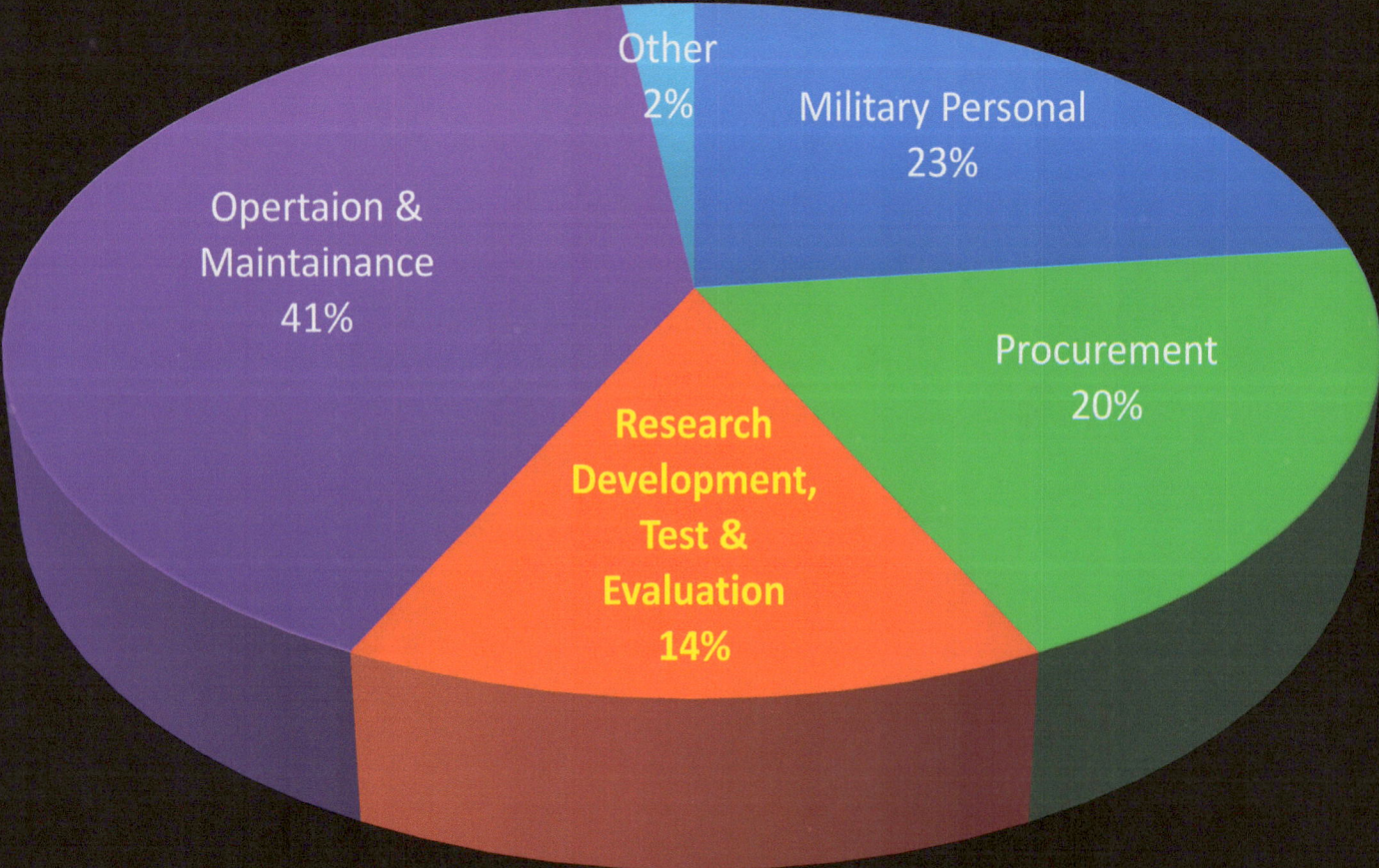

നമ്മൾ യുക്തിപൂർവം തന്ത്രങ്ങൾ മെനയുന്നില്ലെങ്കിൽ ആധുനിക ചൈനീസ് പ്രതിരോധ സംവിധാനങ്ങൾക്ക് മുന്നിൽ നമുക്ക് പിടിച്ചുനിൽക്കാൻ കഴിഞ്ഞേക്കില്ല. ഭാവിസജ്ജമാക്കുന്നതിനായുള്ള ഗവേഷണങ്ങൾക്ക് അമേരിക്ക ചെലവു ചുരുക്കുകയാണെന്ന് താഴെക്കാണുന്ന ഗ്രാഫിൽ നിന്നും മനസ്സിലാക്കാം. നാം ശ്രദ്ധയോടെ തന്ത്രപൂർവം പ്രവർത്തിക്കുന്നില്ലെങ്കിൽ പ്രാപ്പിടിയൻറേതുപോലുള്ള നമ്മുടെ സൈനിക സാഹസങ്ങളും അസാധാരണ ത്യാഗങ്ങളും മധ്യകാല സാമ്രാജ്യത്തിന്റെ പിൻവശത്തെ പുരയിടത്തിൽ വച്ച് നമ്മുടെ മാനം നഷ്ടപ്പെടും. നാളത്തെ യുദ്ധത്തിനായി ഇന്നലത്തെ തന്ത്രവുമായാണ് നാം പോരാടുന്നതെന്നത് ദുഖസത്യം മാത്രം.

12. ഡിജിറ്റൽ സ്ട്രാറ്റജീസ് ആൻഡ് ട്രാൻസ്ഫോർമാറ്റീവ് റോഡ്മാപ്പ്:

> വിജയം കൈവരിക്കാൻ നാം സമഗ്രമായ മഹത്തായ തന്ത്രം ഹൃദിസ്ഥമാക്കണം. മഹത്തായ തന്ത്രത്തിൽ ഉൾപ്പെടുന്നത് മാനദണ്ഡങ്ങളുടെ ശക്തി അനുവർത്തിക്കണം (ധാർമ്മികമായ ന്യായം), സ്വർഗ്ഗം, ഭൂമി (ഭൗതിക പരിതസ്ഥിതികൾ), നേതൃത്വം, ഏറ്റവും ഒടുവിൽ, നല്ലൊരു രീതിയും അച്ചടക്കവും (സൈനിക ശക്തിയെക്കുറിച്ചുള്ള നിർണ്ണയം, താരതമ്യേനയുടെ ശക്തി സാധ്യത) വേണം. ഇത്രയും ഘടകങ്ങൾ ഒരുമിക്കുമ്പോൾ, ഒരു രാജ്യത്തിന് മഹത്തായ വിജയ തന്ത്രത്തിന്റെ ആനുകൂല്യങ്ങൾ ലഭിക്കും.
>
> സൺ ത്സൂവിന്റെ യുദ്ധകല (476–221 BC)

റൂസ്വെൽറ്റ് പദവി ഏറ്റെടുത്ത ആദ്യ 100 ദിവസങ്ങളിൽ അദ്ദേഹം ന്യൂ ഡീൽ ഏജൻസീസ് എന്നും അറിയപ്പെടുന്ന ആൽഫബെറ്റ് ഏജൻസീസ് സ്ഥാപിച്ചു. റൂസ്വെൽറ്റിന്റെ ഭരണകാലത്ത് ന്യൂ ഡീലിന്റെ ഭാഗമായി ചുരുങ്ങിയത് 69 ഏജൻസികളാണ് രൂപംകൊണ്ടത്. ഗവണ്മെൻറിന് മൂന്ന് ശാഖകളാണുള്ളത്, അതിൽ എക്സിക്യൂട്ടീവ് ശാഖയാണ് മിക്ക ഫെഡറൽ ഏജൻസികളേയും നിയന്ത്രിക്കുന്നത്. എക്സിക്യൂട്ടീവ് ശാഖയ്ക്കു കീഴിൽ, 15 എക്സിക്യൂട്ടീവ് ഡിപ്പാർട്ടുമെൻറുകളും ഏകദേശം 254 സബ് ഏജൻസികളും. കോൺഗ്രസും ഏകദേശം അറുപത്തിയേഴോളം സ്വതന്ത്ര ഏജൻസികൾക്കും, ഒരു ഡസനിലധികം ചെറിയ ബോർഡുകൾക്കും, കമ്മീഷനുകൾക്കും, കമ്മിറ്റികൾക്കും രൂപം നൽകി.

മരം വേരിൽനിന്നും ചീഞ്ഞുതുടങ്ങുന്നു. അമേരിക്കൻ സർക്കാരിനെയും അതിനുകീഴിലുള്ള പത്തൊമ്പതാം നൂറ്റാണ്ടിലെ ഏജൻസികളെയും അഴിമതിക്കാർ ചിതൽ പോലെ ആക്രമിച്ചു തുടങ്ങിയിരിക്കുന്നു. അനലിസ്റ്റ് ജെയിംസ് എ. തർബറുടെ കണക്കുകളനുസരിച്ച് സജീവ ലോബിയിസ്റ്റുകളുടെ എണ്ണം ഒരു ലക്ഷത്തോളം വരും ഈ അഴിമതി വ്യവസായികൾ പ്രതിവർഷം 9 ബില്ല്യൺ ഡോളറിന്റെ ഇടപാടുകളാണ് നടത്തുന്നത്. 2018ലെ കണക്കുകൾവച്ച് നോക്കിയാൽ ഇത് ഐക്യരാഷ്ട്രസഭയുടെ പതാകയ്ക്കു കീഴിലുള്ള അമ്പതോളം രാജ്യങ്ങളുടെ മൊത്തം ജി.ഡി.പി.യിൽ കൂടുതലാണ്. ഈയിടെയായി ലോബിയിസ്റ്റുകളുടെ പ്രവൃത്തികൾ വർദ്ധിച്ചുവരുന്നതോടൊപ്പം കൂടുതൽ സങ്കീർണ്ണമായ തന്ത്രങ്ങളിലൂടെ പ്രവൃത്തികൾ മറച്ചുവെക്കാനായി അവർ ഒളിവിൽ പോകുകയാണ്. മില്ല്യൺകണക്കിന് കള്ളപ്പണം പ്രചരണ ചെലവുകൾക്കായി ഒഴുകുന്നതോടെ നീതിയും വിൽപനച്ചരക്കായി മാറി.[65] 2010 ജനുവരിയിലെ സുപ്രീംകോടതി വിധി അതിഭീമമായ പ്രചരണച്ചെലവുകളുടെ പിന്നിലെ നിയമവിരുദ്ധമായ കുത്തൊഴുക്കിനെതിരെ ആഞ്ഞടിച്ചു. അമേരിക്കയിൽ 2016ൽ നടന്ന പ്രസിഡണ്ട് തെരഞ്ഞെടുപ്പിനെ സ്വാധീനിക്കാനായി വാൾ സ്ട്രീറ്റ് ചെലവഴിച്ച റെക്കോർഡ് തുക 2 ബില്ല്യൺ ഡോളറാണ്. ലോബിയിംഗ് എന്നത് കൈക്കൂലിയുടേയും പിടിച്ചുപറിയുടേയും നിയമപരമായ ഭംഗിയുള്ള പേരാണ്, ലോകത്തിൽ മറ്റെല്ലായിടത്തും ഇത് അഴിമതി എന്നറിയപ്പെടുന്നു.

ഒരു നൂറ്റാണ്ടിനു മുൻപു തന്നെ സദുദ്ദേശപരമായി റൂസ്വെൽറ്റ് കൊണ്ടുവന്ന ഇന്നത്തെ ബ്യൂറോക്രാറ്റിക് സംവിധാനം അതിന്റെ ഉദ്ദേശ്യലക്ഷ്യം എന്നെന്നും നിറവേറ്റിയിട്ടുണ്ട്. നിർഭാഗ്യവശാൽ വാഷിംഗ്ടണിലെ ചതുപ്പിലുള്ള സ്നേക്ക് വൈനിൽ[66] ഈ ഔദ്യോഗിക തവളകൾ അർത്ഥവത്തായ സംഘടനകളുടെ രൂപത്തിൽ മാറിക്കഴിഞ്ഞു. നമ്മുടെ നയങ്ങളും തന്ത്രങ്ങളും എന്താണ്, ഈയിടെയുണ്ടായ ഭൗമരാഷ്ട്രീയ സാമ്പത്തിക ദുരന്തങ്ങൾ ഈ സംവിധാനത്തെ എന്തുമാത്രം ദുർബലമാക്കിയിട്ടുണ്ട്? മാറിക്കൊണ്ടിരിക്കുന്ന ലോകക്രമത്തെ നേരിടാൻ നമുക്ക് എന്തെങ്കിലും കാഴ്ചപ്പാടോ സ്ട്രാറ്റജിക് റോഡ്മാപ്പോ ഉണ്ടോ? നാം ഇന്നു ജീവിച്ചുകൊണ്ടിരിക്കുന്ന ഈ വൈവിധ്യമാർന്ന യുഗത്തിൽ പണ്ടത്തെ നിഗൂഢമായ നിയന്ത്രണങ്ങൾ ഇരുപത്തിരണ്ടാം നൂറ്റാണ്ടിലെ ഡിജിറ്റൽ യുഗത്തിനനുസൃതമായി മാറേണ്ടിയിരിക്കുന്നു.

ശത്രു എല്ലാക്കാര്യങ്ങളിലും മേൽക്കോയ്മ നേടുന്നുവെങ്കിൽ, എതിരിടാൻ തയാറാവുക. ശത്രു കൂടുതൽ ശക്തനെങ്കിൽ ഒഴിഞ്ഞുമാറുക. ശത്രു എളുപ്പത്തിൽ ദേഷ്യം വരുന്നവനെങ്കിൽ അവനെ ശുണ്ഠിപിടിപ്പിക്കാൻ നോക്കുക. ക്ഷീണിതായി അഭിനയിച്ച് അവന്റെ അഹങ്കാരം വളരാനനുവദിക്കുക. സുഖപ്രദനായിരിക്കുന്നുവെങ്കിൽ വിശ്രമം കൊടുക്കാതിരിക്കുക. അവന്റെ പടയാളികൾ ഒറ്റക്കെട്ടാണെങ്കിൽ അവരെ വിഘടിപ്പിക്കുക. അവൻ തയാറെടുപ്പ് നടത്താത്തയിടം നോക്കി കടന്നാക്രമിക്കുക, അവൻ പ്രതീക്ഷിക്കാത്തിടത്ത് പ്രത്യക്ഷപ്പെടുക.

സൺ ത്സൂവിന്റെ യുദ്ധകല (476–221 BC)

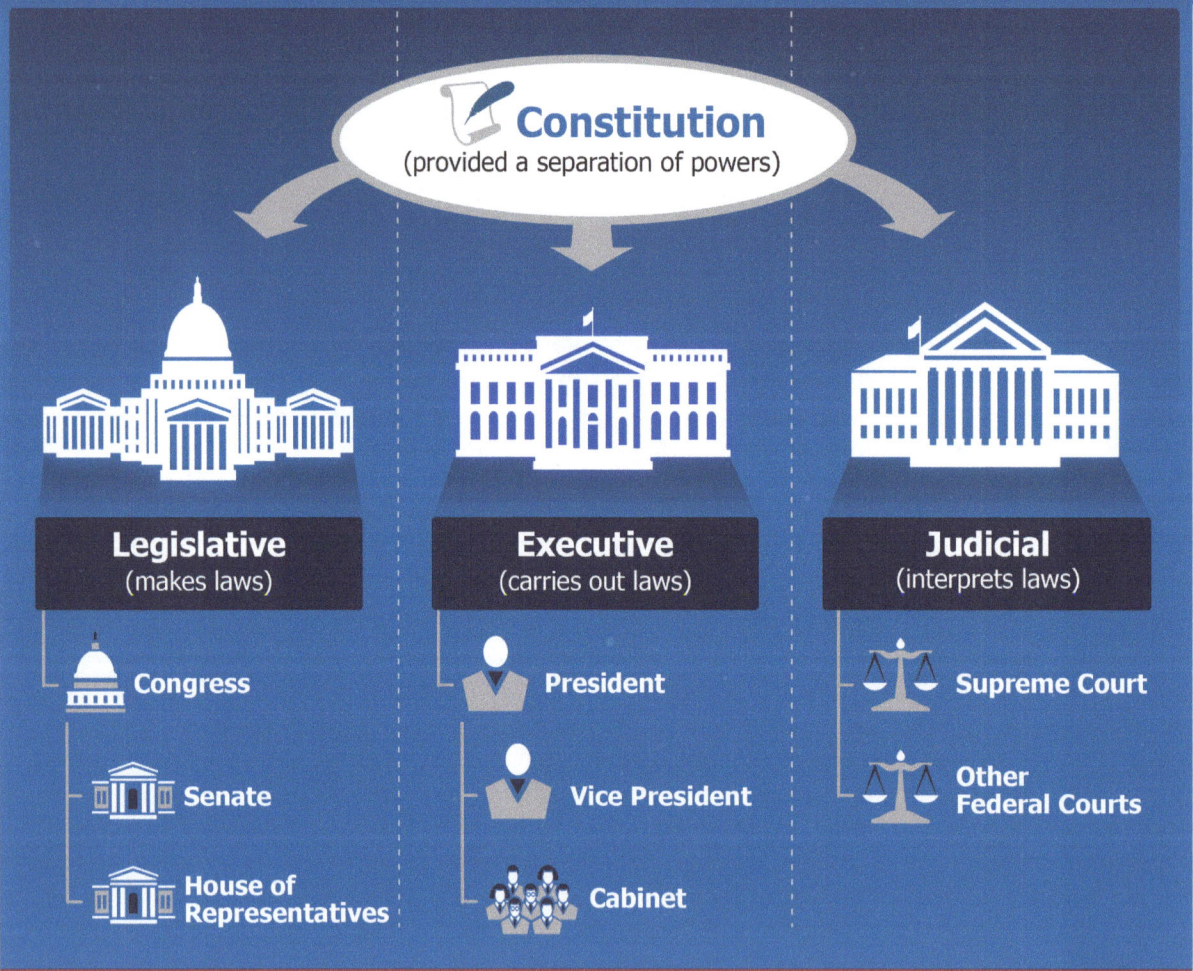

3 BRANCHES of U.S. GOVERNMENT
Constitution
(provided a separation of powers)
Legislative
(makes laws)
Congress
Senate
House of Representatives
Executive
(carries out laws)
President
Vice President
Cabinet
Judicial
(interprets laws)
Supreme Court
Other Federal Courts
Brought to you by
usa gov

നാലു തവണ തകർന്നുവീണിട്ടും ഓരോ തവണയും ചാടിയെഴുന്നേൽക്കാൻ കഴിഞ്ഞ ഏക പുരാതന നഗരികതയാണ് ചൈന. ഒന്നാം ഒപ്പിയം യുദ്ധത്തിൽ (1839 മുതൽ 1842 വരെ) ഏറ്റ കനത്ത പരാജയവും, അതെത്തുടർന്നുണ്ടായ മാനക്കേടും സഹിക്കാനാകാതെ നഷ്ടപ്പെട്ട മഹിമ സ്വദേശത്തും വിദേശത്തും തിരിച്ചുപിടിക്കാൻ ഓരോ ചൈനീസ് നേതാക്കളും പ്രതിബദ്ധരായി. ചൈനീസ് കമ്മ്യൂണിസ്റ്റ് പാർട്ടിയുടെ കാഴ്ചപ്പാട് രഹസ്യമൊന്നുമല്ല. മധ്യകാല സാമ്രാജ്യത്തെ വീണ്ടും മഹനീയമാക്കാൻ ഷി ജിൻപിങ് തീരുമാനിച്ചുറപ്പിച്ചിരിക്കുന്നു. അതിന്നായി ഭൗമ-സാങ്കേതിക തന്ത്രങ്ങളും നയങ്ങളും ആവിഷ്കരിക്കുന്നു. ഏഷ്യ, മിഡിൽ ഈസ്റ്റ്, ആഫ്രിക്ക, യൂറോപ്പ് എന്നിങ്ങനെ പരമാവധി പ്രദേശങ്ങളെ കോളനിവൽക്കരിക്കാനായി പുതിയ സിൽക്ക് റോഡ് പദ്ധതിക്കു പുറമെ ഡിജിറ്റൽ സിൽക്ക് റോഡ് പദ്ധതിയും നടപ്പിലാക്കി വരുന്നു. ചൈനീസ് ഉൽപ്പന്നങ്ങൾക്ക് സമഗ്രമായ വാണിജ്യ ഘടന രൂപകൽപ്പന ചെയ്ത് ചൈനയുടെ സൈനിക താൽപര്യങ്ങളും നവീന സാങ്കേതികവിദ്യകളും ഉപയോഗിക്കുന്നതിലെ നയങ്ങളിൽ നിന്നും വ്യതിചലിച്ച് തുടങ്ങിയിരിക്കുന്നു. 5G ടെലികമ്മ്യൂണിക്കേഷൻസ്, റോബോട്ടിക്സ്, ആർട്ടിഫിഷ്യൽ ഇൻറലിജൻസ്, മരിടൈം എൻജിനീയറിംഗ് എന്നിവ അവയിൽ ചിലത് മാത്രം.

കടുത്ത ഫൈനാൻഷ്യൽ എൻജിനീയറിംഗ് തന്ത്രങ്ങൾക്ക് പകരം, നാം ദീർഘകാലാടിസ്ഥാനത്തിലുള്ള മൂല്യാധിഷ്ഠിത എൻജിനീയറിംഗ് തന്ത്രങ്ങളിൽ ശ്രദ്ധകേന്ദ്രീകരിക്കണം. മൂല്യാധിഷ്ഠിത എൻജിനീയറിംഗ് ആയിരിക്കണം കുന്നിൻമുകളിലെ തിളങ്ങുന്ന നഗരത്തിനുള്ള ഘോഷോച്ചാരണം. ഫൈനാൻഷ്യൽ എന്നു വിവക്ഷിക്കുന്ന സമ്പത്ത് ഒരു ഉപോൽപ്പന്നം മാത്രമാണ്. എന്റെ തലമുറ യുവജനതയെ പരാജയപ്പെടുത്തിയിരിക്കുന്നു. അവർ ഡിജിറ്റൽ യുഗത്തിനു വേണ്ടുന്ന തയാറെടുപ്പുകളില്ലാതെ STEM നൈപുണ്യങ്ങളുടെ അഭാവം അനുഭവിക്കുന്നവരാണ്. മാറിക്കൊണ്ടിരിക്കുന്ന ലോക ക്രമത്തെ കണ്ടില്ലെന്നു നടിക്കാൻ ഒട്ടകപ്പക്ഷിയെപ്പോലെ തല മണ്ണിൽ പൂഴ്ത്തി കണ്ടില്ലെന്നു നടിക്കുന്ന രീതി ഉപേക്ഷിക്കണം. ഇല്ലെങ്കിൽ Huawei, Alibaba, Tencent, Baidu പോലുള്ള ഡിജിറ്റൽ ഡ്രാഗണുകൾ പുതിയ ലോകത്തിനു രൂപം നൽകും, മധ്യകാല സാമ്രാജ്യത്തിന്റെ പാദമുദ്രകൾ സാമ്പത്തികമായി കോളനിവൽക്കരിക്കപ്പെട്ട രാജ്യങ്ങളിൽ ആഴത്തിൽ പതിയുന്നുവെന്ന് ചൈന ഉറപ്പുവരുത്തും.

ഇന്നത്തെ ജനകീയ സാഹചര്യത്തിൽ, അത് അമേരിക്കയുടെ വീഴ്ചയെ പിടിച്ചുനിർത്താൻ പോന്ന റൂസ്‌വെൽറ്റ്സ് പോലുള്ള നേതാക്കളെ കണ്ടെത്തുന്നത് ഏറെ വെല്ലുവിളികൾ ഉയർത്തുന്ന പരിശ്രമമായിരിക്കും. നാം നന്ദിപൂർവം ബ്രിട്ടീഷുകാരെപ്പോലെ യാഥാർത്ഥ്യത്തെ അംഗീകരിക്കാൻ തയാറാകണം, അവരാണ് ചെങ്കോൽ അവ്യക്തതയിലേക്ക് തള്ളിയിടാതെ സുരക്ഷിതമായി നമ്മെ ഏൽപ്പിച്ചത്, യാഥാർത്ഥ്യത്തെ അംഗീകരിക്കാൻ തയാറാകുന്നുവെങ്കിൽ ആഘാതം കുറവായിരിക്കുമെന്ന് ഞാൻ പ്രതീക്ഷിക്കുന്നു.

സ്റ്റീവ് ഹിൽട്ടൺ: ചൈന അമേരിക്കയെ സൂപ്പർപവർ പദവിയിൽ നിന്നും മാറ്റാനാഗ്രഹിക്കുന്നുവെന്ന് പലരും പറയുന്നു... അതാണവരുടെ ഉദ്ദേശ്യമെന്ന് നിങ്ങൾ വിശ്വസിക്കുന്നുവോ? ട്രംപ്: ഉവ്വ്, എന്തുകൊണ്ട് അങ്ങനെയായിക്കൂടാ? അവർ തീവ്ര അഭിലാഷമുള്ളവരാണ്. വളരെ സ്മാർട്ടാണ്. അവർ മഹത്തായ ജനതയാണ്. അവരുടേത് മഹത്തായ സംസ്കാരമാണ്.

ഫോക്സ് ന്യൂസ് ഇൻറർവ്യൂ (05-19-19)

ഉപസംഹാരം

World External Debt to China (2017, Direct Loans)

(Source: Data based on CHINA'S OVERSEAS LENDING, Sebastian Horn, Carmen Reinhart and Christoph Trebesch(KIEL WORKING PAPER NO. 2132))

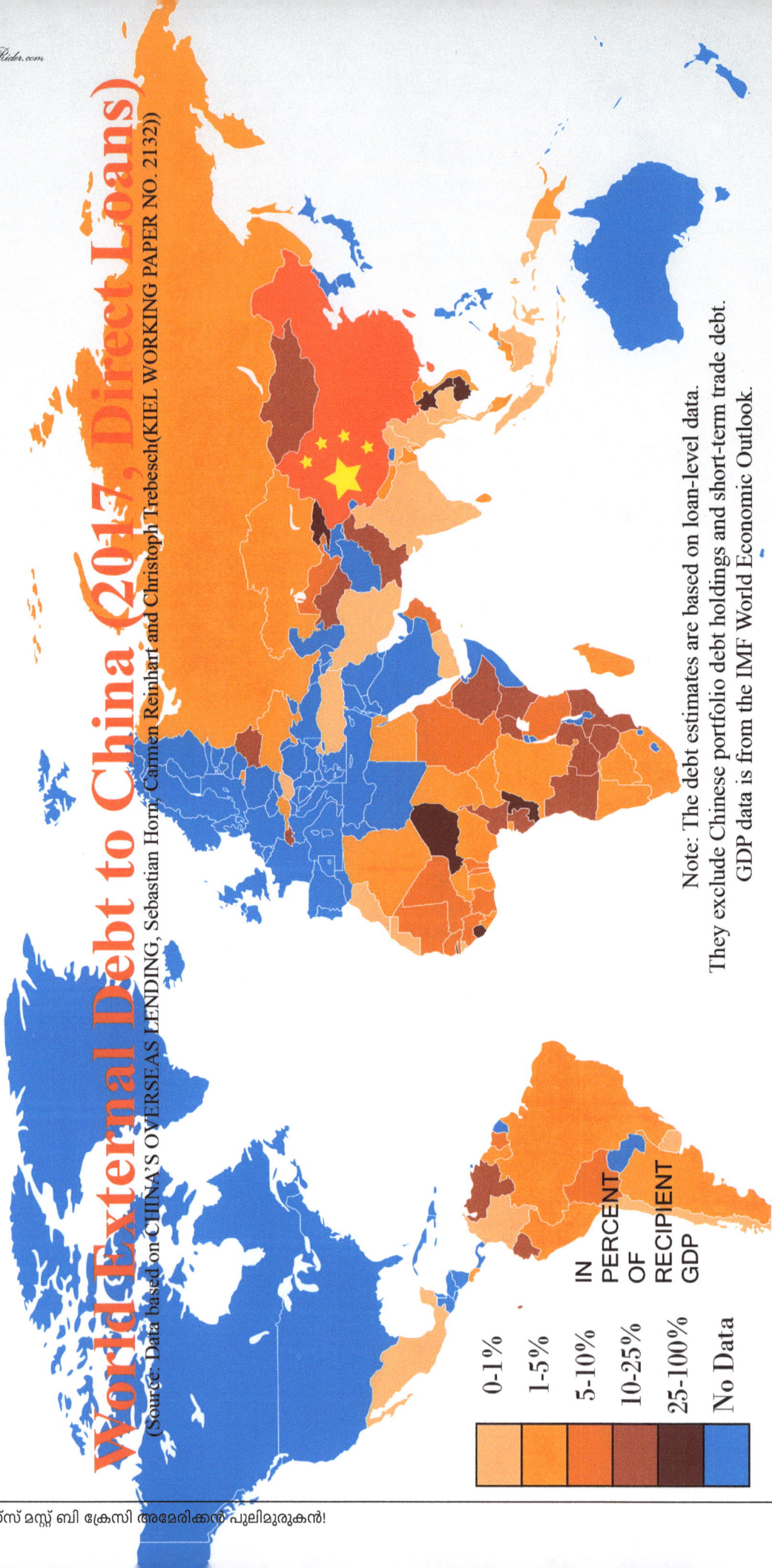

Note: The debt estimates are based on loan-level data.

They exclude Chinese portfolio debt holdings and short-term trade debt.

GDP data is from the IMF World Economic Outlook.

IN
PERCENT
OF
RECIPIENT
GDP

0-1%
1-5%
5-10%
10-25%
25-100%
No Data

ദ ഗോഡ്സ് മസ്റ്റ് ബി ക്രേസി അമേരിക്കൻ പുലിമുരുകൻ!

ചീട്ടുകെട്ടിൽ നല്ലൊരു കൈ തരപ്പെട്ടുകഴിഞ്ഞു, നാം താമസിയാതെ തുറുപ്പ് ചീട്ട് ഇറക്കിക്കളിക്കുന്നതിൽ പരാജയപ്പെട്ടാൽ, 2008 ലെ സാമ്പത്തിക സുനാമിക്കു ശേഷം ചൈന സാമ്പത്തികമായും ഡിജിറ്റൽ രീതിയിലും കോളനിവൽക്കരണം ചെയ്തുവച്ചിരിക്കുന്ന അമേരിക്കയിൽ നിന്നും മറ്റു നൂറോളം രാജ്യങ്ങളിൽ നിന്നും ചുങ്കം പിരിക്കാനായി കൂലിപ്പടയാളികളെ അയക്കും.

കോവിഡ്-19 നമ്മുടെ ന്യൂനതകളെ തുറന്നുകാണിച്ചു; പ്രസിഡണ്ടിന്റെ ഡിഫൻസ് പ്രൊഡക്ഷൻ ആക്ട് ഉണ്ടായിട്ടുപോലും, 3M നിർമ്മിച്ച ഫേസ് മാസ്കുകളും മറ്റു അത്യാവശ്യ സുരക്ഷാ കവചങ്ങളും (PPE) കരസ്ഥമാക്കുന്നിടത്ത് ചൈന നമ്മെ പണയവസ്തുവാക്കി.

റൂസ്‌വൽറ്റ് നിർമ്മിച്ച അമേരിക്കൻ സമ്പദ്‌വ്യവസ്ഥ ആഗോള ജി.ഡി.പി.യുടെ (മൊത്ത ആഭ്യന്തര ഉത്പാദനം) ഏകദേശം 40% ആയിരുന്നു (1960ൽ). അത് വാങ്ങൽശേഷി തുല്യതയുടെ (പർച്ചേസിങ് പവർ പാരിറ്റിയുടെ) 15%ത്തിൽ താഴെയായി കുറഞ്ഞു, അതേസമയം ചൈന അവരുടെ ഷെയർ വളരെ പെട്ടെന്ന് 20%ത്തിൽ കൂടുതലായി വർദ്ധിപ്പിക്കുകയും ചെയ്തു. അതിന്റെ വിപരീതനിലയ്ക്ക് നന്ദി, ലോകത്തിലെ ഒട്ടുമൊത്ത വാണിജ്യ ഇടപാടുകളുടെ 79.5% അപ്പോഴും അമേരിക്കൻ ഡോളർ ഉപയോഗിച്ചാണ് നടക്കുന്നത്. നമ്മുടെ അതിരുകടന്ന സാമ്പത്തിക പരിഷ്കരണങ്ങളിലൂടെ നാം ധൂർത്തടിച്ചത് നമ്മുടെ തന്നെ ഗുഡ് വിൽ ആയിരുന്നു. നാം ഒത്തൊരുമിച്ച് ഉടനടി പ്രവർത്തിച്ചില്ലെങ്കിൽ നമ്മുടെ സാമ്രാജ്യവും വാണിജ്യവ്യവസ്ഥയുടെ നാളുകളുമെല്ലാം അപകടത്തിലായേക്കും.

നമ്മുടെ ദന്തഗോപുരത്തിനു ചുറ്റും വന്മതിൽ നിർമ്മിച്ച് പണയപ്പെടുത്തിയതെല്ലാം നഷ്ടപ്പെടുന്ന ദുരന്തസാധ്യത കുറയ്ക്കാനുള്ള സമയമല്ലിത്. വ്യത്യസ്ത മാനങ്ങളുള്ള വെല്ലുവിളികളേയും ന്യൂ നോർമൽ അഥവാ നവയുഗത്തിന്റെ അപൂർവതകളുടെ ഫലമായുണ്ടാകുന്ന ക്രമാതീതമായ വീഴ്ചകളേയും ഏതെങ്കിലും ഒരു ഏകാധിപതി ഒറ്റയ്ക്ക് നേരിടാവുന്നതല്ല. ഏകപക്ഷീയതയേക്കാൾ, നമ്മുടെ സോഫ്ട് സ്കിൽസ് മെച്ചപ്പെടുത്തേണ്ട സമയമാണിത്, ഒരു നൂറ്റാണ്ടിനു മുൻപ് അമേരിക്കയെ ഒരു സൂപ്പർപവർ ആക്കുന്നതിനുള്ള വഴിതെളിക്കാൻ റൂസ്‌വൽറ്റ് ചെയ്തതുപോലെ, നാം നമ്മുടെ നോഹയുടെ വാണിജ്യ പെട്ടകത്തെയും പുനഃക്രമീകരിച്ച് മാനവരാശിയുടെ ബാക്കിയുള്ള 96% പേരിലേക്കും എത്തിപ്പെടണം.

ഇതിൽ നാം പരാജയപ്പെട്ടാൽ, ചില കടുത്ത ഇടതുപക്ഷ ശക്തികൾ വീണ്ടും കമ്മ്യൂണിസത്തിൽ അഭയംപ്രാപിക്കും (സമ്പത്ത് ഏറെക്കുറെ തുല്യമായി പുനർവിതരണം ചെയ്യൽ), വലതുപക്ഷക്കാർ ഫാസിസ്റ്റ് പോരാളികളായും മാറും (ഏകാധിപത്യ, സർക്കാർ നിയന്ത്രിത മുതലാളിത്ത വ്യവസ്ഥിതി). അമേരിക്കയുടെ വാണിജ്യമേഖലയുടെ നിലനിൽപ്പ് അമേരിക്കൻ സാമ്രാജ്യം എന്ന തലതൊട്ടപ്പൻ രീതിയുടെ വിജയപരാജയങ്ങളുമായി ഇഴ ചേർന്നിരിക്കുന്നു. ഡച്ച് (~$10T) ബ്രിട്ടീഷ് (~$5T) ഈസ്റ്റ് ഇന്ത്യാ കമ്പനികൾ പോലുള്ള വൻകിട വാണിജ്യ സ്ഥാപനങ്ങളിലൂടെ കഴിഞ്ഞ നാല് നൂറ്റാണ്ടുകളായി നാം ഇതിനു സാക്ഷ്യം വഹിച്ചുകൊണ്ടിരിക്കുകയാണ്. നിർഭാഗ്യവശാൽ, കടുത്ത സാമ്പത്തിക ക്രമീകരണങ്ങൾ പിന്തുടരുന്ന നമ്മുടെ പല വാണിജ്യ ഭീമന്മാരും ബൗദ്ധിക സ്വത്തവകാശ കഴുകന്മാർക്കിരയാകും (കൂടുതലായും ചൈനയിൽനിന്നുള്ള).

ഒരു നൂറ്റാണ്ടിന്റെ മുക്കാൽഭാഗത്തോളം നിലനിന്ന നമ്മുടെ മഹത്തായ മുതലാളിത്തസ്വഭാവമുള്ള അടിത്തറ രൂപകൽപ്പന ചെയ്ത റൂസ്‌വെൽറ്റിൽ നിന്നും നാം പഠിക്കേണ്ടിയിരിക്കുന്നു. സാമ്പത്തികമായും ഡിജിറ്റൽ രീതിയിലും ചൈന കോളനിവൽക്കരിച്ച രാജ്യങ്ങളെ രക്ഷിക്കാനുള്ള സഖ്യകക്ഷികളെ നാം നയിക്കണം, പുതിയ "മാർഷൽ പദ്ധതികൾ" ആവിഷ്കരിക്കണം.

താഴെപ്പറയുന്നവയെ അടിസ്ഥാനമാക്കിയുള്ള അടിത്തറ രൂപകൽപ്പന ചെയ്യണം:

1. നേതൃത്വം
2. സയൻസ്, ടെക്നോളജി, എൻജിനീയറിംഗ്, മാത്തമാറ്റിക്സ് (STEM) വിദ്യാഭ്യാസം
3. റിസർച്ച് ആൻഡ് സ്ട്രറ്റീജിക് ടെക്നോളജി
4. ഇൻഫ്രാസ്ട്രക്ചർ ആർക്കിടെക്ചർ
5. ഡിജിറ്റൽ ആർക്കിടെക്ചർ
6. നോളജ് മാനേജ്മെന്റ്
7. ഡിപ്ലോമസി
8. വേൾഡ് കറൻസി ഗോൾഡ് സ്റ്റാൻഡേഡ്
9. ഇലക്ട്രോ-ഡോളർ
10. ഫൈനാൻഷ്യൽ ക്യാപ്പിറ്റൽ
11. സെക്യൂരിറ്റി
12. ട്രാൻസ്ഫോർമേറ്റീവ് ഡിജിറ്റൽ ഗ്രാൻഡ് സ്ട്രാറ്റജീസ് ആൻഡ് റെഗുലേഷൻസ്

Legend:

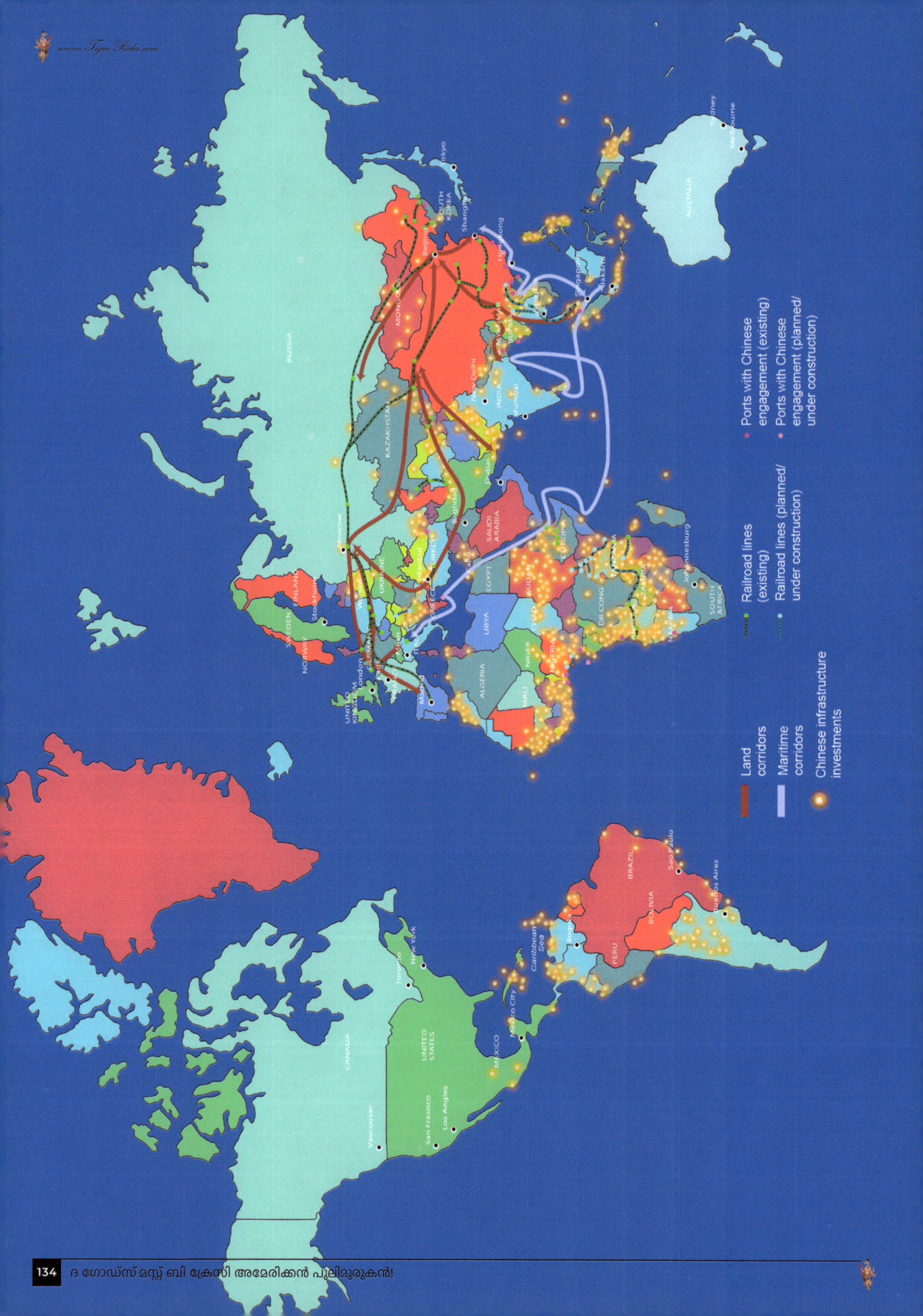

- Ports with Chinese engagement (existing)
- Ports with Chinese engagement (planned/under construction)
- Railroad lines (existing)
- Railroad lines (planned/under construction)
- Land corridors
- Maritime corridors
- Chinese infrastructure investments

2008ലെ സാമ്പത്തിക സുനാമി പ്രവചിച്ച വ്യത്യസ്ത കാഴ്ചപ്പാടുള്ളയാളാണ് ഞാൻ, അത് മിക്കവാറും അമേരിക്കൻ കേന്ദ്രീകൃതമായതിനാൽ താരതമ്യേന എളുപ്പവുമായിരുന്നു. ഇത്തവണ, സാഹചര്യം കുറേക്കൂടെ പ്രക്ഷുബ്ധവും കോവിഡ്-19 വ്യാപനത്തെത്തുടർന്നുള്ള ജനങ്ങളുടെ അസംതൃപ്തി പോലുള്ള അപൂർവ സാഹചര്യങ്ങൾ ആഗോള തലമുറകളുടെ അടിത്തറയുലയ്ക്കുന്നതുൾപ്പെടെ ബഹുമുഖ രൂപിയാണ്. ഇത്തവണ എന്റെ വിശകലനങ്ങൾ തെറ്റാണെന്നു പ്രതീക്ഷിക്കുന്നു. എന്റെ അതുല്യമായ ദർശനത്തെ വിശകലനം ചെയ്യാനും പരിശോധിക്കാനുമായി ഈ ഗവേഷണവും അതുമായി ബന്ധപ്പെട്ട വിവരങ്ങളും താങ്കൾക്ക് കൈമാറുകയാണ്.

അമേരിക്ക ഇതുവരെയും കടുത്ത സാമ്പത്തിക ശാസ്ത്രത്തിലൂടെ പൊന്മുട്ടയിടുന്ന താറാവിനെ ശ്വാസംമുട്ടിച്ചുകൊണ്ട് മദ്ധ്യകാല സാമ്രാജ്യങ്ങൾക്ക് അത്ഭുതകരമായ സമ്മാനങ്ങൾ നൽകിയിട്ടുണ്ട്. (സ്വാർത്ഥമായ ഏതാനും ഡോളറുകൾ ബോണസ് നേടാനായി അവരുടെ ലാഭകരമായ സ്ഥാപനങ്ങളെ വഞ്ചിച്ചുകൊണ്ട്). നമ്മൾ ഇരുപത്തിരണ്ടാം നൂറ്റാണ്ടിനു വേണ്ടുന്ന നോഹയുടെ ആധുനികമായ നവയുഗ ഡിജിറ്റൽ പെട്ടകം ആസൂത്രണം ചെയ്യുന്നില്ലെങ്കിൽ, ഭാവി എന്നത് ഫോർത്ത് റീക്ക് അഥവാ നാലാം സാമ്രാജ്യത്തെപ്പോലുള്ള[67] ഒന്നായിരിക്കും എന്നു ഞാൻ മുൻകൂട്ടി കാണുന്നു, ചില്ലുകൊട്ടാരത്തിലെ യജമാനനെ സേവിക്കുന്ന അടിമകളാകും നമ്മൾ.[68] അത് നെറ്റ് ഫ്ലിക്സിലെ ഒരു ഡോക്യുമെൻററിയെ ഓർമ്മിപ്പിച്ചേക്കും... അമേരിക്കൻ ഫാക്ടറി.[69]

അതെ! ഇത് ഇടവേളയാണ്, അമേരിക്കാ![70]

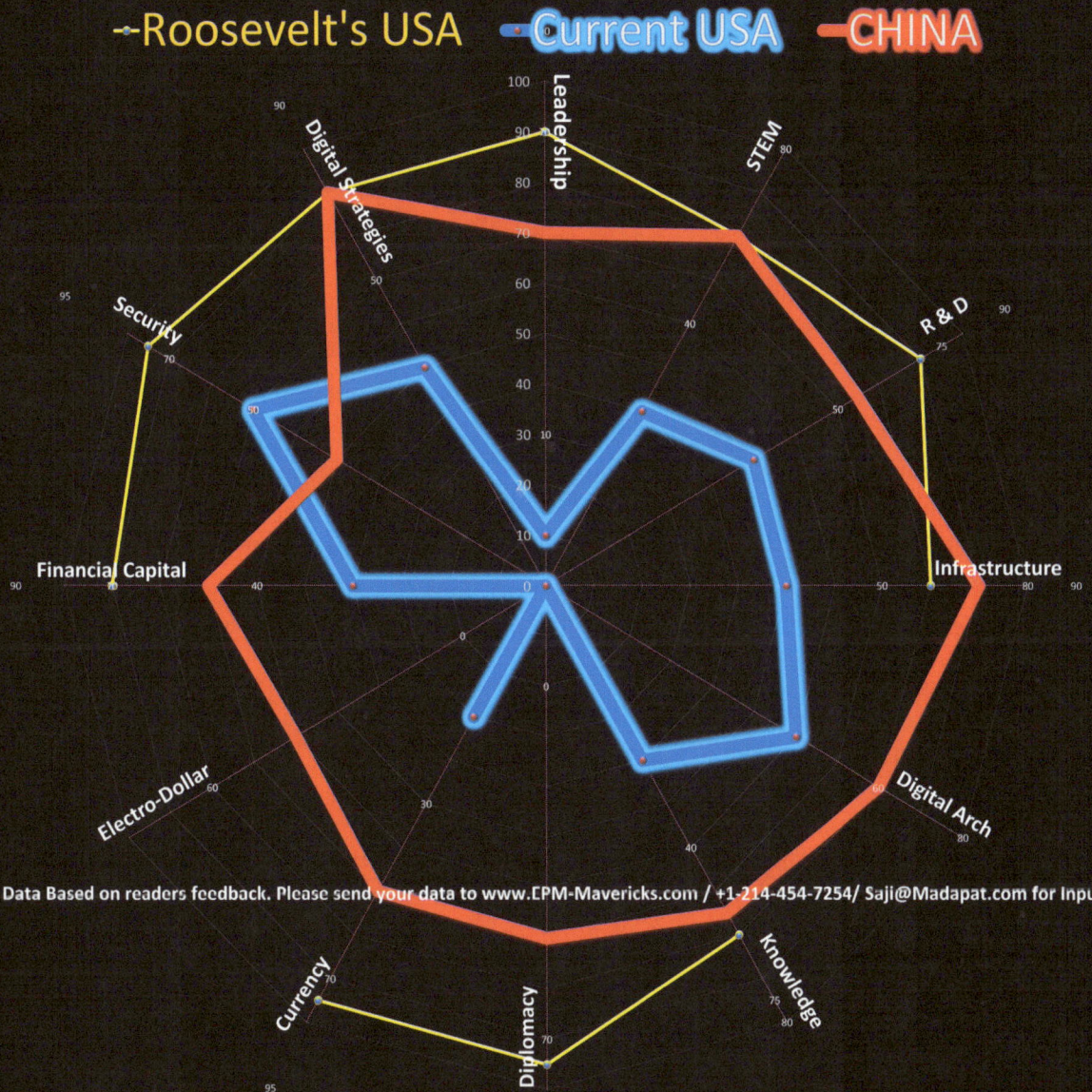

The Gods Must be Crazy!
US vs China Competitiveness Dashboard
(Representative Example scores)
Roosevelt's USA
Current USA
CHINA
Leadership
Currency
Data Based on readers feedback. Please send your data to www.EPM-Mavericks.com / +1-214-454-7254/ Saji@Madapat.com for Input

www.EPM-Mavericks.com

അതെ! ഇത് ഇടവേളയാണ്,
അമേരിക്കാ!

Ay Yi Yai Yi! We are in the middle of The New World Order!

എന്റെ നാടോടി പുനരവതാരങ്ങളുടെ ഹ്രസ്വചരിത്രം

> എല്ലാ യുദ്ധങ്ങളിലും പോരാടി വെട്ടിപ്പിടിക്കുന്നതിലല്ല പരമോന്നതമായ മഹിമ;
> പരമോന്നതമായ മഹിമയിൽ ഉൾപ്പെടുന്നത് പോരാടാതെത്തന്നെ ശത്രുവിന്റെ
> പ്രതിരോധം തച്ചുടയ്ക്കുന്നതാണ്.
>
> സൺ ത്സൂവിന്റെ യുദ്ധകല (476–221 BC)

ഞാൻ ഇന്ത്യയിലെ ഉഷ്ണമേഖലയിലെ സ്വർഗ്ഗമായ, ദൈവത്തിന്റെ സ്വന്തം നാടെന്ന് അറിയപ്പെടുന്ന കേരളത്തിൽ ജനിച്ചുവളർന്നയാളാണ്. തോമശ്ലീഹ എന്ന അപ്പോസ്തലന്റെ വിശ്വാസിസമൂഹത്തിലെ അംഗം. കോളനി വാഴ്ച കാലത്ത് പോർട്ടുഗൽ, ഫ്രാൻസ്, ബ്രിട്ടൻ എന്നിവിടങ്ങളിൽ നിന്ന് വരുത്തിയ മിഷനറിമാരുടെ കീഴിൽ വിദ്യാഭ്യാസം നേടിയ സമൂഹം. 100% സാക്ഷരതയും ഉയർന്ന വിദ്യാഭ്യാസ നിലവാരവും കമ്മ്യൂണിസം ഉൾപ്പെടെ നിരവധി പുരോഗമന പ്രസ്ഥാനങ്ങൾക്ക് വഴിയൊരുക്കി. കേരളത്തിന് അഭിമാനിക്കാവുന്ന മറ്റു പല നേട്ടങ്ങളുമുണ്ട്, കോവിഡ്-19 നിവാരണത്തിൽ പാശ്ചാത്യരാജ്യങ്ങളേക്കാൾ മികച്ച നിരക്ക് കേരളത്തിനവകാശപ്പെടാം. ലോകത്ത് ആദ്യമായി ഒരു കമ്മ്യൂണിസ്റ്റ് മന്ത്രിസഭ ജനാധിപത്യ രീതിയിൽ ബാലറ്റിലൂടെ അധികാരത്തിൽ എത്തിയതും പിന്നീട് ഭരണം തുടർന്നതും 1957 മുതൽ കേരളത്തിൽ ആയിരുന്നു. കമ്മ്യൂണിസത്തെത്തുടർന്ന് വ്യവസായമേഖല മരുഭൂമിയായതോടെ ഞാൻ ഇൻഡസ്ട്രിയൽ എൻജിനീയറിംഗ് ഡിഗ്രി (ടോട്ടൽ ക്വാളിറ്റി മാനേജ്മെൻറിലെ സ്പെഷ്യലൈസേഷൻ സഹിതം) പാസ്സായതും പെട്ടിയും കിടക്കയും എടുത്ത് ഇന്ത്യയുടെ വാണിജ്യ തലസ്ഥാനമായ ബോംബെയിലേക്ക് പുറപ്പെട്ടു.).

ഞാൻ ഇന്ത്യയിലെ ഉഷ്ണമേഖലയിലെ സ്വർഗ്ഗമായ, ദൈവത്തിന്റെ സ്വന്തം നാടെന്ന് അറിയപ്പെടുന്ന കേരളത്തിൽ ജനിച്ചുവളർന്നയാളാണ്. തോമശ്ലീഹ എന്ന അപ്പോസ്തലന്റെ വിശ്വാസിസമൂഹത്തിലെ അംഗം. കോളനി വാഴ്ച കാലത്ത് പോർട്ടുഗൽ, ഫ്രാൻസ്, ബ്രിട്ടൻ എന്നിവിടങ്ങളിൽ നിന്ന് വരുത്തിയ മിഷനറിമാരുടെ കീഴിൽ വിദ്യാഭ്യാസം നേടിയ സമൂഹം. 100% സാക്ഷരതയും ഉയർന്ന വിദ്യാഭ്യാസ നിലവാരവും കമ്മ്യൂണിസം ഉൾപ്പെടെ നിരവധി പുരോഗമന പ്രസ്ഥാനങ്ങൾക്ക് വഴിയൊരുക്കി. കേരളത്തിന് അഭിമാനിക്കാവുന്ന മറ്റു പല നേട്ടങ്ങളുമുണ്ട്, കോവിഡ്-19 നിവാരണത്തിൽ പാശ്ചാത്യരാജ്യങ്ങളേക്കാൾ മികച്ച നിരക്ക് കേരളത്തിനവകാശപ്പെടാം. ലോകത്ത് ആദ്യമായി ഒരു കമ്മ്യൂണിസ്റ്റ് മന്ത്രിസഭ ജനാധിപത്യ രീതിയിൽ ബാലറ്റിലൂടെ അധികാരത്തിൽ എത്തിയതും പിന്നീട് ഭരണം തുടർന്നതും 1957 മുതൽ കേരളത്തിൽ ആയിരുന്നു. കമ്മ്യൂണിസത്തെത്തുടർന്ന് വ്യവസായമേഖല മരുഭൂമിയായതോടെ ഞാൻ ഇൻഡസ്ട്രിയൽ എൻജിനീയറിംഗ് ഡിഗ്രി (ടോട്ടൽ ക്വാളിറ്റി മാനേജ്മെൻറിലെ സ്പെഷ്യലൈസേഷൻ സഹിതം) പാസ്സായതും പെട്ടിയും കിടക്കയും എടുത്ത് ഇന്ത്യയുടെ വാണിജ്യ തലസ്ഥാനമായ ബോംബെയിലേക്ക് പുറപ്പെട്ടു.

ഫാക്ടറിക്കു പുറത്ത് എന്നെക്കുറിച്ചുള്ള കാഴ്ചപ്പാട് എന്റെ ഇരുണ്ട നിറത്തിലേക്ക് (ലുങ്കിയുടുത്തു നടക്കുന്ന കാലാ മദ്രാസി) പരിമിതപ്പെടുന്നുവെന്ന് ഞാൻ താമസിയാതെ മനസ്സിലാക്കി. ഭാവിയെക്കുറിച്ചുള്ള ഭയവിഹ്വലതകളാൽ, വംശവിദ്വേഷം നിറഞ്ഞ തൊഴിൽരംഗത്തെ ഏണിപ്പടികളിൽ നിന്നും രക്ഷപ്പെടാനായി ഞാൻ ദക്ഷിണേന്ത്യയിലേക്ക് ഓടിപ്പോയി. രാജ്യത്തിന്റെ അഖണ്ഡതയ്ക്കു (National Integration category) വേണ്ടി ഞാൻ ഫൈനാൻസിൽ എം.ബി.എ. നേടി. ദൈവാധീനമായി എനിക്കു വേണ്ടിയെന്ന പോലെ 1990ൽ ഒട്ടുമൊത്ത രാജ്യം തന്നെ അരനൂറ്റാണ്ടിലേറെ പ്രായമുള്ള ബൃഹത്തായ ഇന്ത്യൻ ലൈസൻസ് രാജിന്റെ ഭാരം താങ്ങാനാകാതെ സാമ്പത്തികമായി തകർന്നടിഞ്ഞു. അതിന്റെ ഫലമായി ഇന്ത്യയിലെ സാമ്പത്തിക ഉദാരവൽക്കരണം നിലവിൽ വന്നു. തികച്ചും നിർദ്ദോഷകരമായ സമയത്താണതു സംഭവിച്ചത്, അതോടെ എനിക്ക് ഒരു ഇൻവെസ്റ്റ്മെന്റ് ബാങ്കിംഗ് അനാലിസ്റ്റ് ആയി തൊഴിൽ ജീവിതം തുടങ്ങാനൊരവസരവും ലഭിച്ചു. 1996ൽ ഇന്ത്യയിലെ ഓഹരിവിപണി കൂപ്പുകുത്തിയപ്പോഴും വീണ്ടും ഭാഗ്യം എന്നെ നോക്കി പുഞ്ചിരിക്കുകയായിരുന്നു, അതോടെ എനിക്ക് ഇൻവെസ്റ്റ്മെന്റ് ബാങ്കിംഗ് കരിയറിൽ നിന്നും പുറത്തുകടക്കാനായി.

ഇന്ത്യ സോഷ്യലിസത്തിന്റെ പാത സ്വീകരിച്ചു, പിന്നീട് 1970കളിൽ പാക്കിസ്ഥാനുമായുള്ള യുദ്ധം കൊടുമ്പിരിക്കൊണ്ടപ്പോൾ അടിയന്തരാവസ്ഥയും പ്രഖ്യാപിച്ചു. പാക്കിസ്ഥാനുമായുള്ള യുദ്ധവും മറ്റു ചേരി-ചേരാ നയങ്ങളും അമേരിക്കയുമായുള്ള ബന്ധം വഷളാകാൻ കാരണമായി, ഐ.ബി.എം. ഇന്ത്യ ഉപേക്ഷിച്ച് പുറത്തുകടന്നു. നിറയ്ക്കാനുള്ള ആ ഒഴിവിലേക്ക് ടി.സി.എസ്സും മറ്റു ഇന്ത്യൻ കൺഗ്ലോമെറേറ്റുകളും കാലത്തിന്റെ നിർബന്ധത്താൽ രൂപംകൊണ്ടു. ഐ.ബി.എം. പാതിയിൽ ഉപേക്ഷിച്ചുപോയ കമ്പ്യൂട്ടറുകളുടേയും മെയിൻഫ്രെയിമുകളുടേയും ജോലികൾ തുടരാനായി അവർ നമ്മെ ഐ.ടി.യിലേക്ക് പ്രോഗ്രാം ചെയ്തു. ബിസിനസ് ചരിത്രത്തിലെ ഏറ്റവും വലിയ മണ്ടത്തരത്തിനു നന്ദി (Y2K). ഈ അന്ത്യകാലത്തെ അർമ്മഗദോൻ കോഡ് ശരിയാക്കാനായി ഐ.ബി.എമ്മും മറ്റു പാശ്ചാത്യ സ്ഥാപനങ്ങളും കണ്ടിരുന്നത് സൈബർ കൂലികളായ നമ്മളെയായിരുന്നു.

ഈ കാലയളവിൽ ഞാൻ കോർപ്പറേറ്റ് ഫൈനാൻസ് രംഗത്തു നിന്നും ERP (എൻറർപ്രൈസ് റിസോഴ്സ് പ്ലാനിംഗ്) സൊല്യൂഷൻസിലേക്ക് കുടിയേറിയതിനു പുറമെ ക്യാപ്പിറ്റലിസത്തിന്റെ ഏറ്റവും നല്ല ഉദാഹരണമായ അമേരിക്കയിലേക്കു പുറപ്പെട്ടു, എന്നിരുന്നാലും 2000 ആയതോടെ നെതർലാൻഡ്സ് ആസ്ഥാനമായുള്ള BaaN Brothers ഡച്ച് സ്കാൻഡലിൽ പെട്ടതിനെത്തുടർന്ന് #3 ERP (BaaN) സിസ്റ്റം ഇല്ലാതായി, അങ്ങനെ ആ കുതിരയും ചത്തു.

അതിനുശേഷം ഞാൻ ഒരു ദശകത്തോളം PMI യിൽ (പ്രൊജക്ട് മാനേജ്മെന്റ്) സന്നദ്ധസേവനം ചെയ്തു, PMIയുടെ പ്രധാന മേഖലകളിൽ (PMBOK, OPM3, PP&PM, മുതലായവ) എന്റെ മുദ്രപതിപ്പിക്കാനായി. അതിനു ഞാൻ എന്റെ (including PMBOK, OPM3, PP&PM, etc.) പഠനങ്ങളോടും, പ്രസിദ്ധീകരണങ്ങളോടും കടപ്പെട്ടിരിക്കുന്നു (പ്രത്യേകിച്ചും പ്രൊജക്ട് പോർട്ട്ഫോളിയോ മാനേജ്മെന്റ് സ്റ്റാൻഡേഡ്). Gartner's PPM ബോർഡ് റൂം പാനലിലും സേവനമനുഷ്ഠിച്ചു പിന്നീട് 2008ൽ മൂന്ന് PM Methodology SME at E&Yമാരിൽ ഒരാളായി. സാമ്പത്തിക സുനാമിയുടെ സമയത്ത് ഞാൻ CFOയുടെ ഓഫീസിൽ ഒരു പ്രശസ്ത കമ്പനിയുടെ (Fortune 10 World's Most Admired Company) PPM സജ്ജീകരിക്കുകയായിരുന്നു. അതിലൂടെ അവർക്ക് ഏകദേശം അര ബില്ല്യൺ ഡോളർ മിച്ചപ്പെടുത്താനായെങ്കിലും ഞാൻ എന്റെ ഹ്രസ്വകാല ഫൈനാൻഷ്യൽ എൻജിനീയറിംഗിനിരയായി. പിന്നീട് 90കളിലെ പൈതൃകമായിരുന്ന Hyperion മുതലെടുക്കുന്നതിൽ വിജയിച്ചു പിന്നീട് BIG4 കൺസൾട്ടിംഗ് ലോകത്തെ കൂടുതൽ മെച്ചപ്പെട്ട ഫൈനാൻഷ്യൽ എൻജിനീയറിംഗിന്റെ മായാലോകത്തേക്കായിരുന്നു യാത്ര.

2009ൽ Chinese GIFT (Global Institute For Tomorrow)[71] ഉപജ്ഞോറിച്ച് പിരമിഡിന്റെ അടിയിൽ നിന്നു തുടങ്ങി ഉത്തരങ്ങൾ കണ്ടെത്താനായി ഞാൻ കമ്പോഡിയയിലെ കാടുകളിലേക്ക് പുറപ്പെട്ടു - ഒരു Clinton Global Young executive Leadership Program (YLP). പാശ്ചാത്യ സാമ്പത്തികലോകത്തെ ആരായുന്തോറും, അബദ്ധധാരണകൾ നീങ്ങിത്തുടങ്ങുകയായിരുന്നു. ഫ്ലാഷ് മാർക്കറ്റുകളുടെ യന്ത്ര ഊഞ്ഞാലുകളിലുള്ള വിശ്വാസം നഷ്ടപ്പെട്ടു. ഇന്നത്തെ ഓഹരി വിപണിയുടെ 90% ദീർഘകാലാടിസ്ഥാനത്തിലുള്ള അടിസ്ഥാന മൂല്യങ്ങൾ കാത്തുസൂക്ഷിക്കാതെ സ്റ്റോക്ക് ബൈ-ബാക്ക്, ട്വീറ്റുകൾ, QE[72], BOT സംവിധാനങ്ങളുപയോഗിച്ചുള്ള തുടർ ഫ്ളാഷ് ചൂതാട്ടത്തിന്റെ പുറകെയാണ് പോക്ക്. Hernando de Soto യ്ക്ക് അഭിവാദനങ്ങൾ, അങ്ങനെ ഞാൻ വീണ്ടും ക്യാപ്പിറ്റൽ വചനത്തിന്റെ ദുരൂഹതകളിൽ പുനർജ്ജനിച്ചു. 9/11നു ശേഷം പെട്രോ ചൈന[73], ടോട്ടൽ[74] പോലുള്ള സ്ഥാപനങ്ങളിലൂന്നി നിലവിലുള്ള പാശ്ചാത്യ വിപണിയെക്കുറിച്ചുള്ള അറിവിനെതിരെ പന്തയം വച്ച് കുറച്ച് ഡോളർ നേടി..

കംബോഡിയയിലെ കൊലക്കളങ്ങളുടെ[75] വന്യതയിൽ നിന്നും തിരിച്ചുപോന്നതിനു ശേഷം, ഞാൻ വീണ്ടും എന്റെ തൊഴിലിൽ പുനരവതരിച്ചുകൊണ്ട് 2008ലെ സാമ്പത്തിക സുനാമിയുടെ കാലത്ത് BIG4 ലോകത്ത് EPM (Enterprise Performance Management) കൺസൾട്ടൻറായി. എന്റെ ആകെ സമ്പാദ്യത്തിന്റെ 95% നേടിയത് 2008 മുതൽ 2011 വരെയായിരുന്നു. ലോകം ആസ്തികൾ വിറ്റഴിച്ചുകൊണ്ട് കടത്തിന്റെ തോത് കുറക്കുന്ന നടപടി തുടങ്ങിയ അതേ

സമയത്താണ് ഞാൻ ജനപ്രീതിയാർജ്ജിച്ച റിയൽ എസ്റ്റേറ്റ് രംഗത്ത് നേട്ടമുണ്ടാക്കിയത്. എന്റെ കൈകളിൽ ലക്കും ലഗാനുമില്ലാത്ത EPM ഫൈനാൻഷ്യൽ എൻജിനീയറിംഗിന്റെ രക്തക്കറ പുരണ്ടിരിക്കുന്നു, കോസ്റ്റ് കട്ടിംഗ്, Tax Effective Supply Chain Management (TESCM), ബിസിനസ്, ഫൈനാൻസ്, ഐ.ടി., BPR എന്നിങ്ങനെ ഫൈനാൻഷ്യൽ എൻജിനീയറിംഗിന്റെ ലോകത്ത് മായാജാലങ്ങൾ ഏറെറ്റെറബോധം ഇല്ലാതാക്കാൻ ലാഭേച്ഛയില്ലാത്ത PMI രംഗത്ത് ഒരു ദശകത്തോളം കാലം സന്നദ്ധസേവനം ചെയ്യാനുള്ള മഹത്തായ അവസരം ലഭിച്ചു. 208 രാജ്യങ്ങളിൽ നിന്നുള്ള അഞ്ചു ലക്ഷം അംഗങ്ങൾ ഉൾപ്പെടെ മൂന്ന് ലക്ഷം പ്രൊഫഷണലുകൾക്ക് സേവനം നൽകുന്നുണ്ട് (PMI [Project Management Institute]). അര ഡസനോളം പുസ്തകങ്ങളും, അമ്പതോളം പ്രസിദ്ധീകരണങ്ങളും പ്രസൻറേഷനുകളും എനിക്ക് സംഭാവന ചെയ്യാൻ കഴിഞ്ഞു. അതോടെ Ernst & Young ൽ വിവിധ Entrepreneur of the Year (EOY) അവാർഡുകളുടെ ഭാഗമായി.

ദുഖകരമെന്നു പറയട്ടെ, രണ്ട് പതിറ്റാണ്ടുകൾക്ക് ശേഷം ഞാൻ മാഡ് മാക്സ് ഫ്യൂറി റിഡംപ്ഷൻ റോഡിലൂടെ ചെന്ന് റൂസ്‌വൽറ്റിന്റെ കാലത്തെ ഗൃഹാതുരത്വമുണർത്തുന്ന ക്യാപ്പിറ്റലിസ്റ്റിക് കാലഘട്ടത്തിന്റെ സമ്പൂർണ്ണ നാശത്തിന്റെ അവശിഷ്ടങ്ങളിലേക്ക് ഓടിക്കയറി കൊണ്ടിരിക്കുകയാണ്.

എന്റെ പുസ്തകം റിവ്യൂ ചെയ്യാനുള്ള വിനീതമായ അപേക്ഷ

★★★

ഈ പുസ്തകം താങ്കൾക്ക് ഇഷ്ടപ്പെട്ടുവെന്ന് കരുതട്ടെ. താങ്കളുടെ പ്രതികരണങ്ങൾ അറിയാൻ ആകാംക്ഷയുണ്ട്, ദയവായി ഈ പുസ്തകം ആമസോണിൽ റിവ്യൂ ചെയ്യാനായി ഏതാനും നിമിഷനേരം മാറ്റിവെക്കണമെന്ന് വിനീതമായി അഭ്യർത്ഥിക്കുന്നു. താങ്കളുടെ പ്രതികരണങ്ങൾ ഭാവിയിൽ എന്റെ രചനകളെയും ഈ പുസ്തകത്തെത്തന്നെയും കൂടുതൽ മെച്ചപ്പെടുത്തുവാൻ സഹായകമായിരിക്കും. താങ്കളുടെ സൃഷ്ടിപരമായ ജ്ഞാനത്തെ അടിസ്ഥാനമാക്കി ഈ പുസ്തകത്തിൽ കാലാനുസൃതമായ മാറ്റങ്ങൾ വരുത്തുന്നതാണ്. (നേരിൽ ബന്ധപ്പെടുന്നതിനുള്ള വിവരങ്ങൾ @www.Epm-Mavericks.com) നന്ദി!

ചുരുക്കെഴുത്തുകൾ

- ★ Intellectual property (IP)
- ★ Belt and Road Initiative (BRI)
- ★ Digital Silk Road (DSR)
- ★ Internet of Things (IoT)
- ★ The Middle Kingdom (China)
- ★ One Belt, One Road (OBOR)
- ★ Asian Infrastructure Investment Bank (AIIB)
- ★ Purchasing Power Parity (PPP)
- ★ Gross domestic product (GDP)
- ★ Black Lives Matter (BLM)
- ★ George Floyd riots (FLOYD)
- ★ Political Action Committee (PAC)
- ★ Swamp (Washington DC)
- ★ Mergers and Acquisitions (M&A)
- ★ Facebook, Amazon, Apple, Netflix, and Google (FAANG)
- ★ Global Institute for Tomorrow (GIFT - https://global-inst.com/learn/)
- ★ Science, Technology, Engineering, and Mathematics (STEM)
- ★ Tax Effective Supply Chain Management (TESCM)
- ★ Robotic Automation in Cloud (BOTs)
- ★ Business Process Outsourcing (BPO)
- ★ Chinese Communist Party (CCP)
- ★ Franklin D. Roosevelt (FDR)
- ★ Theodore Roosevelt (TR)
- ★ Organization for Economic Cooperation and Development (OECD)
- ★ Artificial Intelligence (AI)
- ★ The Trans-Pacific Partnership (TPP)
- ★ Society for Worldwide Interbank Financial Telecommunication (SWIFT)
- ★ Special-Purpose Vehicle (SPV)
- ★ Blockchain Service Network (BSN)
- ★ New Development Bank (NDB)
- ★ Cross-Border Interbank Payment System (CIPS)

ഈ പുസ്തകത്തിൽ ഉപയോഗിച്ചിരിക്കുന്ന ചിത്രങ്ങൾ

ഉത്തരകേരളത്തിൽ പ്രചാരത്തിലുള്ള അനുഷ്ഠാനകലകളിൽ ഒന്നും, നൃത്തം ചെയ്യുന്ന ദേവതാസങ്കൽപ്പവുമായ **തെയ്യം**. എന്റെ സ്വദേശമായ മലബാറിൽ 456ലധികം വൈവിധ്യമാർന്ന തരം തെയ്യങ്ങളുണ്ട്.

https://www.tiger-rider.com/Client-Galleries/Rhodes/
https://ml.wikipedia.org/wiki/തെയ്യം

Thrissur Puram
The Festival of Festival's in God's own Country

പൂരങ്ങളുടെ പൂരം **തൃശൂർ പൂരം**! കേരളത്തിന്റെ സാംസ്കാരിക തലസ്ഥാനമെന്നറിയപ്പെടുന്ന തൃശൂരിൽ എൻജിനീയറിംഗിനു പഠിക്കുന്ന സമയത്ത് നാല് തവണ പൂരം കാണാനുള്ള ഭാഗ്യം ഉണ്ടായിട്ടുണ്ട്. തൃശൂർ ജില്ലാ കലക്ടർ നൽകിയ(2015) ഗസ്റ്റ് പാസ്, മീഡിയ പാസ്, എന്നിവ ലഭിച്ചതിനാൽ തിരുവമ്പാടി, പാറമേക്കാവ് വിഭാഗങ്ങളുടെ പൂരം തയാറെടുപ്പുകൾ പരമാവധി അടുത്തു ചെന്ന് വീക്ഷിക്കാനുള്ള അവസരവും ലഭിച്ചിട്ടുണ്ട്..

https://www.tiger-rider.com/Client-Galleries/Puram/
http://en.wikipedia.org/wiki/Thrissur_Pooram

Tiger-Rider © Devine Durbar

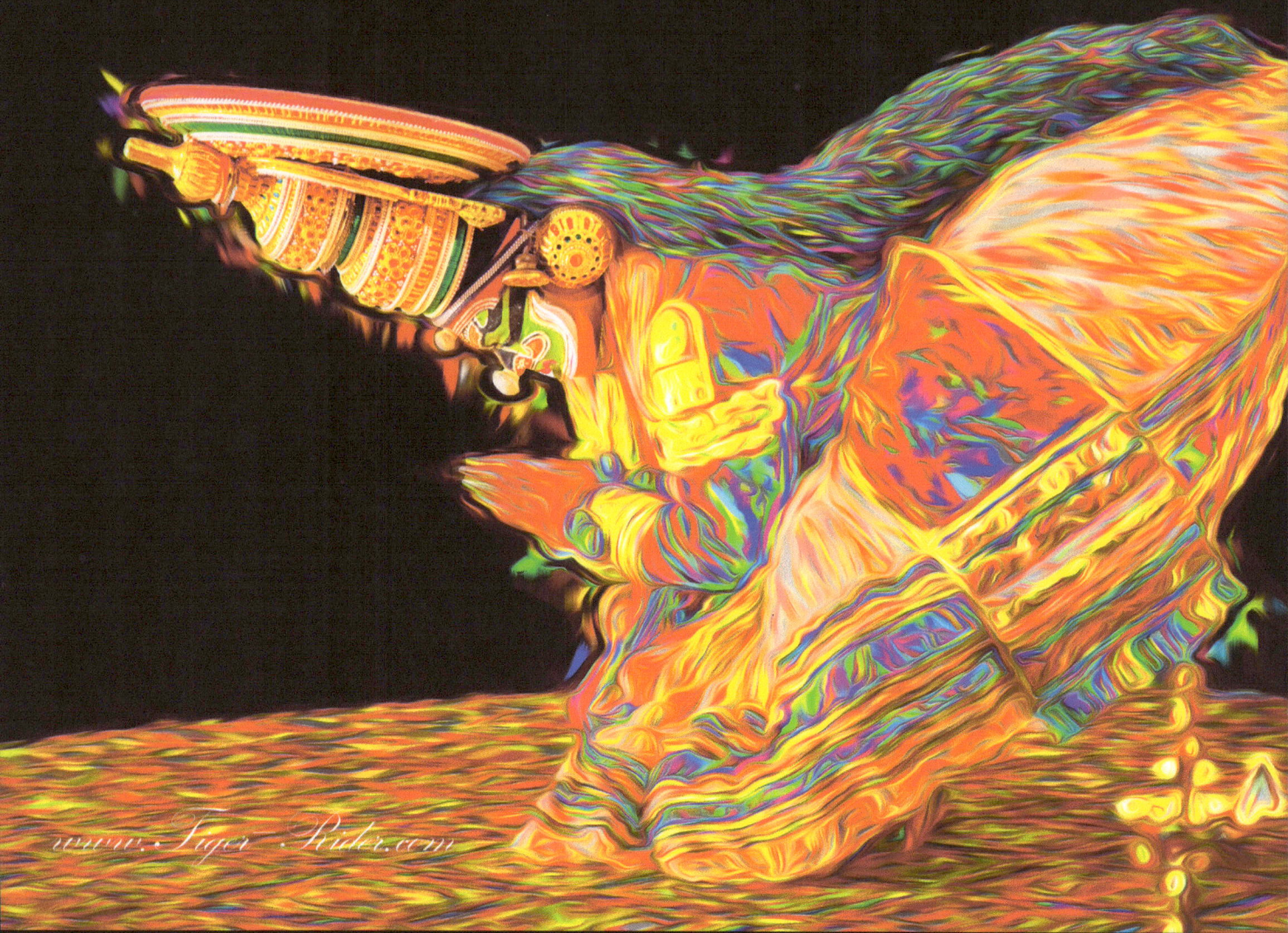

കഥകളി: കേരളത്തിന്റെ തനതായ ദൃശ്യകലാരൂപമാണ് കഥകളി. രാമനാട്ടമെന്ന കലാരൂപം പരിഷ്കരിച്ചുണ്ടാക്കിയ കഥകളിയിലെ കഥപറച്ചിലിനുള്ള കഥാപാത്രങ്ങൾ പച്ച, കത്തി, കരി, താടി, മിനുക്ക് എന്നിങ്ങനെയുള്ള വർണ്ണാഭ മായ വേഷങ്ങളായാണ് അവതരിപ്പിക്കപ്പെടുന്നത്. ആദ്യകാലങ്ങളിൽ പുരുഷന്മാർ മാത്രമാണ് കഥകളിയിൽ വേ ഷങ്ങൾ അവതരിപ്പിച്ചിരുന്നതെങ്കിൽ പിൽക്കാലത്ത് സ്ത്രീകളും കഥകളി അവതരണത്തിൽ പങ്കെടുത്തു തുടങ്ങി. പതിനെട്ടാം നൂറ്റാണ്ടിൽ വരേണ്യവിഭാഗങ്ങൾക്കിടയിൽ മാത്രം ഒതുങ്ങിനിന്നിരുന്ന ഈ കലാരൂപം പിന്നീട് വള്ള ത്തോൾ ഉൾപ്പെടെയുള്ളവരുടെ ശ്രമഫലമായി ഇന്ന് ലോകപ്രസിദ്ധി കൈവരിച്ചിരിക്കുന്നു.

കഥകളിക്കുവേണ്ടി രചിക്കപ്പെട്ട കാവ്യമായ ആട്ടക്കഥയിലെ സംഭാഷണഭാഗങ്ങളായ പദങ്ങൾ, പാട്ടുകാർ പിന്ന ണിയിൽനിന്നു പാടുകയും നടന്മാർ അഭിനയത്തിലൂടെ കാവ്യത്തിലെ പ്രതിപാദ്യം അരങ്ങത്തവതരിപ്പിക്കുക യുംചെയ്യുന്നു. അഭിനയത്തിനിടയിൽ നടന്മാർ ഭാവാവിഷ്കരണപരവും താളാത്മകവുമായ രംഗചലനങ്ങളും അംഗചലനങ്ങളും പ്രദർശിപ്പിക്കുന്നു. പദങ്ങളുടെ ഓരോഭാഗവും അഭിനയിച്ചുകഴിയുമ്പോൾ ശുദ്ധനൃത്തചലന ങ്ങളടങ്ങുന്ന കലാശങ്ങൾ ചവിട്ടുന്നു. ഇങ്ങനെ അഭിനയത്തിലും അതടങ്ങുന്ന രംഗങ്ങളുടെ പരമ്പരയിലുംകൂടെ ഇതിവൃത്തം അരങ്ങത്തവതരിപ്പിച്ച്, രസാനുഭൂതിയുളവാക്കുന്ന കലയാണു കഥകളി. https://www.tiger-rider. com/Client-Galleries/KathakaliICCT/ https://en.wikipedia.org/wiki/Kathakali

(**മുഖച്ചിത്രത്തിൻറെ അവലംബം** - 2019 ജൂൺ 5 ബുധനാഴ്ച ഇംഗ്ലണ്ടിൽ വച്ചുനടന്ന ഡി-ഡേ സ്മരണയിൽ പ്രസിഡണ്ട് റൂസ്‌വെൽറ്റിൻറെ ഛായാപടത്തിനടുത്ത് നിന്നുകൊണ്ട് പ്രസിഡണ്ട് ഡൊണാൾഡ് ട്രംപ് അഭിപ്രായപ്രകടനം നടത്തുന്നു. (Shealah Craighead എടുത്ത ഔദ്യോഗിക വൈറ്റ് ഹൗസ് ഫോട്ടോ)

(പിൻചട്ടയിലെ **ചിത്രത്തിൻറെ അവലംബം** - 2020 ജൂൺ 6 വ്യാഴാഴ്ച വാഷിംഗ്ടൺ ഹിൽട്ടണിൽ പ്രസിഡണ്ട് ഡൊണാൾ ട്രംപ് വാഷിംഗ്ടൺ പോസ്റ്റിൻറെ കോപ്പി ഉയർത്തിക്കാണിക്കുന്നു (Joyce N. Boghosian എടുത്ത ഔദ്യോ ഗിക വൈറ്റ് ഹൗസ് ഫോട്ടോ))

ENDNOTES

1 ഇല്ലിനോയിസിലെ ചിക്കാഗോയുടെ വിളിപ്പേരാണ് ചി-റാഖ്. ചിക്കാഗോയെ ഇറാഖുമായി ബന്ധിപ്പിക്കുന്ന ഈ പേര് ഇറാഖിലേതിനു സമാനമായ യുദ്ധക്കളത്തെ സൂചിപ്പിക്കുന്നു.

https://www.dictionary.com/e/slang/chiraq/#:~:text=Chiraq%20is%20a%20nickname%20for,likening%20them%20to%20a%20warzone

2 അസ്ഥിരമായ രാഷ്ട്രീയ സാഹചര്യം നിലനിൽക്കുന്ന രാജ്യങ്ങളെ സൂചിപ്പിക്കാൻ പൊളിറ്റിക്കൽ സയൻസിൽ ഉപയോഗിക്കുന്ന പദം.

https://www.theatlantic.com/politics/archive/2013/01/is-the-us-on-the-verge-of-becoming-a-banana-republic/267048/

3 കെട്ടിടങ്ങൾക്ക് കൊടുങ്കാറ്റിൽ കേടുപാടുകൾ സംഭവിക്കാതിരിക്കാൻ ചെയ്യുന്ന മുന്നൊരുക്കമാണ് ബോർഡിംഗ് അപ്. കലാപകാരികളിൽ നിന്നും സംരക്ഷിക്കാനായും ഇങ്ങനെ ചെയ്യാറുണ്ട്.

https://www.wbez.org/stories/protest-art-has-covered-boarded-up-businesses-will-it-be-preserved/e3db8017-a6ba-4dde-9bc3-3d17f6ee5392

4 കഴിഞ്ഞ 5000 വർഷങ്ങളിൽ ചൈനയ്ക്ക് വിവിധ പേരുകളുണ്ടായിരുന്നെങ്കിലും അവയിൽ ഏറ്റവും പരമ്പരാഗതമായ പേര് Zhonggou അഥവാ മധ്യകാല സാമ്രാജ്യമാണ് (ചിലപ്പോൾ സെൻട്രൽ കിംഗ്ഡം എന്നും വിവക്ഷിക്കുക പതിവാണ്).

http://www.learnmartialartsinchina.com/kung-fu-school-blog/why-is-china-called-the-middlekingdom/#:~:text=Throughout%20the%20last%205000%20years,sometimes%20translated%20as%20Central%20Kingdom)

5 https://www.britannica.com/place/Third-Reich

6 ഡച്ച് ഈസ്റ്റ് ഇന്ത്യാ കമ്പനി, ഇന്ത്യാ സമുദ്രമേഖലയിലെ വ്യാപാരകാര്യങ്ങൾക്കായി നെതർലാൻഡ് സ്ഥാപിച്ച ഒരു കമ്പനിയാണ് ഡച്ച് ഈസ്റ്റ് ഇന്ത്യാ കമ്പനി. നെതർലാൻഡ്സിലെ അസംബ്ലിയായ സ്റ്റേറ്റ്സ് ജനറൽ 1602 മാർച്ച് 20-ന് ചാർട്ടർ ചെയ്തതാണിത്.

https://www.pbs.org/wgbh/roadshow/stories/articles/2013/1/7/dutch-east-india-company-worlds-first-multinational/

7 കിഴക്ക്, തെക്കുകിഴക്കൻ ഏഷ്യയിൽ കച്ചവട അവകാശങ്ങൾ നേടിയെടുക്കുന്നത് ലക്ഷ്യമാക്കി 1600ൽ എലിസബത്ത് രാജ്ഞി ബ്രിട്ടീഷ് രാജകീയ അനുമതിപത്രം നൽകി രൂപവത്കരിച്ച ബ്രിട്ടീഷ് ഈസ്റ്റ് ഇന്ത്യാ കമ്പനി.

https://www.bbc.co.uk/programmes/n3csxl34

8 അമേരിക്കയിൽ 1933 മുതൽ 1939 വരെ പ്രസിഡന്റ് റൂസ്‌വെൽറ്റ് നടപ്പിലാക്കിയ പൊതുമരാമത്ത് പദ്ധതികളും, സാമ്പത്തിക പരിഷ്കരണങ്ങളും, നിയന്ത്രണങ്ങളും ഉൾപ്പെടുന്ന പദ്ധതികളുടെ ശ്രേണിയാണ് ന്യൂ ഡീൽ എന്നറിയപ്പെടുന്നത്.

https://www.fdrlibrary.org/great-depression-new-deal

9 https://www.npr.org/sections/codeswitch/2013/08/26/215761377/a-history-of-snake-oil-salesmen

10 സാമ്പത്തിക സുനാമിയുടെ സമീപകാല ചരിത്രത്തിലെ മികച്ച ഉദാഹരണങ്ങളിലൊന്നാണ് 2008ലെ ആഗോള സാമ്പത്തിക പ്രതിസന്ധി. ഇതിനു കാരണമായത് അമേരിക്കയിലെ സബ് പ്രൈം മോർട്ട്ഗേജ് വിപണിയാണ്, വായ്പക്ക് ഈടായിക്കൊടുക്കുന്ന സംവിധാനങ്ങളിലെ റിസ്ക് കണക്കുകൂട്ടുന്നതിൽ വലിയ ഇൻവെസ്റ്റ്മെന്റ് ബാങ്കുകൾ (ഐബികൾ)പരാജയപ്പെട്ടു.

https://www.investopedia.com/terms/e/economictsunami.asp#:~:text=The%202008%20global%20financial%20crisis,in%20certain%20collateralized%20debt%20instruments.

11 ഡെറ്റ്-ട്രാപ് ഡിപ്ലോമസി എന്നാൽ പലപ്പോഴും വിപരീതാർത്ഥത്തിൽ ഉപയോഗിക്കുന്നതും രാജ്യങ്ങൾ തമ്മിലുള്ള ഉഭയകക്ഷി ബന്ധങ്ങളെ അടിസ്ഥാനമാക്കിയുള്ള വായ്പാ പദ്ധതികൾ കൈകാര്യം ചെയ്യുന്ന നയതന്ത്രവുമാണ്.

https://foreignpolicy.com/2020/03/23/china-coronavirus-belt-and-road-bri-boost-debt-diplomacy/

12 നേരത്തെ വൺ ബെൽറ്റ് വൺ റോഡ് (OBOR) എന്ന ചുരുക്കപ്പേരിലറിയപ്പെട്ട ബെൽറ്റ് ആൻഡ് റോഡ് ഇനീഷ്യേറ്റീവ് എന്ന ആഗോള അടിസ്ഥാനസൗകര്യ വികസന പദ്ധതി ചൈനീസ് ഭരണകൂടം 2013ൽ ആരംഭിച്ച് വിവിധ രാജ്യങ്ങളിലും അന്താരാഷ്ട്ര സംഘടനകളിലും ധനനിക്ഷേപം ചെയ്തുവരുന്നു.

https://www.oecd.org/finance/Chinas-Belt-and-Road-Initiative-in-the-global-trade-investment-and-finance-landscape.pdf

13 മാർഷൽ പ്ലാൻ (ഔദ്യോഗികമായി ERP(European Recovery Program)) പടിഞ്ഞാറൻ യൂറോപ്പിലെ രാജ്യങ്ങളെ സഹായിക്കാനായി അമേരിക്ക 1948ൽ പാസ്സാക്കിയ സംരംഭമാണ്.

https://history.state.gov/milestones/1945-1952/marshall-plan

14 ചൈനീസ് സർക്കാരിൻറെ ഒരു ഔദ്യോഗിക വിഭാഗമാണ് ബിജിങ്ങ് ബെൽറ്റ് ആൻഡ് റോഡ് ഇനീഷ്യേറ്റീവ് (BRI) പദ്ധതിയുടെ ഒരു ഘടകമെന്ന നിലയിൽ ഡിജിറ്റൽ സിൽക്ക് റോഡ് (DSR) 2015ൽ തുടങ്ങിയത്. വർഷങ്ങളോളം അതൊരു തിരിച്ചറിയാൻ ബുദ്ധിമുട്ടുള്ള പദ്ധതികളായിരുന്നു, അവയാകട്ടെ ആഫ്രിക്കയിലോ, ഏഷ്യയിലോ, ലാറ്റിനമേരിക്കയിലോ അല്ലെങ്കിൽ കരീബിയനിലോ ഉള്ള ടെലികമ്മ്യൂണിക്കേഷൻസ്, ഡാറ്റാ സംബന്ധമായ ചൈനീസ് ടെക്നിക്കൽ കമ്പനികളുടെ പ്രവർത്തനങ്ങൾക്ക് സൗകര്യപ്രദമായ രീതിയിലും ആയിരുന്നു.

https://carnegieendowment.org/2020/05/08/will-china-control-global-internet-via-its-digital-silk-road-pub-81857

15 ശാസ്ത്രഗവേഷണം, ഇനവേഷൻ, സംരംഭകത്വം എന്നീ മേഖലകളിലെ ലോകത്തെ മികച്ച വിദഗ്ദ്ധരെ തിരിച്ചറിഞ്ഞ് റിക്രൂട്ട് ചെയ്യുന്നതിന് തൗസന്റ് ടാലന്റ്സ് പ്ലാൻ (TTP) (Chinese: 千人计划; pinyin: Qiān rén jìhuà) അല്ലെങ്കിൽ തൗസന്റ് ടാലന്റ്സ് പ്രോഗ്രാം (Chinese: 海外高层次人才引进计划; pinyin: Hǎiwài gāo céngcì réncái yǐnjìn jìhuà) എന്നിവ ചൈനീസ് സർക്കാർ 2008 ൽ ഏർപ്പെടുത്തിയിട്ടുണ്ട്.

https://www.hsgac.senate.gov/imo/media/doc/2019-11-18%20PSI%20Staff%20Report%20-%20China's%20Talent%20Recruitment%20Plans.pdf

16 എക്സ്പാട്രിയേറ്റ് അഥവാ എക്സ്പാറ്റ് എന്നാൽ പ്രവാസി.

https://www.merriam-webster.com/dictionary/expatriate

17 https://itif.org/publications/2020/06/22/new-report-shows-unfair-chinese-government-support-huawei-and-zte-has-harmed

18 റഷ്യൻ സംസ്കാരമനുസരിച്ച് kompromat എന്നത് compromising material എന്നതിൻറെ ചുരുക്കമാണ്, ഒരു രാഷ്ട്രീയനേതാവിനെയോ, ബിസിനസ് സംരംഭകനെയോ അതുപോലുള്ള മറ്റു പ്രശസ്തരെയോ അപകീർത്തിപ്പെടുത്തുന്നതിനും തട്ടിക്കൊണ്ടുപോകാനും പിടിച്ചുപറിക്കാനും ആവശ്യമായ വിവരങ്ങളാണവ.

https://www.newyorker.com/news/swamp-chronicles/a-theory-of-trump-kompromat

19 ഏഷ്യയിലും, യൂറോപ്പിലും, ആഫ്രിക്കയിലും തീരങ്ങൾ പിടിച്ചെടുത്തുകഴിഞ്ഞ ചൈനയിലെ കൃത്രിമബുദ്ധി കമ്പനികൾ ഇപ്പോൾ ലാറ്റിനമേരിക്കയിലേക്കു നീങ്ങുന്നു, ചൈനീസ് സർക്കാർ കോർ എക്കണോമിക് ഇൻററസ്റ്റ് എന്നു വിശേഷിപ്പിക്കുന്ന പ്രദേശം. വെനിസ്വേല ഈയിടെ ഒരു പുതിയ ദേശീയ തിരിച്ചറിയൽ കാർഡ് സംവിധാനം ഏർപ്പെടുത്തിയിട്ടുള്ളത് പൗരന്മാരുടെ രാഷ്ട്രീയബന്ധങ്ങളെക്കുറിച്ചുള്ള വിവരങ്ങൾ ZTE നിർമ്മിച്ച ഒരു ഡാറ്റാബേസിൽ രേഖപ്പെടുത്തുന്നു. കടുത്ത വിരോധാഭാസമെന്നല്ലാതെ എന്തുപറയാൻ, വർഷങ്ങളായി ചൈനീസ് കമ്പനികൾ ഉയ്ഗുർ വംശജരുടെ സ്വദേശമായ ഷിൻജിയാങ്ങിൽ നടന്ന നിരീക്ഷണ ഉൽപ്പന്നങ്ങളുടെ പ്രദർശനത്തിൽ ഉൾപ്പെടുത്തിയിരുന്നു.

https://www.theatlantic.com/magazine/archive/2020/09/china-ai-surveillance/614197/

20 https://www.theatlantic.com/magazine/archive/2020/09/china-ai-surveillance/614197/

21 https://www.brookings.edu/opinions/the-aiib-and-the-one-belt-one-road/

22 https://en.wikipedia.org/wiki/List_of_countries_by_GDP_(PPP)

23 https://www.heritage.org/defense/commentary/chinas-defense-spending-larger-it-looks

24 https://fee.org/articles/the-medical-cartel-is-keeping-health-care-costs-high/#:~:text=Though%20few%20Americans%20realize%20it%2C%20health%20care%20is%20a%20monopoly.,-Cartels%20Protecting%20Doctors&text=Cartels%20Protecting%20Doctors-,Both%20directly%20or%20indirectly%2C%20the%20AMA%20also%20controls%20the%20prices,payment%20policies%20of%20insurance%20companies.

25 https://www.oecd-ilibrary.org/education/education-at-a-glance-2018_eag-2018-en

26 https://educationdata.org/international-student-enrollment-statistics/

27 https://www.oecd.org/pisa/pisa-2015-results-in-focus.pdf

28 https://www.marketwatch.com/story/airlines-and-boeing-want-a-bailout-but-look-how-much-theyve-spent-on-stock-buybacks-2020-03-18

29 https://www.brennancenter.org/our-work/research-reports/citizens-united-explained

30 https://www.marketwatch.com/story/airlines-and-boeing-want-a-bailout-but-look-how-much-theyve-spent-on-stock-buybacks-2020-03-18

47 ഈ പുസ്തകത്തിൻറെ പേരിന്നാധാരം 1980ൽ പുറത്തിറങ്ങിയ "The Gods Must Be Crazy" എന്ന ഹോളിവുഡ് കോമഡി ചിത്രമാണ്, ആ ചിത്രത്തിൻറെ പ്രമേയം ഒരു വിമാനത്തിൽ നിന്നും കൊക്കോ കോളയുടെ കാലിക്കുപ്പി വലിച്ചെറിഞ്ഞപ്പോൾ അത് ആഫ്രിക്കയിലെ കാട്ടുവാസികൾക്ക് ലഭിച്ചതിനെത്തുടർന്നുള്ള സംഭവ വികാസങ്ങളാണ്. കുപ്പിയിൽ ദൈവം നൽകിയ സമ്മാനം ആണെന്ന് തെറ്റിദ്ധരിച്ചു. ഈ കുപ്പി ഗ്രാമിണർ തമ്മിൽ കൂട്ടത്തല്ലുണ്ടാകാൻ കാരണമായി, ലോകത്തിൻറെ അവസാന ഭാഗത്തേക്കു ചെന്ന് ഈ കുപ്പി ദൈവങ്ങൾക്ക് തിരിച്ചു നൽകാൻ ഗോത്രത്തലവന്മാർ തീരുമാനിക്കുന്നു. എൻറെ സ്വന്തം ആലങ്കാരികമായ കോക്ക് ബോട്ടിലുപയോഗിച്ച്, ഞാൻ പുതിയൊരു സാമ്രാജ്യത്തിൻറെ ഉദയം വിഭാവനം ചെയ്യുകയാണ്. അധികം വൈകുന്നതിനു മുൻപ് ഇന്നത്തെ സാമ്രാജ്യത്തെ (ക്യാപ്പിറ്റലിസവും എൻറർപ്രൈസുകളും) പുനസ്ഥാപിക്കുന്നതിനുള്ള പവിത്ര രേഖയാണീ പുസ്തകം.

48 https://www.history.com/topics/cold-war/the-khmer-rouge

49 https://global-inst.com/

50 https://en.wikipedia.org/wiki/Snake_wine

51 https://www.cato.org/cato-journal/winter-2018/against-helicopter-money

52 https://www.investopedia.com/terms/g/gordon-gekko.asp

53 https://www.investopedia.com/terms/q/quantitative-easing.asp

54 https://youtu.be/8iXdsvgpwc8

55 https://en.wikipedia.org/wiki/Divorce_in_Islam

56 https://en.wikipedia.org/wiki/List_of_countries_by_GDP_(PPP)

57 https://www.whitehouse.gov/presidential-actions/memorandum-order-defense-production-act-regarding-3m-company/

58 https://ml.wikipedia.org/wiki/കു_ക്ലക്സ്_ക്ലാൻ

59 https://www.theatlantic.com/education/archive/2018/09/why-is-college-so-expensive-in-america/569884/

60 https://www.rcrwireless.com/20200609/5g/china-end-2020-over-600000-5g-base-stations-report

61 https://www.swift.com/sites/default/files/documents/swift_bi_currency_evolution_infopaper_57128.pdf

62 https://data.worldbank.org/indicator/CM.MKT.LDOM.NO?end=2018&locations=US&start=1996

63 https://en.wikipedia.org/wiki/Charlie_Wilson%27s_War_(film), https://www.pbs.org/wgbh/frontline/film/bitter-rivals-iran-and-saudi-arabia/, https://en.wikipedia.org/wiki/Syriana, https://www.pbs.org/frontlineworld/stories/r4.html https://www.pbs.org/independentlens/films/shadow-world/

64 https://www.wsj.com/articles/saudi-sovereign-wealth-fund-buys-stakes-in-facebook-boeing-cisco-systems-11589633300

65 https://www.brennancenter.org/our-work/analysis-opinion/how-campaign-spending-judicial-elections-subverts-justice

66 https://en.wikipedia.org/wiki/Snake_oil

67 https://www.britannica.com/place/Third-Reich

68 https://www.rottentomatoes.com/tv/the_man_in_the_high_castle/s01

69 https://www.rottentomatoes.com/m/american_factory

70 https://youtu.be/8iXdsvgpwc8

71 https://global-inst.com/

72 https://www.investopedia.com/terms/q/quantitative-easing.asp

73 http://www.petrochina.com.cn/ptr/index.shtml

74 https://www.total.com/

75 https://www.history.com/topics/cold-war/the-khmer-rouge

കൃതജ്ഞത

മൂന്നു ദശകങ്ങളോളം നീണ്ട വികലമായ യാഥാർത്ഥ്യങ്ങളിൽ, ക്രിയാത്മകമായ വിമർശനങ്ങളിലൂടെ എന്നെ സഹായിച്ച എല്ലാവർക്കും നന്ദി

www.ingramcontent.com/pod-product-compliance
Lightning Source LLC
Chambersburg PA
CBHW050914210326
41597CB00002B/115
* 9 7 8 1 9 5 6 6 8 7 1 4 9 *